வாத்யார்

எம்.ஜி.ஆரின் வாழ்க்கை

ஆர். முத்துக்குமார்

மயிலாடுதுறையில் பிறந்தவர். எம்.சி.ஏ முடித்த
பிறகு கல்கி பத்திரிகையில் அரசியல் கட்டுரைகள்
எழுதத் தொடங்கினார். 2006-ல் கிழக்கு பதிப்
பகத்தின் துணை ஆசிரியராகப் பணியாற்றத்
தொடங்கி, தற்போது அதன் முதன்மைத் துணை
ஆசிரியராக இருக்கிறார். இந்திய மற்றும் தமிழ்நாடு
அரசியல் குறித்து கல்கி, குமுதம் ரிப்போர்ட்டர்,
ஜூனியர் விகடன் இதழ்களில் தொடர்ந்து எழுதி
வருகிறார். இந்தியாவின் அதிமுக்கிய அரசியல்
ஆளுமைகளான பெரியார், அம்பேத்கர், இந்திரா
காந்தி ஆகியோரின் வாழ்க்கை வரலாறுகளைப்
புத்தகமாகப் பதிவு செய்திருக்கிறார்.

இணையத்தளம்: www.rmuthukumar.com

வாத்யார்

எம்.ஜி.ஆரின் வாழ்க்கை

ஆர். முத்துக்குமார்

வாத்யார்: எம்.ஜி.ஆரின் வாழ்க்கை
Vaadhyar: MGR Vazhkkai
R. Muthukumar ©

First Edition: December 2009
248 Pages
Printed in India.

ISBN 978-81-8493-359-8
Title No. Kizhakku 444

Kizhakku Pathippagam
177/103, First Floor,
Ambal's Building, Lloyds Road,
Royapettah, Chennai 600 014.
Ph: +91-44-4200-9603

Email : support@nhm.in
Website : www.nhm.in

Author's Email : writermuthukumar@gmail.com

Cover & Inside Pictures: S. V. Jayababu

Kizhakku Pathippagam is an imprint of New Horizon Media Private Limited

அன்புடன்

அப்பாவுக்கு

பாதை

பாகம் 1

பாகம் 2

பாகம் 3

பாகம் 4

ஆயிரத்தில் ஒருவர்

'ஏப்ரல் பதினாலு பூஜை வச்சுக்கலாம்' என்றார் எம்.ஜி.ஆர்.

சுற்றி நின்ற அத்தனைபேருக்குமே ஆச்சரியம். ஒருவருக்கொரு வர் பார்த்துக்கொண்டனர். அதை எம்.ஜி.ஆரும் பார்த்தார். 'நான்தான் ஹீரோ; சீக்கிரம் கதையை ரெடி பண்ணுங்க. நீங்க தான் வசனமும் எழுதறீங்க' என்று சொன்னபோது கவிஞர் வாலி கருங்கல் சிலைபோல நின்றுகொண்டிருந்தார். எம்.ஜி.ஆருக்கு மிகவும் நெருக்கமான உளவுத்துறை அதிகாரி மோகன்தாஸுக்கு மயக்கம் வருவதுபோல இருந்தது.

என்ன ஆயிற்று இவருக்கு? தமிழ்நாட்டின் முதலமைச்சர். எத்தனை பெரிய பொறுப்புகள் நிறைந்த பதவி. சட்டம். ஒழுங்கு. மக்கள். பிரச்னை. திட்டங்கள். கோப்புகள். ரசிகர்கள். தொண்டர்கள். எத்தனை எத்தனை நெருக்கடிகள். எத்தனை எத்தனை பிரச்னைகள். எப்போது சறுக்குவார் என்று காத்துக் கொண்டிருக்கிறார் எதிர்க்கட்சித் தலைவர் கலைஞர். எல்லா வற்றையும் சமாளிக்கவேண்டும். மூச்சுவிடக்கூட நேரம் இல்லை. இருந்தும் நடிக்கிறேன் என்கிறாரே? என்ன மனிதர் இவர்? பதவிக்கு வந்த ஒரே ஆண்டில் (1978) அதிகாரம் அலுத்து விட்டதா? நாற்காலி கசந்துவிட்டதா? சொடக்கு போடும் நேரத்தில் எதையும் சாதிக்கும் வித்தை தெரிந்தவர் எம்.ஜி.ஆர் என்பது வாஸ்தவம்தான். ஆனாலும் இது சாத்தியமா?

சாத்தியம்தான் என்று புன்னகை செய்தார் எம்.ஜி.ஆர். அந்தப் புன்னகையில் தெறித்து விழுந்த பொறி மற்றவர்களை ஆக்கிர மித்தது. கதை தயாரிக்கும் பணிகள் தொடங்கின. பத்து நாள்கள்.

கதை தயார் என்ற விவரத்தைத் தொலைபேசியில் சொன்னார் வாலி. நல்லது. அன்று இரவே வாலி வீட்டுக்கு வந்தார் எம்.ஜி.ஆரின் உறவினர் கே.என். குஞ்சப்பன்.

'நாளைக் காலை ஆறு மணிக்கு முதலமைச்சருடன் நீங்கள் மதுரை செல்கிறீர்கள். விமானம் ஏற்பாடு செய்யப்பட்டுள்ளது. போகும் வழியில் முதலமைச்சரிடம் கதையைச் சொல்லி விடுங்கள். காரியம் முடிந்ததும் நீங்கள் விமானத்திலேயே சென்னை திரும்பிவிடலாம்.'

ஆகாயத்தில் பறந்தபடியே வாலி சொன்ன கதையை எம்.ஜி.ஆர் கவனம் கலையாமல் கேட்டார். பிறகு சில திருத்தங்களைச் சொன்னார். படத்துக்கான தலைப்பை வாலியே சொன்னார்: 'உன்னை விடமாட்டேன்!'

விடமாட்டார்கள் என்றார் மோகன்தாஸ். எதையும் முகத்துக்கு நேராகச் சொல்லிவிடக்கூடியவர் அவர். எம்.ஜி.ஆருக்கு எதிரே அப்படிப் பேச அனுமதிக்கப்பட்ட ஒரே நபரும் அவர்தான். அப்படிச் சொன்னதற்குக் காரணம் இருந்தது. 1971 சட்டமன்றத் தேர்தலில் திமுக அபார வெற்றி பெற்று ஆட்சியைத் தக்கவைத்த சமயம் அது. வெற்றிக்குக் காரணகர்த்தாக்களுள் ஒருவரான எம்.ஜி.ஆருக்கு அமைச்சர் பதவி நிச்சயம் என்ற எதிர்பார்ப்பு எல்லோருக்கும் இருந்தது.

வெற்றிச் செய்தி வந்தபோது எம்.ஜி.ஆர் காஷ்மீரில் 'இதய வீணை' வாசித்துக் கொண்டிருந்தார். தொலைபேசி மூலம் தன் விருப்பத்தை கலைஞரிடம் நாசூக்காகச் சொல்லிவிட்டு, தனி விமானம் மூலம் சென்னை வந்தார். ஆனால், 'திரைப்படத்தில் நடித்துக்கொண்டே அமைச்சராக இருப்பது சரியாக இருக்காது. அரசியல் அமைப்புச் சட்டம் ஏற்றுக்கொள்ளாது' என்று காரணம் சொல்லப்பட்டு அவருடைய கோரிக்கை நிராகரிக்கப்பட்டது.

அமைச்சர் பதவிக்கே இத்தனை எதிர்ப்பு என்றால் முதலமைச்சர் பதவி எத்தனை முக்கியமானது. மத்திய அரசு இதை சகித்துக் கொள்ளுமா? அதிலும் பிரதமர் மொரார்ஜி தேசாய் கொஞ்சம் கெடுபிடியான மனிதர். சினிமா சங்கதிகளை எல்லாம் அவர் அனுமதிக்கவே மாட்டார். தவிரவும், அரசியல் அமைப்புச் சட்டத்துக்குச் சவால் விடக்கூடிய காரியம் இது. ஆகவே வேண்டாம்.

எம்.ஜி.ஆருக்கு நெருக்கமான எல்லோருமே கிட்டத்தட்ட இதே ரீதியில்தான் ஆலோசனை சொன்னார்கள். எல்லோருக்கும் புன்னகையை மட்டுமே பதிலாகத் தந்தார் எம்.ஜி.ஆர்.

காலை எழுந்ததும் தொலைபேசியை எடுத்து சில எண்களை சுழற்றினார் எம்.ஜி.ஆர்.

'பேப்பர் பார்த்தீர்களா? இண்டியன் எக்ஸ்பிரஸ்?'

எதிர்முனையில் இருந்தவர் தட்டுத்தடுமாறி பேப்பரை எடுத்துப் பார்த்தார். அவர், முதல்நாள் எம்.ஜி.ஆருக்கு ஆலோசனை சொன்னவர்களுள் ஒருவர். செய்தித்தாளின்மீது வேகவேகமாகக் கண்களை அலைபாயவிட்டார். தட்டுப்பட்டது அந்தச் செய்தி.

'மாநில முதலமைச்சராக இருந்துகொண்டு தன்னுடைய கடமைகளுக்குக் குந்தகம் வராமல் திரு. எம்.ஜி.ஆர் சினிமாவில் நடிப்பதில் தனக்கு எந்தவித ஆட்சேபணையும் இல்லை' என்று பேட்டி கொடுத்திருந்தார் பிரதமர் மொரார்ஜி தேசாய்.

செய்தியைப் படித்த அத்தனை பேருமே அசந்துபோனார்கள். எம்.ஜி.ஆர் மீண்டும் சினிமாவில் நடிக்கிறார் என்ற செய்தி டெல்லி வரைக்கும் கேட்டிருந்தது. பத்திரிகையாளர்கள் இந்த விஷயத்தைப் பற்றி எழுதி விஷயத்துக்கு தேசிய அந்தஸ்து கொடுத்திருந்தனர். பிரதமர் மொரார்ஜி தேசாயைச் சந்தித்த போதும் இது தொடர்பான கேள்விகளை எழுப்பினர். அப்போது அவர் அளித்த பதில்தான் மேலே இருப்பது.

எப்படி நடந்தது இந்த அதிசயம்? யாருக்கும் தெரியவில்லை. படம் தொடர்பாக அடுத்தடுத்த வேலைகள் தொடங்கின. அப்போது புகழ்பெறத் தொடங்கியிருந்த இளையராஜா, இசையமைக்கப் பணிக்கப்பட்டார். மூத்த அமைச்சர் நாஞ்சில் மனோகரன் தலைமையில் படத்தின் தொடக்கவிழா ஜெகஜ்ஜோதியாக நடந்தது. எம்.ஜி.ஆரின் காலில் விழுந்து ஆசிர்வாதம் வாங்கினார் இளையராஜா.

தமிழ்நாட்டில் மட்டுமல்ல. இந்தியா முழுவதிலுமே, எம்.ஜி.ஆர் படத்தில் நடிப்பதுதான் முக்கியச் செய்தி. எம்.ஜி.ஆரின் தைரியத் தைப் பத்திரிகைகள் அனைத்தும் மாய்ந்து மாய்ந்து சிலாகித்துக் கொண்டிருந்தன. அனைத்து அரசியல் கட்சிகளையும் ஒரு கலக்கு கலக்கியது எம்.ஜி.ஆரின் அறிவிப்பு.

கலைஞர் கொடுக்க விரும்பாத சுகாதாரத்துறையைத் தான் முதல்வரானதும் தன்வசம் வைத்துக்கொண்டு ஆட்டத்தின் முதல் காயை வெட்டினார். தற்போது முதலமைச்சர் பதவியில் இருந்துகொண்டே சினிமாவில் நடிப்பது வெட்டாட்டம். இந்நிலையில் எம்.ஜி.ஆரிடம் இருந்து திடீரென ஒரு அறிவிப்பு வெளியானது.

'படம் நிறுத்தப்படுகிறது.'

வட்டமடித்துக் கொண்டிருந்த அத்தனை சர்ச்சைகளும் ஒரே நொடியில் அடங்கி ஒடுங்கிவிட்டன. 'ஏன் நிறுத்தினீர்கள்?' என்று எவருமே கேட்கவில்லை. அவரும் சொல்லவில்லை. அதுதான் எம்.ஜி.ஆர். அவர் எடுக்கும் முடிவுக்கு அவர் மட்டுமே ராஜா. நிமிர்ந்து நிந்திக்கவும் முடியாது. குனிந்து குமுறவும் முடியாது.

முற்றிலும் புரிந்துகொள்ளமுடியாத நபர் அவர். மற்றவர்களால் கனவிலும் நினைத்துப் பார்க்கமுடியாத காரியங்களை அநாயாச மாகச் செய்து முடிக்கக்கூடியவர் அவர். ஆனாலும் எந்த நேரத் தில் என்ன முடிவு எடுப்பார் என்று எவராலும் ஊகிக்க முடியாது. ஒரு முடிவை பகிரங்கமாக எடுப்பார். பத்தே நிமிடங்களில் அதைத் தலைகீழாக மாற்றுவார். ஆனால் அவர் எந்த முடிவை எடுத்தாலும் அது சரியாகத்தான் இருக்கும் என்று நினைத்தனர் மக்கள்.

சத்துணவுத் திட்டம் என்றபோது எம்.ஜி.ஆரை நோக்கிக் கை கூப்பிய மக்கள், சாராய பேர ஊழல் வெடித்தபோது அதிகாரி களை நோக்கியே கைகளை நீட்டியிருந்தனர். எம்.ஜி.ஆர்மீது சந்தேகத்தின் நிழல்கூட விழவில்லை. அதுதான் எம்.ஜி.ஆர் என்ற மந்திர வார்த்தையின் பலம்.

எம்.ஜி.ஆருக்குப் பல்வேறு பரிமாணங்கள் உண்டு. ரசிகர்களுக்குத் தலைவன். ஏழைகளுக்கு ரட்சகர். எதிர்க்கட்சிகளுக்கு சிம்ம சொப்பனம். படத்தயாரிப்பாளர்களுக்கு லாபதேவன். வறியவர் களுக்கு வள்ளல். தமிழ்நாட்டுப் பாட்டிகளுக்கு அவர்தான் கடவுள். இன்னும் இன்னும் நிறைய பரிமாணங்கள் எம்.ஜி.ஆர் என்ற மனிதருக்குள் புதைந்து கிடக்கின்றன. ஆச்சரியங்களாலும் சுவாரஸ்யங்களாலும் பிரமிப்புகளாலும் நிரம்பிய மனிதர் அவர்.

1. பாய்ஸ் கம்பெனி

கேரளத்தில் இருக்கிறது நல்லேபள்ளி கிராமம். மேனக்கத் கோபால மேனன் என்றால் அந்த வட்டாரத்தில் நல்லபெயர். ஆசிரியர் உத்தியோகம்தான் அவருக்குப் பிடித்தமானது. சட்டம், நீதி ஆகியவற்றில் அறிவு அதிகம். ஆர்வமும் அதிகம். மாஜிஸ்திரேட் வேலை கிடைக்கவே, அதில் தன்னை முழுமை யாக ஈடுபடுத்திக் கொண்டார். அரூர், திருச்சூர், கரூர், எர்ணா குளம் என்று அவர் பணியாற்றிய ஊர்களில் எல்லாம் செல் வாக்கான மனிதராக இருந்தார். அவருடைய மனைவி சத்யபாமா பாலக்காட்டுக்கு அருகே இருக்கும் மருதூர் கிராமத்தில் பிறந்தவர்.

மணமான புதிதில் கோபால மேனன் - சத்யபாமா தம்பதி வசித்தது கேரளத்தில்தான். சொத்து விவகாரம் தொடர்பான வழக்கு ஒன்றில் கோபால மேனன் அளித்த தீர்ப்பு, அவரது பங்காளி களுக்கு எதிராக இருந்தது. இதனால் அவரது பங்காளிகளுக்கு மனவருத்தம். அந்த வருத்தம் தீர்ந்துமுடிவதற்குள், நிலம் தொடர்பான வழக்கு ஒன்றில் கோபால மேனன் அளித்த தீர்ப்பும் அவரது உறவினர்களுக்குச் சாதகமாக இல்லை. எனவே உறவினர்கள் அவருடன் மோதலில் ஈடுபட்டனர்.

வெறுப்பாக இருந்தது கோபால மேனனுக்கு. வழக்குகளைக் கையாளும்போது, பங்காளிகளும் உறவினர்களும் எதிரிகளாகும் நிலை ஏற்படுகிறதே என்று நினைத்துக்கொண்டார். அதற்குள்

மீண்டும் ஒரு சிக்கல். ஆபாசமாக உடை அணிந்திருந்த நம்பூதிரி பிராமணர் ஒருவரைக் கண்டித்திருக்கிறார் கோபால மேனன். அதை மனத்தில் வைத்துக்கொண்டு அவரும் கோபால மேனனால் பாதிக்கப்பட்ட வேறு சிலரும் சேர்ந்து, மேனனுக்கு எதிராக வதந்திகளைக் கிளப்பிவிட்டனர்.

அதிருப்தியில் இருந்த கோபால மேனனுக்கு இப்போது அவமானமும் வந்து சேர்ந்தது. மன உளைச்சல் அதிகமானது. இனியும் கேரளத்தில் இருப்பதில் அர்த்தம் இல்லை என்று நினைத்தார். அப்போது அவருக்கு மொத்தம் நான்கு குழந்தைகள். காமாட்சி. பாலகிருஷ்ணன். சுமித்ரா. சக்கரபாணி. குடும்பத்தோடு இலங்கையில் உள்ள கண்டி நகருக்கு இடம் பெயர்ந்தார் கோபால மேனன்.

கண்டியில் இருந்த சில காலத்தில் நீதித்துறை சார்ந்த வேலைகள் கிடைத்தன. அறிவு, படிப்பு, ஆற்றல் மூன்றுமே இருந்ததால் கல்லூரி ஒன்றின் முதல்வர் பதவி கிடைத்தது. புதிய இடம். புதிய சூழல். புதிய மக்கள். பழகுவதற்குக் கொஞ்சம் சிரமமாக இருந்தது. குழந்தைகள் பள்ளியில் சேர்ந்து படிக்க ஆரம்பித்தனர்.

ஜனவரி 17, 1917. கோபால மேனன் வீட்டுக்குப் புதுவரவு. ஆண் குழந்தை. சந்தோஷமாக இருந்தது சத்யபாமாவுக்கு. எல்லாம் அந்த ராமச்சந்திர மூர்த்தியின் கருணை என்று சொல்லி ராமச் சந்திரன் என்று பெயர் வைத்தனர். ஆனால் அந்த சந்தோஷம் இரண்டரை ஆண்டுகள் மட்டுமே நீடித்தது. கோபால மேனன் திடீரென மரணம் அடைந்தார். உடல்நலக் குறைவு. குதூகலத் துடன் இருந்த குடும்பத்தில் மிகப்பெரிய குழப்பம். அடுத்த நகர்வு எப்படி இருக்கும் என்றே தெரியவில்லை.

எதிர்காலமே சூனியமாகிவிட்டது போல இருந்தது சத்யபாமா வுக்கு. சொல்லி அழக்கூட ஆதரவாக யாரும் இல்லையே என்று ஏங்கினார். போதாக்குறைக்கு வரிசையாக மூன்று குழந்தை களும் இறந்துவிட்டன. காய்ச்சல். பேதி. பணம் இல்லை. ஆகவே மருத்துவமும் இல்லை. எஞ்சியிருந்தவர்கள் சக்கரபாணி யும் ராமச்சந்திரனுமே.

எங்கே போவது என்று யோசித்தபோது சத்யபாமாவின் நினை வுக்கு வந்த பெயர், வேலு நாயர். கும்பகோணத்தில் வசித்துக் கொண்டிருந்தார். தூரத்துச் சொந்தம்தான். ஆனாலும் உதவி என்று போனால் செய்யக்கூடியவர். இரண்டு பிள்ளைகளையும்

கைகளில் பிடித்துக்கொண்டு, கும்பகோணத்துக்குக் கிளம்பி விட்டார்.

நம்பிக்கை பொய்த்துவிடவில்லை. வேலு நாயரின் உதவியுடன் இரண்டு பிள்ளைகளையும் வளர்க்கத் தொடங்கினார் சத்யபாமா. கஷ்ட ஜீவனம். வேலு நாயர் கொடுக்கும் சொற்பத் தொகையில் வாழ்க்கையை நகர்த்திக்கொண்டிருந்தார். குழந்தைகள் வளர்ந்து கொண்டிருந்தன. வாட்டும் வறுமைதான். ஆனாலும் பிள்ளை களுக்குப் படிப்பைக் கொடுத்துவிட வேண்டும் என்று நினைத் தார். அருகில் இருந்த ஆனையடி பள்ளியில் சக்கரபாணியையும் ராமச்சந்திரனையும் சேர்த்துவிட்டார்.

ராமச்சந்திரனின் கோதுமை நிறம் அவனுடைய பள்ளி ஆசிரியரை வெகுவாகக் கவர்ந்துவிட்டது. அவனுடைய துடிப்பான நடைக் காகவே ஏதேனும் ஒரு நாடகத்தில் நடிக்கவைத்துப் பார்க்க வேண்டும் என்று விரும்பினார். பள்ளி விழா ஒன்றில் லவகுசா நாடகம் ஏற்பாடாகி இருந்தது. அதில் குசன் வேடத்தை ராமச் சந்திரனுக்குக் கொடுத்தார். மேடையில் எப்படிப் பேச வேண்டும், எப்படிச் சிரிக்கவேண்டும் என்பதையெல்லாம் உட்காரவைத்துச் சொல்லிக்கொடுத்தார்.

மேடையில் குசன் வேடத்தில் நடித்த ராமச்சந்திரனுக்கு நல்ல வர வேற்பு. கைத்தட்டல். ஓடிச்சென்று சத்யபாமாவிடம் சொன்னான். வாரி அணைத்துக்கொண்டார். விஷயம் வேலு நாயருக்கும் சென்றது. வெறுமனே காதில் போட்டுக்கொண்டதோடு சரி. எதுவும் பேசவில்லை. எதையோ யோசித்தபடியே நகர்ந்துவிட்டார்.

கிடைப்பது உதவிப்பணம். அதில் சாப்பாடு, துணிமணி, பள்ளிக் கூடம். எல்லாவற்றையும் சொற்ப தொகையில்தான் செய்து கொள்ளவேண்டும். திணறத் தொடங்கினார் சத்யபாமா. நெருக்கடி முற்றியது. அப்போது ராமச்சந்திரன் மூன்றாம் வகுப்பு முடித்திருந்தான். படித்தது போதும், வா! என்று அழைத்து வந்துவிட்டார் சத்யபாமா.

பள்ளிக்கு அனுப்புவது மட்டும்தான் பிரச்னை என்றால் பரவா யில்லை. ஆனால் அவருக்கோ ஏகப்பட்ட பிரச்னைகள். எல்லா வற்றுக்கும் ஒரே தீர்வு, பணம். அதை எப்படிக் கொண்டு வருவது? இரண்டு பிள்ளைகளையும் பார்த்தார். வேறு வழி யில்லை. கனத்த இதயத்துடன் அந்த முடிவை எடுத்தார். பிள்ளை களை வேலைக்கு அனுப்பிவிடலாம்.

சின்னஞ்சிறு குழந்தைகள். என்ன வேலை கொடுப்பார்கள்? அப்படியே கொடுத்தாலும் சம்பளம் என்று சொல்லிக்கொள்ளும் படி ஏதேனும் கிடைக்குமா? குழப்பமாக இருந்தது அவருக்கு. வேலு நாயரிடம் யோசனை கேட்டார். சட்டென்று லவகுசன் நாடகம் நினைவுக்கு வந்தது. ஏன் பையன்களை நாடகத்துல நடிக்கவிடக் கூடாது?

நாராயணன் நாயர். நாடகங்களில் பின்னணிப் பாடல்களைப் பாடிக்கொண்டிருந்தவர். வேலு நாயரின் நண்பர். நாடகக் கம்பெனியில் பையன்களை நானே சேர்த்துவிடுகிறேன் என்று அவர் சொன்னபோது சத்யபாமாவுக்குத் தயக்கமாக இருந்தது. வேண்டாம் என்று சொல்லவந்த வாயை அவருடைய வறுமை மூடியது. தலையசைத்துவிட்டார்.

மதுரை ஒரிஜினல் பாய்ஸ் கம்பெனி. சக்கரபாணியையும் ராமச் சந்திரனையும் அறிமுகம் செய்து வைத்தார் நாராயணன் நாயர். சொல்லிக்கொடுப்பதை எல்லாம் ஒழுங்காகக் கற்றுக்கொள் ளுங்கள். பிடித்துக்கொள்ளுங்கள். பிழைத்துக்கொள்ளுங்கள். புறப்பட்டுவிட்டார் நாராயணன் நாயர்.

ஆரம்பமாகிவிட்டன பயிற்சிகள். பாட்டு. நடனம். சண்டை. மூச்சுவிடக்கூட நேரம் இல்லை. விரட்டி விரட்டிப் பயிற்சி கொடுத்தார்கள் கம்பெனிக்காரர்கள். சம்பளம் எதுவும் இப்போதைக்கு இல்லை; ஆனால் மூன்று வேளை சாப்பாடு நிச்சயம் என்று சொல்லிவிட்டது கம்பெனி நிர்வாகம். அது போதும். இருப்பதை வைத்துக்கொண்டு தன் வயிற்றைப் பார்த்துக்கொண்டார் சத்யபாமா.

குழந்தைகளை வைத்து நாடகங்களை வெற்றிகரமாக நடத்து வதில் பாய்ஸ் கம்பெனியை அடித்துக்கொள்ள முடியாது. வாய் வழியாகவே பரவியிருந்த நல்லபெயரைத் தக்கவைக்க நிறைய மெனக்கெட வேண்டியிருந்தது. இந்த இடத்தில் சாதாரணப் பயிற்சி என்பது முரட்டுப் பயிற்சியாக மாறுகிறது. சக்கரபாணி யும் ராமச்சந்திரனும் கம்பெனிக்குள் நுழைந்த சமயத்தில் அங்கே பயிற்சிகள் மிகவும் கடுமையாக்கப்பட்டிருந்தன.

காலை வளைத்தே பழக்கமில்லை. ஆனால் நடனம் ஆட வேண்டும். வேகமாக ஓடி விளையாடியது கிடையாது. ஆனால் எகிறிக்குதித்து சண்டை போடவேண்டும். ராகம் தப்பாமல் பாட்டுப் பாடவேண்டும். பாடும் பாட்டில் சுருதி போனால் அடி.

கம்புச்சண்டையில் லாகவம் தவறினால் கொட்டு. சரியாகச் செய்யும்வரை விடவே மாட்டார்கள். அடி, உதைக்கு மத்தியில் தான் எல்லாவற்றையும் கற்றுக்கொள்ளவேண்டும். கற்றுக் கொண்டிருந்தனர்.

மற்ற சிறுவர்கள் எல்லாம் உடற்பயிற்சி நேரத்தை உதவாக்கரை நேரமாக நினைத்தபோது ராமச்சந்திரன் அதில் ஆர்வம் காட்டி னான். தண்டால். பஸ்கி. எதுவெல்லாம் சாத்தியமோ அவற்றை யெல்லாம் சொல்லிக்கொடுங்கள் என்று சொல்லிக் கற்றுக் கொண்டான். நல்ல சாப்பாடு. முறையான உடற்பயிற்சி. உடல் திடகாத்திரமாக இருந்தது. பிறந்தபோதே கிடைத்த நிறமும் சாதகமாக இருந்தது.

அவ்வப்போது ஏதேனும் துண்டு துக்கடா வேடத்தில் நடிக்கச் சொல்வார்கள். காளி என். ரத்தினம் என்ற மூத்த நடிகர் பாய்ஸ் கம்பெனியில் இருந்தார். அவர்தான் ராமச்சந்திரனுக்கும் சக்கர பாணிக்கும் தொடக்க காலத்து நடிப்பு வாத்தியார். ஒவ்வொன் றையும் பார்த்துப் பார்த்துச் சொல்லிக்கொடுப்பார். எங்கெல்லாம் சரியாகச் செய்யவேண்டும் என்பதைவிட எந்த இடத்தில் எல்லாம் தவறிவிடக்கூடாது என்பதை நுணுக்கமாகச் சொல்லிக் கொடுத்தார். கிடைக்கும் வேடத்தில் எல்லாம் நடித்தார்கள். அவ்வப்போது கைத்தட்டல்களும் பெற்றார்கள்.

பையன்கள் தேறிவிட்டார்கள் என்று தெரிந்தபிறகுதான் சம்பளம் பேசப்பட்டது. ஐந்து ரூபாய். நேற்றுவரை வெறும் சாப்பாட் டோடு நிறுத்திக்கொண்டபோதும் சலனமற்று இருந்தனர். சம்பளம் தருகிறோம் என்றபோதும் அப்படியே. சத்யபாமா வுக்குத்தான் சந்தோஷமாக இருந்தது. கம்பெனியின் நாடகங்கள் பலவற்றிலும் இவர்களுக்கு வாய்ப்புகள் கொடுக்கப்பட்டன.

ஆண் வேடம் போடுவதில் பிரச்னை இல்லை. பெண் வேடம் போடச் சொல்லும்போதுதான் கொஞ்சம் தயங்குவான் ராமச் சந்திரன். ஆனாலும் பிரம்படிகளுக்கு முன்னால் அவனுடைய தயக்கம் தறிகெட்டு ஓடிவிடும். பெண் வேடத்தில் ரசிகர்களை குஷிப்படுத்துவான். கைதட்டல்கள் பறக்கும்.

மூளைக்குள் மின்னல் வெட்டியது ராமச்சந்திரனுக்கு. இனி கிடைக்கும் எந்த வாய்ப்பையும் விடக்கூடாது. பெண் வேடம் என்ன, ஆண் வேடம் என்ன? எதையும் ஒதுக்கக்கூடாது. உழைக்கத்

தயங்கக்கூடாது. நமக்குக் கொடுக்கப்பட்ட வேலையை சரியாகச் செய்வோம். சகோதரர்கள் இருவரும் பரஸ்பரம் பேசிக் கொண்டார்கள்.

சிலம்பம் சுற்றுவதில் இருக்கும் ஆர்வம் சாப்பாட்டின் மீது ராமச்சந்திரனுக்கு இருந்ததில்லை. ஆனால் அது போடப்பட்ட விதத்தில் கொஞ்சம் வருத்தம் இருந்தது. நாடகத்தின் ஹீரோ, ஹீரோயின் போன்ற முக்கிய வேடங்களில் நடிப்பவர்கள் ஒரு பந்தியில் சாப்பிடுவார்கள். உப நடிகர்களுக்குத் தனிப்பந்தி. ராமச்சந்திரனும் சக்கரபாணியும் தனிப்பந்தியில்தான் சாப்பிடு வார்கள்.

தனிப்பந்திக்கு வெறும் சாம்பார், ரசம், மோரோடு சரி. ஆனால் முக்கிய நடிகர்களுக்கான ஸ்பெஷல் பந்தியில் பொரியல், அப்பளம், தயிர் என்று கமகமக்கும். இரட்டைப்பந்திக்கு என்ன காரணம் என்று ஆரம்பத்தில் ராமச்சந்திரனுக்குப் புரியவில்லை. சக்கரபாணிக்குப் புரிந்திருந்தது. ஆனால் விளக்கத் தெரிய வில்லை. போகட்டும் என்று விடவும் மனமில்லை.

பயிற்சிகள். வேடங்கள். அரிதாரங்கள். அவதாரங்கள். வருடங் கள் ஓடிக்கொண்டிருந்தன. மனோகரா நாடகத்தில் நீதான் மனோகராவாக நடிக்கப் போகிறாய் என்று சொன்னபோது சந்தோஷத்தை விட பெருமூச்சுதான் அதிகமாக வந்தது ராமச் சந்திரனுக்கு. வாள் சண்டை போடுகிறேன். கத்திச் சண்டை யிலும் கலக்குகிறேன். பாடலுக்கும் பஞ்சமில்லை. நடனமும் நன்றாக வருகிறது. ஏன் இன்னும் என்னை கதாநாயகனாக்க வில்லை என்று அனுதினமும் புலம்பிக் கொண்டிருந்தான். மனோகரா வாய்ப்பு மனத்துக்கு மகிழ்ச்சியைக் கொடுத்தது.

சத்தியவான் - சாவித்திரி நாடகத்தில் மீண்டும் கதாநாயகன் வாய்ப்பு. நல்லதங்காள் நாடகத்தில் நடிக்கச் சொன்னார்கள். ஏழாவது மகன் வேடம். சந்தோஷமாகத் தலையாட்டினான். நிறைய வசனங்களை ஏழாவது மகன் பேசுவான். காளி என். ரத்தினம் கொடுத்த பயிற்சியில் ரசிகர்களை உருக்கிவிட்டான்.

‘அம்மா, எள்ளும் தண்ணீரும் இறைப்பதற்காவது என்னை விட்டுவிடுங்கள்.’

வயதுக்கு மீறிய வசனம். ஆனாலும் கைதட்டல்கள் கிடைத்தன.

மகாபாரத நாடகத்தில் உத்திரனாக வந்து வசனம் பேசினான். அபிமன்யுவாக வந்தான். ராமாயணத்தில் அகத்தியராக வந்தான். ராமாயணத்தில் பரதன் வேடம் செய்தபிறகு நாடகக்குழுவில் ராமச்சந்திரனுக்கு நல்ல மரியாதை.

வழக்கம்போல ஒருநாள் சாதகம் செய்துகொண்டிருந்தான். குரல் லேசாகப் பிசிறு தட்டியது போல இருந்தது. என்ன அண்ணா ஆயிற்று எனக்கு? படபடத்த குரலில் கேட்டான். ‘பதிமூணு, பதினாலு வயதில் இம்மாதிரி பிசிறு தட்டும். குரல் உடையப் போகிறது என்று அர்த்தம்’ என்றார் சக்கரபாணி. திடுக்கிட்டு எழுந்தான். அப்படியானால், என்னை இங்கிருந்து அனுப்பிவிடு வார்களா?

நியாயமான பயம்தான். குரல் நன்றாக இருந்தால் நல்ல வேடங்கள் தருவார்கள். பதமான சூட்டில் மிளகு ரசம் தருவார்கள். பால் தருவார்கள். பழம் தருவார்கள். போட்டுக் கொள்ள தங்கச் சங்கிலிகள். மோதிரங்கள். கடுக்கண்கள். தங்கக் காப்புகள். ராஜ மரியாதைதான். குரல் உடைந்ததோ, தீர்ந்தது கதை. துக்கடா வேடங்களுக்குக்கூடக் கெஞ்சிக் கூத்தாட வேண்டியிருக்கும். கூழைக் கும்பிடு போடவேண்டும். நிர்வாகத் துக்குப் பிடிக்கவில்லை என்றால் வீட்டுக்குப் பெட்டிகட்ட வேண்டியதுதான்.

கம்பெனிக்குள் நுழைந்த நாளில் இருந்து எத்தனை சிறுவர்கள் போயிருக்கிறார்கள். பால சாரீரம் இருந்தபோது சிரிப்பும் கும்மாளமுமாக கம்பெனியில் கம்பீரமாக வலம்வந்து, குரல் உடைந்தபிறகு கண்ணீரும் கம்பலையுமாகப் புறப்பட்டுப் போன நிறையப் பேரைப் பார்த்திருக்கிறான் ராமச்சந்திரன். இப்போது தன்னுடைய குரலே கெட்டுவிட்டதே! அழுகை முட்டிக் கொண்டு வந்தது.

சக நடிகர்களின் கேலிக்கு ஆளாகவேண்டுமே. 'தொண்டை கிழிஞ்சுடுச்சாமே, இந்தா ஊசிநூல். தையல் போட்டுக்கோ' என்று அசிங்கப்படுத்துவார்கள். அவமானப்பட எனக்கு சக்தி இல்லை. இனி இங்கே வேலைபார்க்கவேண்டாம். புறப்பட்டு விடலாம்.

பாய்ஸ் கம்பெனிக்கு வழிகாட்டியவரிடமே உதவி கேட்கலாம் என்று தோன்றியது. நேரே போய் நாராயணன் நாயரைச் சந்தித்தான் ராமச்சந்திரன். 'அவசரப்படாதே. ஒழுங்கா சாதகம் பண்ணு. சரியாயிடும்.' நல்ல ஆலோசனைதான். ஏனோ பிடிக்க வில்லை அவனுக்கு. கந்தசாமி முதலியார் நினைவுக்கு வந்தார். சரிகை வேட்டியும் கறுப்பு கோட்டுமாக இருக்கும் அவரைப் பார்த்தாலே கையெடுத்துக் கும்பிடத் தோன்றும். சக நடிகரான எம்.கே. ராதாவின் தந்தை அவர். மூத்தவர். அனுபவஸ்தர். நாடக வட்டாரத்தில் நல்ல செல்வாக்கு. குடும்ப நண்பரும்கூட.

ராமச்சந்திரனின் சூழ்நிலையை கந்தசாமி முதலியார் சட்டென்று புரிந்துகொண்டார். ஆனால் விரைந்து முடிவெடுக்கவில்லை. தயக்கத்துக்குக் காரணம் இருந்தது. மதுரை ஒரிஜினல் பாய்ஸ் கம்பெனி என்றால் ராணுவம் மாதிரி. அத்தனை சுலபத்தில் எவரும் நுழையவும் முடியாது. வெளியேறவும் முடியாது.

தப்பித்தவறி யாரேனும் ஒருவர் அனுமதி பெறாமல் வெளியேறி விட்டால் பிறகு வாழ்க்கையில் மீண்டுவருவது என்பது சாத்தியமில்லாத ஒன்று.

போலீஸ். சட்டம். மிரட்டல். அடி. உதை. வாழ்க்கையே வெறுத்துப் போய்விடும் அளவுக்குச் செய்துவிடுவார்கள். வளரும் இளைஞர்களின் வாழ்க்கையை எதற்காகக் கெடுக்க வேண்டும்? ஆனாலும் ராமச்சந்திரனின் கோரிக்கை அவரை மறுபரிசீலனை செய்யவைத்தது.

சத்யபாமாவிடம் சென்று பேசினார். 'சிங்கப்பூருக்கு நாடகம் போடப்போகிறோம். பர்மாவுக்கும் போவோம். உங்கள் பையன்களையும் கூட்டிப்போகிறேன். என்ன சொல்கிறீர்கள்?'

'கூட்டிச் செல்லுங்கள்.' பளிச்சென்று சொல்லிவிட்டார் சத்ய பாமா.

முதலியார் வந்து பேசுவதற்கு முன்பே சத்யபாமாவின் மனத் துக்குள் பிள்ளைகளின் எதிர்காலம் குறித்த திட்டம் ஒன்று உருவாகியிருந்தது. வாய்ப்பு வருகிறது என்றதும் சம்மதம் சொல்லிவிட்டார்.

சொன்னதோடு நிறுத்திக்கொள்ளவில்லை. நேராக பாய்ஸ் கம்பெனி முதலாளியான சச்சிதானந்தம் பிள்ளையைச் சந்தித்துப் பேச முடிவு செய்தார். கூட்டிக்கொண்டு போகிறேன் என்று சொன்ன மாத்திரத்தில் கண்கள் சிவந்துவிட்டன பிள்ளைக்கு. ஆத்திரத்தில் அவருடைய கன்னத்துச் சதைகள் துடிதுடித்தன. 'உன்னால் முடிந்தால் அழைத்துச் செல் பார்க்கலாம்' என்று சத்யபாமாவிடம் சவால் விட்டார் பிள்ளை. உண்மையில் ராமச் சந்திரனின் தேவை பாய்ஸ் கம்பெனிக்கு அதிகமாக இருந்தது. ஆனால் அதை வெளிக்காட்டாமல் ஆத்திரத்தை வரவழைத்துக் கொண்டு பேசினார்.

வார்த்தைகள் தடித்தன. உங்களால் ஆனதைப் பாருங்கள் என்று சொல்லிவிட்டு ராமச்சந்திரனையும் சக்கரபாணியையும் அழைத்துக்கொண்டு புறப்பட்டார் சத்யபாமா.

விடுதலை வாங்கிவிட்டது போன்று இருந்தது ராமச்சந்திரனுக்கு.

2. பார்கவி

கந்தசாமி முதலியார் கைவிடவில்லை. தன்னுடைய கம்பெனி யில் சக்கரபாணியையும் ராமச்சந்திரனையும் சேர்த்துக்கொண் டார். பி.யு. சின்னப்பா, எம்.கே. ராதா உள்ளிட்ட நடிகர்கள் அந்தக் கம்பெனியில் இருந்தனர். முதலில் ரங்கூனில் நாடகம்.

ராஜாம்பாள் நாடகத்தில் கதாநாயகி வேடம். சங்கடமாக இருந்தது ராமச்சந்திரனுக்கு. இதே பிரச்னைதான் பாய்ஸ் கம்பெனியிலும். ஆனால் வேறு வழியில்லை. கடல் கடந்து வந்தாகிவிட்டது. நடித்தான். நாடகம் நல்ல வசூலைக் கொடுத்தது. நிறைய நாடகங்கள். நிறைய வேடங்கள். நாடகத்தில் வரும் அத்தனை வசனங்களும் ராமச்சந்திரனுக்கு அத்துப்படியாகியிருந்தது. மேடையில் யாருக்கு எந்தச் சந்தேகம் என்றாலும் அதைத் தீர்க்கும் பொறுப்பு ராமச்சந்திரனுக்கு. வசனம் மறந்து விட்டதா? கூப்பிடு ராமச்சந்திரனை. பாடல் வரி தப்பிவிட்டதா? ராமச்சந்திரனிடம் கேட்டுக்கொள்.

அங்குலம் அங்குலமாக வளர்ந்துகொண்டிருந்தான் ராமச் சந்திரன். நாடகத்தில் நல்ல பெயர் கிடைத்துவிட்டால் அடுத்த ப்ரமோஷன் சினிமா. ராமச்சந்திரனுக்கு சினிமா ஆசை முளைத் திருந்தது. சிறிய வாய்ப்பு ஒன்று கிடைத்தால் போதும். பற்றிக் கொண்டு பறந்துவிடலாம் என்று நினைத்துக் கொண்டிருந்தான்.

பாய்ஸ் கம்பெனியில் இருந்து மீண்டும் அழைப்பு வந்தது. முதலாளியே அழைத்தார். தட்டமுடியவில்லை. தலையசைத்து

விட்டான். முதலாளியே விரும்பி அழைத்திருந்ததால் முக்கிய வேடங்களில் வாய்ப்புகள் கிடைத்தன. ஒருகாலத்தில் கேட்டாலும் கிடைக்காத வேடங்கள் இப்போது தங்கத் தாம்பாளத்தில் வைத்துத் தரப்பட்டன. போதாது? ராமச்சந்திரனின் தன்னம்பிக்கைச் சிறகுகள் செழித்து வளரத் தொடங்கின.

சினிமா ஆசையை நிறைவேற்றிக்கொள்ள மீண்டும் கந்தசாமி முதலியாரே உதவிக்கு வந்தார். வேல் பிக்சர்ஸ் என்ற சினிமா தயாரிப்பு நிறுவனம் 'சதி லீலாவதி' (1936) என்ற பெயரில் படம் ஒன்றைத் தயாரிக்க இருந்தது. படத்தின் கதை, எஸ்.எஸ்.வாசன் எழுதியது. இயக்கம், எல்லிஸ் ஆர். டங்கன். வசனம் எழுதக் கந்தசாமி முதலியார் அழைக்கப்பட்டிருந்தார். அதிர்ஷ்டம் கூடிவந்தது ராமச்சந்திரனுக்கு. முதலியார் பரிந்துரையில் முதல் வாய்ப்பு கிடைத்தது.

முதலில் துப்பறியும் நிபுணர் வேடம் என்றார்கள். படத் தயாரிப்பாளரோ இன்ஸ்பெக்டர் வேடம்தான் கொடுக்கப்போகிறேன் என்று சொல்லிவிட்டார்.

இன்ஸ்பெக்டர் வேடம் என்றதும் ராமச்சந்திரனுக்கு சட்டென்று நினைவில் வந்தது டி.ஆர்.பி. ராவ்தான். மதுரை ஒரிஜினல் பாய்ஸ் கம்பெனி நாடகங்களில் இன்ஸ்பெக்டர் வேடம் அவருக்குத்தான் ஒதுக்கப்படும். கச்சிதமாகப் பொருந்தும். அந்தக் காரணத்தாலேயே ராவுக்கு வேறு வேடங்கள் தர மாட்டார்கள். நாடகத்துக்கு டி.ஆர்.பி ராவ் போல சினிமாவுக்கு ராமச்சந்திரன் என்று ஆகிவிட்டால்? ராமச்சந்திரனுக்கு வெட வெடத்தது. சட்டென ஒப்புக்கொள்ள மனம் வரவில்லை. ஒப்பந்தத்தில் மறுநாள் கையெழுத்து போடுவதாகச் சொல்லிக் கிளம்பிவிட்டான்.

அப்போதுதான் கே.பி. கேசவனைச் சந்திக்கும் வாய்ப்பு அவனுக்குக் கிடைத்தது. பாய்ஸ் கம்பெனி காலத்துப் பழக்கம். மேடைப்புலி என்று அவருக்கு பட்டப்பெயர் இருந்தது. 'இரு சகோதரர்கள்' படத்தில் நடிப்பதற்காக பம்பாய் போவதாகச் சொன்னார். 'வில்லன் வேடம் ஒன்று இருக்கிறது. உனக்கு வாங்கித் தருகிறேன்' என்றார். கேசவனின் கைகளைப் பிடித்துக் குலுக்கவேண்டும் போல இருந்தது ராமச்சந்திரனுக்கு. இன்ஸ்பெக்டர் வேடத்துக்குப் பதில் வேறு எது கிடைத்தாலும் சந்தோஷம்தான் என்று சம்மதம் சொல்லிவிட்டார்.

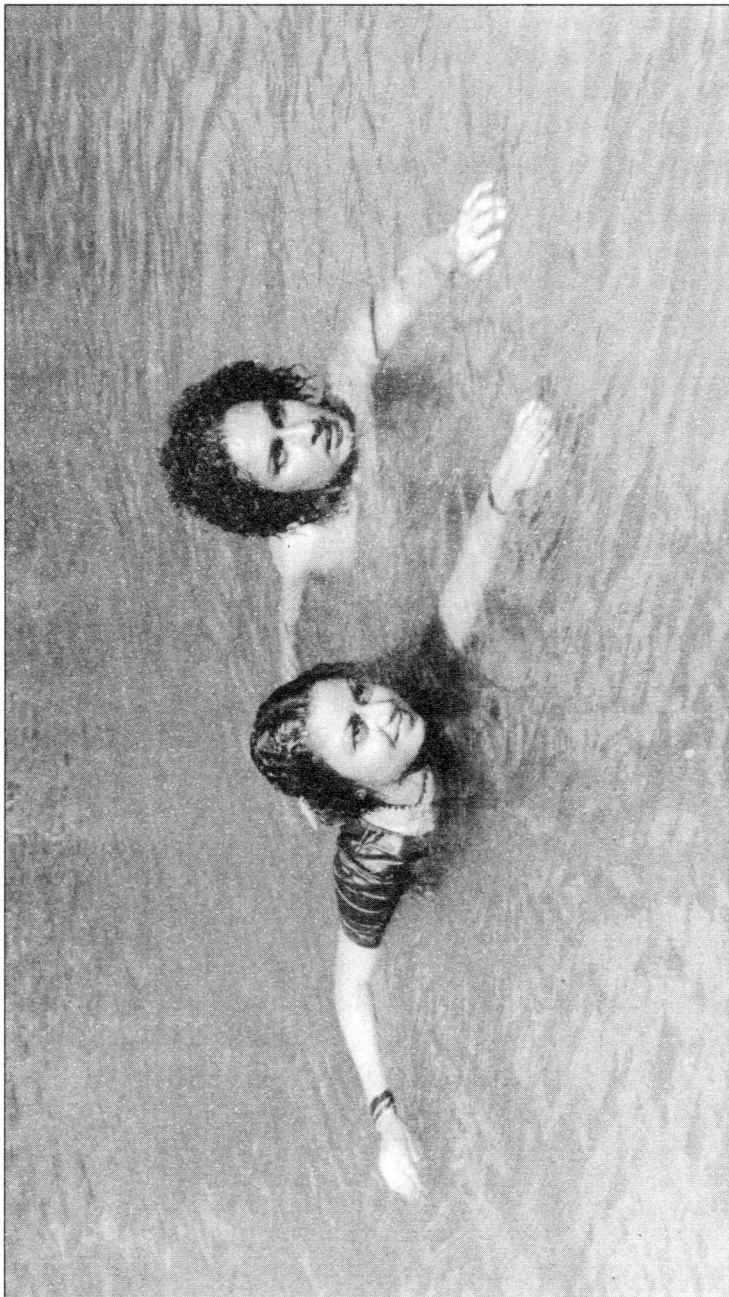

மருதநாட்டு இளவரசியில் ஜானகியுடன் எம்.ஜி.ஆர்.

சத்யபாமா, கந்தசாமி முதலியார் இருவரிடமும் சொல்லிவிட்டு பம்பாய் புறப்பட்டார். 'சதி லீலாவதியிலும் உனக்கு வாய்ப்பு இருக்கிறது' என்று புறப்படும்போதும் தெம்பூட்டி அனுப்பினார் முதலியார். 'இரு சகோதரர்கள்' என்ற அந்தப் படத்தில் ராமச் சந்திரனுக்கு முதலில் வில்லன் வேடம் என்றார்கள். பிறகு ஜமீன்தார் வேடம் என்றார்கள். இறுதியாக ஹெட்கான்ஸ்டபிள் வேடம் என்று சொல்லிவிட்டார்கள்.

சுற்றிச் சுற்றிப் பழைய இடத்துக்கே வந்து நின்றது போல இருந்தது!

சதி லீலாவதியில் எந்த வேடத்தை மறுத்தாரோ அதைவிடத் தரம் குறைந்த வேடம். சினிமா என்ற மாய மந்திர விளையாட்டின் வீரியம் ராமச்சந்திரனுக்குப் புரியத் தொடங்கியது அந்த இடத்தில்தான்!

•

என்.எஸ். கிருஷ்ணனைப் பார்த்த மாத்திரத்திலேயே ராமச்சந்திர னுக்குப் பிடித்துவிட்டது. நகைச்சுவையாகப் பேசும் எவராலுமே மற்றவர்களை எளிதில் கவர்ந்துவிடமுடியும். இருவரும் முதலில் சந்தித்துக்கொண்டது நாடகங்களில் இருந்தபோதுதான். சினிமாவுக்கு வந்தபோது இருவரும் மேலும் நெருங்கினர். சதி லீலாவதி படத்தில்தான் அவர்களுடைய நட்பு அடுத்த கட்டத் துக்குச் சென்றது.

இன்ஸ்பெக்டர் வேடத்தில் நடிக்கவேண்டும். ஆனால் ராமச் சந்திரனுக்கோ சைக்கிள் ஓட்டத்தெரியாது. என்.எஸ். கிருஷ்ணன்தான் சைக்கிள் ஓட்டக் கற்றுக்கொடுத்தார். இருவரும் பேசிக் கொள்வதைக் காட்டிலும் அடித்துக்கொள்வது தான் அதிகம். ஆம். இருவரும் குஸ்திப் பயிற்சி எடுத்துக் கொள்வார்கள்.

பத்திரிகை படிப்பதில் என்.எஸ். கிருஷ்ணனுக்கு ஆர்வம் அதிகம். பொது விஷயங்களை நிறையப் பேசுவார். அரசியல் பேசுவார். எல்லாவற்றையும் ராமச்சந்திரன் ஆர்வத்துடன் கேட்பான். குடியரசு பத்திரிகையைக் கொடுத்து படிக்கச் சொன்னார் என்.எஸ்.கிருஷ்ணன். ராமச்சந்திரன் அவ்வப்போது எடுத்துப் படிப்பான். ஆனால் சீக்கிரமே மூடிவைத்துவிடுவான்.

என்.எஸ். கிருஷ்ணன்

இரு சகோதரர்களுக்குப் பிறகு இன்னொரு வாய்ப்பு வந்தது. படத்தின் பெயர் 'தட்சயக்ஞம்'. இந்திரஜித் வேடத்தில் நடிக்கச் சொன்னார்கள். ராவணனின் மகன் வேடம். முக்கியமான பாத்திரம் ஆயிற்றே. ஒப்புக்கொண்டார். நகை நட்டுகளை எல்லாம் அணிந்து கொண்டார். தலையில் பளபளக்கும் கிரீடம் எல்லாம் வைத்துவிட்டார்கள். திடீரென விஷ்ணு வேடத்திலும் நடி என்றதும் தலைகால் புரியவில்லை. அவனவன் ஒற்றை வேடத்துக்கே தலையால் தண்ணீர் குடிக்க வேண்டியுள்ளது. நமக்கு என்னடாவென்றால் இரண்டு வேடங்கள் கிடைக்கின்றனவே. பிரச்னை இல்லாமல் நடித்து முடித்துவிடவேண்டும்.

ஆனால், சம்பள விஷயத்தில் தகராறு வந்துவிட்டது. இரண்டு வேடங்கள் செய்யவேண்டும். ஆனால் ஒற்றைச் சம்பளம்தான். அதெல்லாம் முடியாது என்று சொல்லிவிட்டான் ராமச்சந்திரன். பிறகு வேறு நடிகரை விஷ்ணு வேடத்துக்குப் போட்டு விட்டார்கள்.

'மாயா மச்சீந்திரா' என்ற படத்தில் நடிக்க எம்.ஜி. நடராஜப் பிள்ளை என்பவரை ஒப்பந்தம் செய்திருந்தனர். திடீரென அவர் மரணம் அடையவே அந்த வேடம் ராமச்சந்திரனுக்குக் கிடைத்தது. வில்லன் வேடம். எம்.கே. ராதா, ராதாபாய் ஆகியோருடன் நடித்தான். 'வீர ஜெகதீஷ்' என்ற படத்திலும் நடித்தான். எல்லாமே துண்டு துக்கடா வேஷங்கள். ஆனாலும் கையில் கொஞ்சம் காசு கிடைக்கத் தொடங்கியது.

திடீரென தாயார் சத்யபாமாவிடம் இருந்து கடிதம். அப்போது சத்யபாமா, தன் உறவினர்களைச் சந்திக்க கேரளா சென்றிருந்தார். உடனே புறப்பட்டு வருமாறு எழுதியிருந்தார். காரணம் என்னவென்று ராமச்சந்திரனால் யூகிக்கமுடியவில்லை. ரயில் ஏறிவிட்டார். வழியில் ஓர் உறவினரைப் பார்க்க நேர்ந்தது. அப்போதுதான் தனக்குத் திருமண ஏற்பாடுகள் நடந்துகொண்டிருக்கின்றன என்பதைத் தெரிந்துகொண்டார்.

ஆத்திரம் ஆத்திரமாக வந்தது. பெண்ணையும் பார்க்கவில்லை. பிடிக்கிறதா, பிடிக்கலையா என்று ஒருவார்த்தைகூடக் கேட்க

வில்லை. கல்யாணம் செய்துகொள்ளப்போகிற எனக்கு எந்த உரிமையும் கிடையாதா? யாரைக் கேட்டு அம்மா முடிவெடுக்கிறார்? இப்போதுதான் 22 வயதாகிறது. இன்னும் சாதிக்க வேண்டியவை நிறைய உள்ளன. சம்பளம்கூட ஒழுங்காகக் கிடைப்பதில்லை. அதற்குள் என்ன திருமணம் வேண்டிக்கிடக்கிறது? போய் நாலு வார்த்தை கேட்கவேண்டும் என்று நினைத்துக்கொண்டே பயணத்தைத் தொடர்ந்தான்.

ஆனால் தாயைப் பார்த்ததும் வாயில் இருந்து வார்த்தையே வரவில்லை. 'பெண்ணைப் பார். பிடித்திருந்தால் திருமணம் செய்துகொள். இல்லையென்றால் புறப்படலாம்.' கச்சிதமாக சொல்லிமுடித்தார் சத்யபாமா. இத்தனை கண்ணியத்துடன் அம்மா பேசிய பிறகு எதிர்ப்பேச்சு பேச வாய்ப்பில்லை. பேசவும் கூடாது.

தயங்கித் தயங்கிப் பெண்ணைப் பார்த்தார். அவ்வளவுதான். கரைந்துவிட்டார் ராமச்சந்திரன். நல்ல நிறம். அழகான முகம். அளவான உயரம். நீண்ட நெடிய கூந்தல். பிடித்துவிட்டது. பெண்ணின் பெயர் பார்கவி. செல்லமாக, தங்கமணி. பெண்ணைப் பிடித்துவிட்டது என்பதை அவருடைய முகத்தை வைத்தே சுற்றியிருந்தவர்கள் கண்டுபிடித்துவிட்டனர்.

ராமச்சந்திரனின் விருப்பப்படி, பெண் வீட்டார் பட்டு வேட்டிக்குப் பதிலாகக் கதர் வேட்டியும் கதர்த்துண்டும் வாங்கிக்கொடுத்தனர். ராமச்சந்திரனுக்குக் கதர் பிடிக்கும். காந்தியும் பிடிக்கும். அதனால் காங்கிரஸையும் பிடிக்கும். ஆனால் சத்யபாமாவுக்குக் கதரைக் கண்டாலே ஆகாது. கதர் உடுத்தினாலே கடுகடுப்பார். ஆனால் திருமணத்தன்று கதர்தான் உடுத்துவேன் என்று ராமச்சந்திரன் தெளிவாகவே சொல்லி விட்டார்.

மணமக்கள் மாலை மாற்றிக்கொண்டனர். திருமணம் முடிந்தது. சடங்குகள் எல்லாம் முடிந்த மறுநாளே பார்கவியை அழைத்துக் கொண்டு சென்னை வந்துவிட்டார் ராமச்சந்திரன்.

•

திருமணம் வேறு ஆகிவிட்டது. குடும்பச் செலவுகள். கூடுதல் செலவுகள். நிறையப் பணம் தேவைப்படுகிறது. துண்டு வேடங்கள் மட்டுமே கொடுக்கிறார்கள். எப்போது முக்கிய

வேடம் கிடைப்பது? அதில் எப்போது சோபித்து, நாயகனாக நடிப்பது? இதெல்லாம் நடக்கிற காரியம்தானா? எதிர்காலத்தை நினைத்தாலே பயமாக இருந்தது ராமச்சந்திரனுக்கு.

வறுமை வாட்டத் தொடங்கியது. மனைவி வேறு வந்துவிட்டதால் பணத்துக்குத் திண்டாட்டமாகி விட்டது. பொருளாதார நிலையை ஸ்திரப்படுத்திக்கொள்ளும்வரை தாற்காலிக ஏற்பாடாக தங்கமணியை அவளுடைய பெற்றோர்கள் ஊருக்கு அழைத்துச் சென்றுவிட்டனர். மனைவியையும் குடும்பத்தையும் பார்த்துக்கொள்ளும் அளவுக்கு சம்பாத்தியம் இல்லையே என்ற வருத்தம் ராமச்சந்திரனைப் பலமாகத் தாக்கியது. என்ன வாழ்க்கை இது, சே!

பத்திரிகை ஒன்றைப் புரட்டிக்கொண்டிருந்தபோது, ஒரு விளம்பரம் சட்டென்று அவரது கவனத்தை ஈர்த்தது. ராணுவத்தில் ஜமேதார் வேலைக்கு ஆள் எடுக்கும் விளம்பரம் அது.

சில நொடிகள் அந்த விளம்பரத்தில் கண்களை மேயவிட்டார். அட, குதிரை ஏற்றம் தெரியும். ஐந்தரை அடி இருக்கிறேன். இரண்டே பிரச்னைகள். ஒன்று, ஆங்கிலம் தெரியாது. கற்றுக் கொள்ளலாம். அடுத்தது, மார்பளவு. விரித்துக்கொள்ளலாம். தன்னம்பிக்கை வந்திருந்தது ராமச்சந்திரனுக்கு. நூற்று இருபத்தைந்து ரூபாய் சம்பளம் என்பதுதான் கிளுகிளுப்பூட்டியது.

மார்பளவை விரித்துக்கொள்ள உடற்பயிற்சி செய்துகொள்ள லாம். எப்படிச் செய்யவேண்டும் என்று தெரியும். பாய்ஸ் கம்பெனி துல்லியமாகக் கற்றுக் கொடுத்திருக்கிறது. ஆங்கிலம் பேச என்ன செய்வது? நாராயண அய்யங்கார் நினைவுக்கு வந்தார். அண்ணன் சக்கரபாணியின் மகளுக்கு ஆங்கிலம் கற்றுக் கொடுத்த ஆசிரியர். 'மூன்றே மாதங்களில் முடித்துக் கொடுங்கள். புண்ணியம் கிடைக்கும்' என்றார் ராமச்சந்திரன். ஆகட்டும் என்றார் அய்யங்கார். படப்பிடிப்புக்குப் போய்கொண்டிருந் தாலும் உடற்பயிற்சி, ஆங்கிலப்பயிற்சி இரண்டையும் விட வில்லை.

ராணுவப்படையில் ஆயுதங்களைத் தூக்கிக்கொண்டு எதிரி முகாமை அழிப்பது போலக் கனவுகளாக வந்தன ராமச்சந்திர னுக்கு. அம்மா தடுத்தாலும் சரி, அண்ணன் அடித்தாலும் சரி, ராணுவ வேலைக்குப் போய்விடவேண்டியதுதான். இதில்

மாற்றமே இல்லை. அழுத்தந்திருத்தமாகச் சொல்லிக்கொண்டார் ராமச்சந்திரன்.

'நீங்கள் தியாகராஜ பாகவதருடன் நடிக்கிறீர்கள்' என்று சொன்னதும் முதல்நாள் வரை இருந்த அழுத்தம் எல்லாம் கரைந்துபோனது ராமச்சந்திரனுக்கு. மாதச்சம்பளம் 350 ரூபாய். படிப்பணம் 35 ரூபாய். வானத்தில் பறப்பது போல இருந்தது. ராணுவமாவது. ஒண்ணாவது. படப்பிடிப்புக்குக் கிளம்பி விட்டார்.

'அசோக்குமார்' என்ற படம் ஓரளவுக்கு ராமச்சந்திரனின் முகத்தைப் பிரபலப்படுத்தியது. பாகவதருடன் நடிக்கிறார் ராமச்சந்திரன் என்றதும், வாய்ப்புகள் பல இடங்களில் இருந்தும் வாசல் தேடி வந்தன.

தேடிப் போனால் விரட்டும்; விலகிப் போனால் வாரிவந்து அணைக்கும். விநோதத்தின் விளைநிலம் சினிமா!

3. ராஜகுமாரி

கோயம்புத்தூர் சுபாஷ் சந்திர போஸ் தெருவில் இருந்தபோது 'சாயா' என்ற படத்தில் நடிக்க வாய்ப்பு கிடைத்தது எம்.ஜி.ஆருக்கு. நாராயணன் கம்பெனியின் தயாரிப்பு. இயக்குனர் நந்தலால். கதாநாயகன் வேடத்தில் ராமச்சந்திரன் நடிக்கிறார் என்று விளம்பரம் வெளியானது. படத்தின் நாயகி குமுதினி. பாகவதருக்கு ஜோடியாக நடித்தவர் அவர். பெருமை யாக இருந்தது ராமச்சந்திரனுக்கு.

படப்பிடிப்புகள் தொடர்ந்தன. திடீரென ஒரு செய்தி. கேரளா சென்றிருந்த மனைவி பார்கவி மாரடைப்பால் மரணம் அடைந்து விட்டார். கண்களின் நீர்முட்ட, கேரளாவுக்கு ஓடினார். ஆனாலும் மனைவியின் முகத்தைப் பார்க்கமுடியவில்லை. சோகத்தில் மூழ்கிவிட்டார். இளம்பருவம். இப்படியே விட்டால் வாழ்க்கைப் பாதை தவறிவிடும் என்று நினைத்தார் சத்யபாமா.

பாலக்காட்டுக்கு அருகே குழல்மஞ்ஞும் என்ற ஊரில் இருக்கும் கடுங்க நாயரின் மகளை ராமச்சந்திரனுக்குத் திருமணம் செய்து வைக்க ஏற்பாடு செய்தார். 1942-ல் ராமச்சந்திரன் - சதானந்தவதி திருமணம் நடந்தது. மீண்டும் சாயா படப்பிடிப்பு. சுமுகமாகத் தான் போய்க்கொண்டிருந்தது. திடீரென படத்தில் இருந்து ராமச்சந்திரனை நீக்கிவிட்டார்கள்.

தலை சுற்றியது. நாயகன் வாய்ப்பும் பறிபோய்விட்டது. இனி என்ன செய்வது? எந்த முகத்தோடு சென்னைக்குத் திரும்புவது?

கதாநாயகனாக நடித்த என்னைத் தூக்கிவிட்டார்கள் என்று சொன்னால் கலையுலகத்தில் என்னை மதிப்பார்களா? என்னை நம்பி வேடம் கொடுப்பார்களா? கொடுத்தார்கள். தமிழறியும் பெருமாள். ஹரிச்சந்திரன். சாலிவாகனன். ஸ்ரீமுருகன். அபிமன்யு. சில படங்கள் வெளியாகின. சில, தயாரிப்பில் இருந்தன.

அமைதியாக இருப்பவரைத் தூண்டிவிட்டுக் கலவரப்படுத்த என்றே சிலர் இருப்பார்கள். சில சமயங்களில் அப்படிப்பட்ட நபர்களும் தேவைப்படுவார்கள். 'என்னப்பா ராமச்சந்திரா, ஹீரோ வேஷம்லாம் பண்றதில்லையாமே?' செவுளில் அறைந்தது போல இருந்தது. நம்முடைய ஹீரோ கனவெல்லாம் முடிந்து விட்டதா? அழுகை முட்டிக்கொண்டு வந்தது ராமச்சந்திரனுக்கு.

கோவிந்தன் கம்பெனியின் ஜி. முத்துசாமியிடம் இருந்து அழைப்பு வந்தது. 'நான் ஒரு படம் எடுக்கிறேன். நீதான் கதாநாயகன்.' வார்த்தைகளை நம்பமுடியவில்லை அவரால். படத்தின் பெயர், 'மருத நாட்டு இளவரசி'.

படத்துக்கு வசனம் எழுத டி.வி.சாரி என்பவரைக் கேட்டிருந்தார்கள். ஆனால் வசனம் எழுதித் தருவதற்கு அவர் தாமதம் செய்ததால் வேறு ஒருவரைப் போடலாம் என்று முடிவானது. அப்போது ராமச்சந்திரனுக்கு அபிமன்யு என்ற படத்துக்காக வசனம் எழுத அழைக்கப்பட்டிருந்த இளைஞர் நினைவுக்கு வந்தார். மு. கருணாநிதி என்ற அந்த இளைஞரையே அந்தப் படத்தின் வசனகர்த்தாவாகப் போட்டார்கள்.

'மருத நாட்டு இளவரசி' படப்பிடிப்பு தொடங்கியது. வி.என். ஜானகிதான் கதாநாயகி. படப்பிடிப்புக்கு கதர்ச்சட்டை, கதர் வேட்டி, கழுத்தில் துளசி மாலை சகிதம்தான் வருவார் ராமச்சந்திரன். அங்குலம் அங்குலமாகத்தான் படம் வளர்ந்தது.

இடைப்பட்ட காலத்தில் இன்னொரு படத்தில் நடிக்க ராமச்சந்திரனை அழைத்தார்கள்.

ஏ.எஸ்.ஏ. சாமியிடம் இருந்து அழைப்பு வந்தது. 'ராமச்சந்திரா, நீதான் என்னுடைய ஹீரோ. தயாராகு.' படத்தின் பெயர், 'ராஜகுமாரி'. ஜுபிடர் பிலிம்ஸ் படத்தின் இயக்குனர் ஏ.எஸ்.ஏ. சாமி. வசனம், மு. கருணாநிதி.

மீண்டும் ராமச்சந்திரன் - கருணாநிதி காம்பினேஷன். 'ராஜகுமாரி' படப்பிடிப்பு தொடங்கியது. இயக்குனரின் அபிமானத்

துக்குரிய நடிகராக இருந்தார் ராமச்சந்திரன். ஆக்ஷன் சொல்லும் போது பட்டாசு போலப் பரபரத்தார். கட் சொல்லும்போது கண்ணியத்துடன் நிறுத்தினார்.

'இன்று நீ தூக்கில் தொங்கவேண்டும்' என்றார் இயக்குனர். ஆகட்டும் என்று சொல்லிவிட்டார் ராமச்சந்திரன். தூக்குமேடை தயார் செய்யப்பட்டது. 'நீ தூக்கிட்டுக் கொள்ளும்போது உன் பாரத்தைத் தாங்காமல் உத்திரம் உடைந்துவிழும். கீழே இருக்கும் பாதாள அறைக்குள் போய் விழுவாய். அதன்வழியே தப்பிச்செல்லவேண்டும். இதுதான் காட்சி.'

மேடைமீது ஏறினார். கயிற்றை மாற்றிக்கொண்டார். இயக்குனர் ஆக்ஷன் என்று சொன்னதும் திடீர் சறுக்கல். எங்கே பிசிறியது என்று தெரியவில்லை. மறுநொடி நிஜமாகவே தூக்கில் தொங்கிக்கொண்டிருந்தார் ராமச்சந்திரன். கழுத்து நெரிபட்டது. தலைக்குள் ரத்தம் ஏறவில்லை. நெஞ்சு வலித்தது.

அடுத்த சில நொடிகளில் உத்திரம் உடைந்தது. பாதாள அறையில் போய் விழுந்தார். டமார். டமார். மரப்பலகைகள் அவர்மீது வந்து விழுந்தன. அப்படியே மயங்கிப்போனார். பிறகு சுதாரித்து எழுந்தார். உயிரையே பணயம் வைத்து நடிக்க ராமச்சந்திரன் தயார் என்று பேச்சு எழுந்தது. இதைத்தான் அவரும் எதிர் பார்த்தார்.

'ராஜகுமாரி' படப்பிடிப்பு நடந்துகொண்டிருந்த சமயத்தில் மூத்த நடிகர் டி.வி. நாராயணசாமியைச் சந்தித்துப் பேசிக்கொண்டிருந் தார் ராமச்சந்திரன். நாடகம் பற்றி, சினிமா பற்றி என்று நிறையப் பேசிக்கொண்டிருந்தனர்.

'எங்க கட்சி நாடகத்துல நடிக்கிறீங்களா?'

திடீரென டி.வி. நாராயணசாமி கேட்ட கேள்வி எம்.ஜி.ஆரை ஆச்சரியப்படவைத்தது. என்ன பதில் சொல்வது? நாடகம் நடிப்பதில் பிரச்னையில்லை. அதுதானே வேலை. ஆனால் நாமோ காங்கிரஸ்காரன். அவரோ திராவிடர் கழக அபிமானி. அண்ணாவோடு நெருக்கமானவர். அவர்களுடைய கருத்தோடு நம்மால் ஒத்துப்போகமுடியுமா? கட்சி முத்திரை விழுந்து விட்டால்? நிறைய வேடங்கள் கிடைக்கும். மக்களுக்குச் சொல்ல நினைப்பதை எல்லாம் துணிச்சலாகச் சொல்லமுடியும் என்று நாராயணசாமி சொன்னது திரும்பத் திரும்ப நினைவுக்கு

32

வந்தது. சம்மதித்து விட்டார். விரைவில் அண்ணாவைச் சந்திக்கலாம் என்று சொல்லிவிட்டு நாராயணசாமியும் புறப் பட்டுவிட்டார்.

●

டி.வி. நாராயணசாமியும் ராமச்சந்திரனும் அந்த வீட்டுக்குள் நுழைந்தனர். அண்ணா மாடியில் இருக்கிறார் என்றார்கள். மொட்டை மாடியில் நண்பர்களுடன் பேசிக்கொண்டிருந்தார் அண்ணா. அவரிடம் ராமச்சந்திரனை அறிமுகம் செய்துவைத் தார் நாராயணசாமி. நம்ம 'சிவாஜி கண்ட இந்து ராஜ்ஜியம்' நாடகத்தில் இவர்தான் சிவாஜியாக நடிக்கிறார். மெல்லப் புன்னகைத்தார் அண்ணா.

'சிவாஜி கண்ட இந்து ராஜ்ஜியம்' நாடகத்தில் நடிப்பது உறுதி யானது. அண்ணா எழுதிய வசனங்களைப் படித்துப் பார்த்தார் ராமச்சந்திரன். தொண்ணூறு பக்க வசனங்கள். பிரமிப்பாக இருந்தது. சிவாஜி, தளபதி சந்திரமோகனைப் பார்த்து, 'மதத்தில் விழுந்த மக்களின் மூடநம்பிக்கைகளைத் தவிர்க்கமுடிய வில்லையே' என்று ஆத்திரத்தோடு பேசவேண்டும். இதே வசனத்தை மக்களைப் பார்த்துப் பேசுவதுபோல மாற்றி எழுதி னால் இன்னும் சிறப்பாக இருக்குமே என்று ராமச்சந்திரனுக்குத் தோன்றியது. யோசனை அண்ணாவுக்குச் சென்றது. ஆகட்டும் என்று சொல்லி விட்டார்.

33

வசனங்களை மனப்பாடம் செய்வதற்குக் கொஞ்சம் அவகாசம் பிடிக்கும். வசனங்களில் சில மாறுதல்களைச் செய்தால் வசதியாக இருக்கும். ஆனால் அண்ணாவோ வசனங்களில் எந்தத் திருத்தமும் செய்யவில்லை. நேரம் இல்லை என்பது முக்கியக் காரணம். பிறகு நாராயணசாமியின் தலையீட்டால் அண்ணாவிடம் சம்மதம் பெற்று ஏ.எஸ்.ஏ சாமி வசனங்களில் சில திருத்தங்களைச் செய்ய ஒப்புக்கொள்ளப்பட்டது. ராமச்சந்திரன் முகத்தில் மலர்ச்சி தென்பட்டது.

'வேண்டாம் ராமச்சந்திரா, சரியாக வராது. பிறகு பார்த்துக் கொள்ளலாம்.'

சொன்னவர் எம்.ஜி. சக்கரபாணி. ஆபத்து வருகிறது என்றால் முதல் எச்சரிக்கை மணி அவரிடம் இருந்துதான் வரும். அண்ணாவின் வசனத்தை இன்னொருவரைக் கொண்டு திருத்தி எழுதுவது உன்னைப் பற்றிய தவறான எண்ணத்தை எல்லோரிடமும் உருவாக்கிவிடும். தலைக்கனம் பிடித்தவன் என்ற அவப்பெயர் வந்துவிடும். குறிப்பாக அண்ணாவிடம்.

அண்ணன் பேச்சுக்கு மறுபேச்சு இல்லை. ராமச்சந்திரன் ஒதுங்கிக் கொண்டார்.

பிறகு 'சிவாஜி கண்ட இந்து ராஜ்ஜியம்' நாடகத்தில் வி.சி. கணேசன் என்ற புது நடிகர் நடித்தார். அவர்தான் சிவாஜி கணேசன் என்று பெயர் பெற்று, பின்னர் 'பராசக்தி'யில் பட்டாசாக வெடித்தார்.

'ராஜகுமாரி' படத்தில் பல காட்சிகள் எடுக்கப்பட்ட பிறகும்கூட சில பிரச்னைகள் இருக்கவே செய்தன. அவ்வப்போது மன அமைதியை இழக்கவேண்டிய சூழல் வந்தது. படப்பிடிப்பு நடந்துகொண்டிருக்கும். ஒப்பனை அறையில் இருக்கும் ராமச்சந்திரனுக்குத் தகவல் வரும்.

'யாரோ ஒரு இளைஞர் டைரக்டரிடம் பேசிக்கொண்டிருக்கிறார். பார்ப்பதற்கு பாகவதர் போல படாடோபமாக இருக்கிறார்.'

ராமச்சந்திரனுக்கு பக்கென்று இருக்கும். தனக்குப் போட்டியாக யாரையேனும் கொண்டு வருகிறார்களோ? ஏன், நன்றாகத்தானே நடித்துக் கொண்டிருக்கிறோம்? இரண்டு, மூன்று தடவை சபாஷ் கூட வாங்கினோமே.

குழப்பம். எதிர்காலம் குறித்த பயம். தலையைச் சுற்றுவதுபோல இருக்கும். ஆனால், இயக்குனர் ஷாட் என்றதும், எல்லாவற்றை யும் தூக்கி ஓரமாக வைத்துவிட்டு துள்ளிக்குதித்து கேமராவுக்கு முன் வந்துநிற்பார். இப்படித்தான் பிடிப்பு இல்லாமலே நடந்தது படப்பிடிப்பு. எப்போது படம் முடியும் என்று இருந்தது ராமச் சந்திரனுக்கு. படத்துக்குப் பேசியிருந்த சம்பளம் 2,500 ரூபாய். மாதம் 200 என்று வாங்கிக்கொண்டிருந்தார். படம் முடிவதற்குப் பதினெட்டு மாதங்கள் ஆகிவிட்டன. ஆறு மாத காலத்துக்கு சம்பளம் இல்லாமல் நடித்துக் கொடுத்தார். ஒருவழியாகப் படப்பிடிப்பு முடிந்தது. படம் வெளியானது.

படத்தின் நாயகி, 'நான் எட்டாத பழம்' என்பாள். பதிலுக்கு நாயகன், 'நான் வெட்டும் கத்தி' என்பார். படம் வெளியானது. வசனத்துக்கு விசில். சண்டைக்குக் கைதட்டல். சுக்கிர தசை தொடங்கியது போல இருந்தது. ஆம். நாயகனாக அவர் நடித்த முதல் படம் வெற்றி.

துள்ளிக் குதிக்கவேண்டும்போல இருந்தது ராமச்சந்திரனுக்கு.

ஏழு வயதில் தொடங்கிய பயிற்சி. கதாநாயகனாக நடிப்பதற்கு இருபத்துமூன்று ஆண்டுகள் உழைக்க வேண்டியிருந்தது. அறுவடைக்காலம் தொடங்கிவிட்டதாகவே நினைத்தார் ராமச்சந்திரன்.

நேற்றுவரை ராமச்சந்திரன் என்று அழைத்த பலரும் இப்போது எம்.ஜி.ஆர் என்று அழைக்க ஆரம்பித்தனர். கதாநாயகன் அந்தஸ்து கிடைத்தவுடன் அவருக்குக் கிடைத்த மிகப்பெரிய மரியாதையே இதுதான். தம்பியின் முன்னேற்றத்தை அருகில் இருந்தே ரசித்துக்கொண்டிருந்தார் எம்.ஜி. சக்கரபாணி. (பின்னாளில் சக்கரபாணியை பெரியவர் என்றும் எம்.ஜி.ஆரைச் சின்னவர் என்றும் அவருக்கு நெருக்கமானவர்கள் அழைத்தார்கள்.) அதே ஆண்டில் 'பைத்தியக்காரன்' வெளியானது. அதற்கடுத்த ஆண்டில் அபிமன்யு, ராஜமுக்தி, மோகினி ஆகிய படங்கள் வெளிவந்தன.

•

மருதநாட்டு இளவரசி மெல்ல மெல்ல வளர்ந்துகொண்டிருந் தாள். ஜானகியும் எம்.ஜி.ஆரும் படத்தில் கத்திச்சண்டை போடு வதுபோலக் காட்சிகள் உண்டு. எம்.ஜி.ஆர் கத்திச்சண்டை மன்னர். ஆகவே, நாயகிக்குப் பயிற்சிகொடுக்கும் பொறுப்பை

எம்.ஜி.ஆர் ஏற்றுக்கொண்டார். ராஜமுக்தி படத்தில் நடித்த போதே எம்.ஜி.ஆருக்கும் ஜானகிக்கும் நல்ல பழக்கம்.

படப்பிடிப்பின் இடைவெளியில் இருவரும் அடிக்கடிப் பேசிக் கொள்வார்கள். நட்பு மெல்ல மெல்லக் கனிந்துகொண்டிருந்தது. மருதநாட்டு இளவரசியில் அவர்கள் மேலும் நெருக்கமாகி விட்டனர். அதை எம்.ஜி.ஆரே பின்னர், 'நான் ஏன் பிறந்தேன்' என்ற ஆனந்த விகடன் தொடர் கட்டுரையில் சொல்லியிருக் கிறார்.

> இந்தப் படத்தின்போதுதான் எனது மூன்றாவது மனைவி ஜானகியை மனைவியாக்கிக் கொள்ளும் வாய்ப்பு எனக்குக் கிடைத்தது. ஆனால் சட்டப்படி அந்த உரிமையப் பெற இயலவில்லை. எனினும், பல ஆண்டுகள் நாங்கள் கணவன் மனைவியாகவே வாழ்ந்துவந்தோம். அண்மையில் சில ஆண்டுகளுக்கு முன்புதான் அந்த உரிமையைப் பெற்றோம். தாய் தந்தையற்ற, உறவினர்களின் உதவியற்ற நிலையில் தனக்கு வந்த தொழிலையும் வேண்டாம் என்று சொல்லி, 'உடுத்திய சேலையோடு' என்று சொல்வார்களே, அதுபோல் வெளியே வந்தாள் என் ஒருவனைமட்டும் நம்பி...

ராஜகுமாரியைத் தொடர்ந்து மருத நாட்டு இளவரசியும் வெற்றி பெற்றது. அந்த இரண்டு படங்களின் வெற்றிக்கும் உரமிட்ட வசனகர்த்தா கருணாநிதியே, அடுத்து 'மந்திரிகுமாரி'க்கும் வசனம் எழுதினார். அது கருணாநிதி எழுதியிருந்த நாடகம் தான். மாடர்ன் தியேட்டர்ஸ் அதிபர் டி.ஆர். சுந்தரம் கேட்டுக் கொண்டதால் திரைக்கதை, வசனத்தையும் கருணாநிதியே எழுதினார்.

> *வீரர்களே! சிங்கங்கள் உலவும் காட்டிலே சிறுநரிகள் சீறுவது போல், இன்று ஒரு சுயநலக்கூட்டம் நம் நாட்டில் உலவு கிறது! நிரபராதிகளின் சொத்துகளை சொந்தமாக்கிக் கொள் கிறது! அனாதைகளின் ரத்தங்களை அள்ளிக் குடிக்கிறது! நாட்டிலே ஆட்சி நடக்கிறதா என்று நினைக்கிற அளவுக்கு அவர்களின் அட்டகாசம்! இனிப் பொறுமையில்லை! அந்தக் கொள்ளைக்கூட்டத்தை விட்டுவைப்பதாக உத்தேசமும் இல்லை! கொதித்துக் கிளம்புங்கள்! அவர்கள் சிலர்... நாம் பலர்! அவர்கள் சூழ்ச்சிக்காரர்கள்... நாம் சூரர்கள்! சிங்கத் தமிழர்களே! சீறி எழுங்கள்!*

திராவிட முன்னேற்றக் கழகத்தை அண்ணா தொடங்கியிருந்த சமயம். காங்கிரஸ் கட்சிக்கும் திமுகவுக்கும் இடையேயான யுத்தக்களமாக மேடைகள் உருமாறிக் கொண்டிருந்த காலகட்டம் அது. நாடக மேடை, சினிமா மேடை, எல்லாவற்றையும் பயன் படுத்திக்கொண்டனர். அந்த வகையில் கருணாநிதி தனக்குக் கிடைத்த ஒற்றை வாய்ப்பை இரட்டை லாபமாக மாற்றிக் கொண்டிருந்தார்.

அனல் பறக்கும் அரசியல் வசனங்களை எழுதியதன்மூலம் படத் தயாரிப்பாளர்களையும் கவர முடிந்தது. அண்ணாவின் மனத்தை யும் ஈர்க்கமுடிந்தது. காங்கிரஸ்காரரின் நடிப்புக்கு திமுககாரர் வசனம் எழுதுகிறார் என்பது ரசிகர்களை உறுத்தவில்லை. ரசித்தனர். மேலும். மேலும்.

கருணாநிதி எழுதட்டும். ராமச்சந்திரன் பேசி, நடிக்கட்டும். வெற்றி கிட்டட்டும்!

4. புரட்சி நடிகர்

'ரசிகப் பெருமக்களுக்கு வணக்கம். இன்னும் சில நிமிடங்களில் நம்முடைய 'அரும்பு' நாடகம் தொடங்க இருக்கிறது. தலைமை யேற்று நடத்திக்கொடுக்க திமுக தலைவர்களுள் ஒருவரான கலைஞர் கருணாநிதி அவர்கள் இசைந்துள்ளார். முன்னிலை வகிப்பதற்கு நடிகர் எம்.ஜி. ராமச்சந்திரன் அவர்கள் சம்மதம் தெரிவித்துள்ளார். இருவரும் நாடக மேடையை நோக்கி இதோ வந்துகொண்டிருக்கிறார்கள்.'

மைக்குக்கு வெகு நெருக்கத்தில் வாய்வைத்துப் பேசிவிட்டு நகர் கிறார் உறந்தை உலகப்பன். மணப்பாறையைச் சேர்ந்த வசந்த கலா மன்றத்தின் நிர்வாகி. இரண்டு முக்கிய நட்சத்திரங்கள் நாடகத்துக்கு வருவதால் 5 ஏப்ரல் 1952 அன்று அந்தப் பகுதியே திமிலோகப்பட்டுக் கொண்டிருந்தது.

காரில் இருந்து இறங்கினார் ராமச்சந்திரன். கூடவே கருணாநிதி. மேக்கப்பைக்கூட சரியாக கலைக்கவில்லை என்பது பார்த்த மாத்திரத்திலேயே தெரிந்தது. நாடகம் தொடங்கியது. சில நிமிடங்களில் கருணாநிதியின் காதுகளில் கிசுகிசுத்தார் உறந்தை உலகப்பன். 'எம்.ஜி.ஆருக்கு புரட்சி நடிகர் என்ற பட்டத்தை நீங்கள் கொடுக்கவேண்டும்.'

கால்நொடி யோசித்துவிட்டுத் தலையசைத்தார் கருணாநிதி. மேடையேறி மைக் பிடித்தார்.

'அன்பு மூன்றெழுத்து. பாசம் மூன்றெழுத்து. காதல் மூன்றெழுத்து. வீரம் மூன்றெழுத்து. களம் மூன்றெழுத்து. வெற்றி மூன்றெழுத்து. அந்த வெற்றியை நோக்கி நம்மையெல்லாம் அழைத்துச் செல்கின்ற அண்ணா மூன்றெழுத்து. அதைப் போலவே மூன்றெழுத்துக்காரரான எம்.ஜி.ஆருக்கு இந்த மேடையில் 'புரட்சி நடிகர்' என்ற பட்டத்தை வழங்குகிறேன்' என்று நிறுத்த, அரங்கை ஆரவாரம் ஆக்கிரமித்துக்கொண்டது.

பட்டம் கொடுத்ததற்கு நன்றி செலுத்திப் பேசவேண்டும். மரபு. மைக்கைப் பிடித்தார் எம்.ஜி.ஆர்.

'புரட்சி நடிகர் என்ற பட்டத்தை வழங்கியிருக்கிறீர்கள். மிக்க நன்றி. அதை வெளிப்படுத்தும் விதமாக புரட்சி நடிகராகவே என்னைக் கழகத்துக்கு அர்ப்பணித்துக் கொள்கிறேன். கதராடை அணிந்திருந்தாலும் பெரியார், அண்ணா கொள்கைகளுக்காகப் பாடுபடுவேன். கலைஞரும் நானும் நெருக்கமான நண்பர்களாகி விட்டோம். அதனால்தான் இயக்கக் கொள்கைகளில் எனக்கு ஈடுபாடு வந்தது. என் உடலில் ஒரு சொட்டு ரத்தம் இருக்கும் வரை அண்ணாவுக்காகவும் திராவிட முன்னேற்றக் கழகத்துக் காகவும் கடைசி வரை உழைப்பேன் என்று உறுதியளிக்கிறேன்.'

டி.வி. நாராயணசாமி, என்.எஸ். கிருஷ்ணன், கே.ஆர். ராமசாமி, சிவாஜி கணேசன், எஸ்.எஸ். ராஜேந்திரன் என்று நட்சத்திரங்கள் நிறைந்த வானத்தில் எம்.ஜி.ஆர் தன்னையும் இணைத்துக் கொண்டார்.

•

சதானந்தவதிக்கு அவ்வப்போது உடல்நிலை சரியில்லாமல் போய்விடும். மருத்துவரிடம் காட்டியபோது காசநோய் வந்திருப்பதாகச் சொன்னார்கள். முதல் மனைவியைப் பறி கொடுத்திருந்த எம்.ஜி.ஆருக்கு பயம் தொற்றிக்கொண்டது. சதானந்தவதியைப் பத்திரமாகப் பார்த்துக்கொள்வதில் அதிக கவனம் செலுத்தினார். மருந்து மாத்திரைகளுக்கு நிறைய பணம் புரட்ட வேண்டியிருந்தது.

மர்மயோகி, சர்வாதிகாரி, அந்தமான் கைதி, என் தங்கை என்று பட வாய்ப்புகள் தொடர்ந்து வந்து கொண்டிருந்ததால் குடும்பச் செலவையும் மருத்துவ செலவையும் அதிகப் பிரச்னை இல்லாமல் சமாளித்துக் கொண்டிருந்தார்.

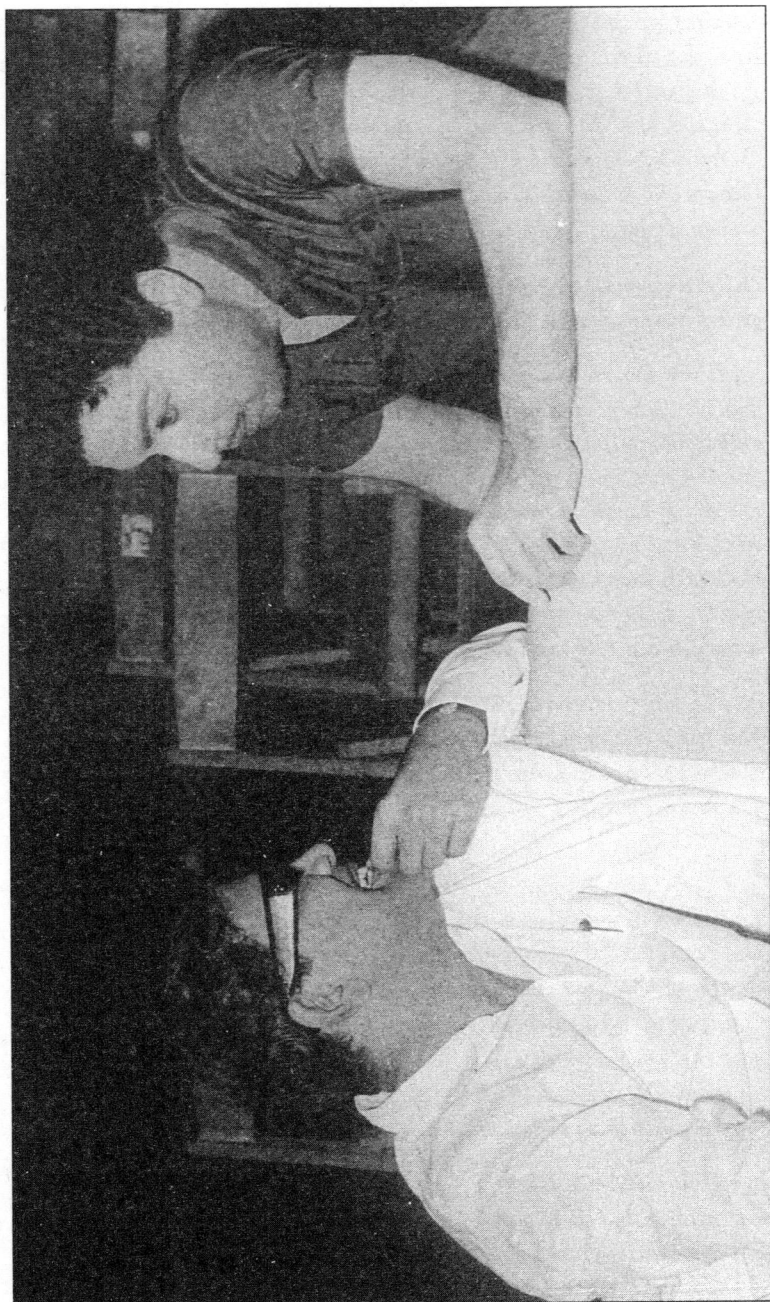

எம்.ஜி.ஆர், எம்.ஜி. சக்கரபாணி, இயக்குனர் ஏ. காசிலிங்கம் மூவரும் இணைந்து படத்தயாரிப்பு நிறுவனம் ஒன்றைத் தொடங்க விரும்பினார்கள். ஆட்டத்துக்கு நானும் வருகிறேன் என்றார் பி.எஸ். வீரப்பா. கலைஞருக்கும் படத்தயாரிப்பு நிறுவனம் தொடங்கும் திட்டம் இருந்தது. எல்லோருமாகச் சேர்ந்தார்கள். மேகலா பிக்சர்ஸ் உருவானது.

'நாம்' என்ற படத்தைத் தயாரிக்க முடிவாகியிருந்தது. ஹீரோ எம்.ஜி.ஆர். வசனம் கலைஞர். ஆனால் அந்தப் படம் வெற்றி பெறவில்லை. ஆனாலும் எம்.ஜி.ஆருக்கு செல்வாக்கு உயர்ந்து கொண்டுதான் இருந்தது.

•

ஜெனோவோ என்ற படம் தமிழ் மற்றும் மலையாளத்தில் ஒரே நேரத்தில் தயாராகிக் கொண்டிருந்தது. இரண்டிலுமே எம்.ஜி.ஆர் தான் கதாநாயகன். அதற்கான ஒப்பந்தத்தில் முக்கியமான நிபந்தனை ஒன்றை விதித்திருந்தார் எம்.ஜி.ஆர். தமிழ், மலையாளம் என்ற

இரண்டு மொழிகளைத் தவிர வேறு எந்த மொழிகளில் மொழி மாற்றம் (டப்பிங்) செய்து வெளியிடுவதானாலும் என் எழுத்து மூலமான அனுமதி பெறாமல் செய்யக்கூடாது.

படம் முடிந்தது. டப்பிங் வேலைகள் நடந்துகொண்டிருந்தன. அதைப் பார்ப்பதற்காக ஒருநாள் ஸ்டுடியோவுக்குச் சென்றார் எம்.ஜி.ஆர். அங்கே மலையாள ஜெனோவாவில் எம்.ஜி.ஆருக்கு இன்னொருவர் டப்பிங் பேசியிருந்தார். ஆத்திரம் வந்துவிட்டது எம்.ஜி.ஆருக்கு.

சம்பந்தப்பட்ட நிர்வாகி மேத்யூஸை அழைத்தார்.

'நீங்கள் பேசும் மலையாளத்தில் தமிழ்வாடை அதிகமாக இருக் கிறது. சுத்த மலையாளம் மாதிரி இல்லை. அதனால்தான் வேறொருவரை வைத்து டப்பிங் செய்தோம். சுத்தமான மலை யாளத்தில் நீங்கள் பேசுவது போல இருந்தால்தான் உங்களுக்கும் நல்லது'

மேத்யூஸ் சொன்ன விளக்கம் எம்.ஜி.ஆரை சமாதானம் செய்வ தாக இல்லை. மாறாக, ஆத்திரத்தை மேலும் கிளறிவிட்டது. நான் கதாநாயகனாக நடிக்கும் படத்தில் எனக்குப் பதிலாக

இன்னொருவர் டப்பிங் பேசுவதை ஏற்கமுடியாது என்று சொல்லிவிட்டார்.

‘என்னுடைய வக்கீலிடம் பேசுகிறேன். நோட்டீஸ் வரும்’

ஆவேசமாகப் புறப்பட்ட எம்.ஜி.ஆரைத் தடுத்துநிறுத்தினார் மேத்யூஸ்.

‘மிஸ்டர் எம்.ஜி.ஆர்! நான் விரும்பினால் தமிழிலும் உங்கள் குரலுக்கு இன்னொருவரை வைத்து டப் செய்யமுடியும்’

கண்கள் சிவந்துவிட்டன எம்.ஜி.ஆருக்கு. தவறையும் செய்து விட்டு, இன்னொரு தவறையும் செய்வேன் என்று மிரட்டல் தொனியில் கூறுகிறாரே என்ற கோபம். பிறகு மேத்யூஸே பேசினார்.

‘தமிழ், மலையாளத்தைத் தவிர வேறு மொழிக்கு டப் செய்வ தற்கே உங்கள் அனுமதி வேண்டும் என்பதுதான் நாம் போட்ட அக்ரிமென்ட். ஆக, தமிழ், மலையாளத்துக்கு டப் பண்ண உங்கள் அனுமதி தேவையில்லை.’

எம்.ஜி.ஆர் நிலைகுலைந்த போன நிமிடங்களுள் அதுவும் ஒன்று.

●

‘கற்புக்கரசியைக் காக்க வந்த கடவுள், துஷ்ட, நிக்ரக இஷ்ட பரிபாலனம் செய்யவந்த ஆண்டவன் எடுத்த அவதாரம் என்றெல்லாம் எண்ணாதே. நான்தான் மலைக்கள்ளன்!’

இந்தப் படத்தின் கதாநாயகன் எம்.ஜி.ஆர். வசனம் கலைஞர். மீண்டும் அபார வெற்றி. ரசிகர்கள் கொண்டாடித் தீர்த்து விட்டனர்.

ஒற்றை வேடத்துக்குக் காத்துக்கொண்டிருந்த எம்.ஜி.ஆருக்கு இப்போது தன்னம்பிக்கைச் சிறகுகள் முளைத்திருந்தன. மலைக் கள்ளனின் வெற்றி எம்.ஜி.ஆரை உச்சத்துக்குக் கொண்டு சென்றது. ரசிகர்கள் தங்கள் வீட்டுச் சுவர்களில் எல்லாம் மலைக் கள்ளனை வரைந்து மகிழ்ந்தார்கள்.

சினிமா ஒருபக்கம் சென்றுகொண்டிருந்தாலும் நாடகத்தின் மீதான காதல் கொஞ்சமும் குறையவில்லை எம்.ஜி.ஆருக்கு.

நான்தான் மலைக்கள்ளன்!

எம்.ஜி.ஆர் நாடக மன்றம் என்ற பெயரில் கலைக்குழு ஒன்றை உருவாக்கினார். இன்பக்கனவு, அட்வகேட் அமரன் போன்ற நாடகங்கள் எம்.ஜி.ஆர் நாடக மன்றத்தால் நடத்தப்பட்டன.

திமுக உறுப்பினராக இருந்ததால் திமுக மாநாட்டு மேடைகளில் எம்.ஜி.ஆர் ரசிகர்கள் அட்வகேட் அமரனைப் பார்க்கமுடிந்தது. 1954 சித்தூரில் நடந்த திமுக மாவட்ட மாநாடு, செங்கல்பட்டு மாவட்ட மாநாடு என்று திமுக தொண்டர்கள் மத்தியில் நுழைந்துகொண்டிருந்தார் எம்.ஜி.ஆர்.

குலேபகாவலி. படத்தின் இயக்குனர் டி.ஆர். ராமண்ணா. ஏற்கெனவே எம்.ஜி.ஆரையும் சிவாஜி கணேசனையும் கூண்டுக்கிளி என்ற படத்தில் இணைந்து நடிக்கவைத்து புரட்சி செய்து, நஷ்டத்தையும் சந்தித்தவர். இப்போது அதே எம்.ஜி.ஆரை வைத்து, விட்டதைப் பிடிக்கவேண்டும் என்று கங்கணம் கட்டிக்கொண்டிருந்தார். எம்.ஜி.ஆர் என்ற கதாநாயகன் தோன்றும் ஒவ்வொரு காட்சியும் ரசிகர்களை சிலிர்க்கவைக்க வேண்டும் என்ற அவசியமில்லை. ஒற்றைக் காட்சி உள்ளத்துக்குள் பதிந்துவிட்டால் போதும் என்று கணக்கு போட்டார். அப்போது உருவானதுதான் புலியுடன் எம்.ஜி.ஆர் மோதும் காட்சி. கைத்தட்டல் அரங்கை அதிரச்செய்தன. குலே பகாவலியின் வெற்றி எம்.ஜி.ஆருக்கும் டி.ஆர். ராமண்ணாவுக் கும் மறக்கமுடியாத வெற்றி.

அடுத்து 'அலிபாபாவும் நாற்பது திருடர்களும்'. வண்ணப்படம். கூடுதல் கவன ஈர்ப்பு. கூடுதல் வெற்றி. அந்தப் படத்தில் நடித்துக் கொண்டிருந்த சமயத்தில் திடீரென ஒரு சர்ச்சை. கிளைமாக்ஸ் சண்டைக் காட்சியை எடுப்பதற்கு எம்.ஜி.ஆர் ஐடியா கொடுத் தார். ஆனால் ஏற்கப்படவில்லை. அப்படியானால் நடிக்கமுடி யாது என்று சொல்லிவிட்டார். பிறகு ஒருவழியாக சமாதானம் ஆனார்.

அலிபாபாவும் நாற்பது திருடர்களும் அபார வெற்றி. அந்தச் சூடு குறைவதற்குள் மதுரைவீரன் தயாராகிக் கொண்டிருந் தான். வசனம், கவிஞர் கண்ணதாசன். வெற்றி கொடுத்த தன்னம்பிக்கையா, அல்லது கட்சி கொடுத்த நிபந்தனையா தெரியாது. ஆனாலும் தான் ஒரு நாயகன், தன்னுடைய ஆளுமையை படத்தில் நிரூபிக்கவேண்டும் என்று நினைத்தார் எம்.ஜி.ஆர்.

கூண்டுக்கிளியில்...

படத்தில் தசாவதார நடனம் ஒன்று இடம்பெற்றது. ஆனால் அதை நீக்கவேண்டும் என்றார் எம்.ஜி.ஆர். நான் திமுகவில் இருக்கிறேன்; கொள்கைக்குச் சரிவராது என்றார். எல்லோருக் குமே அதிர்ச்சிதான். ஆனாலும் அவர் சொன்னதைக் கேட்க வேண்டிய நிலை. பின்னே, குலேபகாவலியும் அலிபாபாவும் வெற்றிக்கொடி கட்டிக்கொண்டிருந்தபோது வேறு என்னதான் செய்வது? மதுரை வீரன் வெள்ளிவிழா கொண்டாடியது.

மதுரை தமுக்கம் மைதானத்தில் வெற்றிவிழா. திமுகவின் மதுரை முகமான முத்துவின் தலைமையில் விழா ஏற்பாடாகியிருந்தது. எம்.ஜி.ஆர் வந்தார். முத்து வந்தார். வாழ்த்து கோஷங்கள் விண்ணைப் பிளந்தன. மேடையில் எம்.ஜி.ஆருக்குத் தங்க வாள் ஒன்று பரிசளிக்கப்பட்டது.

ரசிகர் வட்டம் விரிவடைந்துகொண்டே போனது. சாண்டோ சின்னப்பா தேவர் எம்.ஜி.ஆரிடம் வந்தார். 'படம் பண்ண வேண்டும், தம்பி. எம்.ஏ. திருமுகம்தான் டைரக்டர். படத்தின் பெயர், தாய்க்குப்பின் தாரம்.' தாராளமாகப் பண்ணலாம் என்றார் எம்.ஜி.ஆர்.

குலேபகாவலியில் சிங்கத்துடன் சண்டை. அதற்குச் சற்றும் குறையாத வகையில் காளைச் சண்டைக்கு ஏற்பாடு செய்தார் தேவர். படப்பிடிப்பு தொடங்கியது. எல்லாக் காட்சிகளும் எடுத்தாகிவிட்டது. காளைச் சண்டை மட்டும் பாக்கி. வேறு படங்களில் எம்.ஜி.ஆர் பிஸி. கால்ஷீட் கொடுங்கள் என்றார் தேவர். அண்ணனிடம்தான் கேட்கணும் என்றார் எம்.ஜி.ஆர்.

தூக்கிவாரிப் போட்டது தேவருக்கு. எதற்காக சக்கரபாணியிடம் கேட்கவேண்டும்? கலங்கிய மனத்துடன் சக்கரபாணியைச் சந்தித்தார் தேவர். 'சொந்தப்படம் எடுப்பதால் பணம் தேவைப் படுகிறது. மொத்தமாகக் கொடுத்துவிடுங்கள். காளையை அடக்கிவிடலாம்' என்று சிரித்தார் சக்கரபாணி.

தேவரிடம் பணம் கைவசம் இல்லை. உதவிக்கு வந்தார் நாகிரெட்டி. 'எடுத்தவரை என்னிடம் கொடுத்துவிடுங்கள்' என்று சொல்லி படத்தை விலைக்கு வாங்கிக்கொண்டார். கிடைத்த பணத்தை வைத்து எம்.ஜி.ஆரின் கணக்கை முடித்தார் தேவர். படம் வெளியானது. மீண்டும் வெற்றி. காளையை அடக்கும் காட்சி ரசிகர்களுக்கு தீபாவளிக் கொண்டாட்டமாக அமைந்தது.

திராவிட முன்னேற்றக் கழகத்துடன் நெருக்கமாக இருந்த போதும் சிவாஜி கணேசன் என்ற வேகத்தடை அவ்வப்போது குறுக்கிட்டுக் கொண்டிருந்தது. எம்.ஜி.ஆருக்குப் பிறகு சிவாஜி நடிக்க வந்தாலும்கூட, எம்.ஜி.ஆருக்கு முன்னதாகவே சிவாஜி திமுகவில் முக்கியஸ்தராக இருந்தார். எப்படிப் பார்த்தாலும் திமுகவைப் பொருத்தமட்டில் சிவாஜிக்கு அடுத்த இடம்தான் எம்.ஜி.ஆருக்கு. ஆனால் இந்த நிலை அதிக காலம் நீடிக்க வில்லை. சிவாஜியே தனக்கு ஒரு வில்லங்கத்தை உருவாக்கிக் கொண்டார்.

1956-ல் புயலால் பாதிக்கப்பட்ட மக்களுக்கு நிதி திரட்டித் தருமாறு அண்ணா வேண்டுகோள் விடுத்தார். திமுகவில் இருந்த அனைத்து முக்கிய நடிகர்களும் நிதி வசூல் செய்யும் பணியில் தங்களை ஈடுபடுத்திக்கொண்டனர். சிவாஜி கணேசனும் தன் பங்குக்குப் பணம் சேகரித்தார். திரையில் பேசிய பராசக்தி வசனத்தை மக்களுக்கு முன்னால் நேரடியாகப் பேசினார். பணம் கொட்டியது. நல்ல வசூல். எல்லோருடனும் சென்று அண்ணா விடம் நிதியை ஒப்படைத்தார்.

அண்ணாவுக்கு மகிழ்ச்சி. நிதிவசூல் செய்தவர்களுக்குப் பாராட்டுக் கூட்டம் ஏற்பாடு செய்யுங்கள் என்றார் அண்ணா. அதிகம் நிதி வசூலித்தவர் என்ற முறையில் தனக்கு அழைப்பு வரும் என்று காத்திருந்தார் சிவாஜி. நேரம் கடந்துகொண்டே போனது. ஆனால், திமுகவில் இருந்து யாரும் வரவில்லை.

வந்தது பீம்சிங். 'நிலைமை சரியில்லை. வாருங்கள். திருப்பதி போய்விட்டு வரலாம்' என்றார். விதி வலியது. தலையசைத்தார் சிவாஜி. இருவரும் புறப்பட்டனர். ஏழுமலையானைத் தரிசித்து விட்டுத் திரும்பிவரும்போது, 'நாத்திக கணேசன் ஆத்திக கணேசனாக மாறினார்' என்ற தலைப்புச் செய்தி அவர்களை வரவேற்றது.

'திருப்பதி கணேசனுக்கு கோவிந்தா... கோவிந்தா' என்று திமுக தொண்டர்கள் சிவாஜியை வெறுப்பேற்றினார்கள். பார்த்தார் சிவாஜி. காமராஜரே என் வழிகாட்டி என்று சொல்லிவிட்டு காங்கிரஸ் கட்சியில் சேர்ந்துகொண்டார்.

நடப்பதெல்லாம் எம்.ஜி.ஆரின் நன்மைக்கே. கட்சிக்குள் எம்.ஜி.ஆரின் செல்வாக்கு ஒருபடி அதிகரித்தது.

●

எம்.ஜி.ஆர் - வி.என். ஜானகி காதல் அடுத்தகட்டத்தை எட்டியிருந்தது. சக்கரபாணியின் எதிர்ப்பையும்மீறி ஜானகியைத் திருமணம் செய்துகொண்டார் எம்.ஜி.ஆர். காசநோயால் பாதிக்கப்பட்டிருந்த சதானந்தவதிக்கு அந்தத் திருமணத்தை எதிர்ப்பதில் விருப்பம் இல்லை. 'எனக்கு வேண்டியது ஒன்றுதான். இந்த வீட்டில் நீங்களும் நானும்தான் கணவன் - மனைவி' என்றார். ஒப்புக்கொண்ட எம்.ஜி.ஆர், தனியாக வீடு பார்த்து ஜானகியை வைத்தார்.

எம்.ஜி.ஆருக்கு அரசியலிலும் கொஞ்சம் கவனம் செலுத்த வேண்டியிருந்தது. திராவிட முன்னேற்றக் கழகம், தொண்டர்களிடம் வாக்கெடுப்பு நடத்தி, 1957 தேர்தலில் போட்டியிடுவது என்று முடிவு செய்திருந்தது. அந்த ஆண்டு தொடக்கத்தில் வெளியான எம்.ஜி.ஆரின் படம் 'சக்கரவர்த்தி திருமகள்'. நாயகன் எம்.ஜி.ஆரின் பெயர் உதயசூரியன். திமுக தொண்டர்களுக்கு உற்சாகம் தொற்றிக்கொண்டது. ஒவ்வொன்றையும் நுட்பமாகச் செய்திருந்தார் எம்.ஜி.ஆர்.

தேர்தலை எதிர்கொள்ள பெருமளவில் நிதி தேவை என்று சொன்னார்கள். ஆனால் அண்ணாவோ திரைப்படக் கலைஞர்கள் மீது நம்பிக்கை வைத்திருந்தார். 'நம்முடைய கலைவாணர்கள் இருக்கும்போது நாம் நிதிக்காகக் கவலைப்பட வேண்டியதில்லை. கழகத்தைச் சேர்ந்த கலைஞர்கள் தம்முடைய கலைச் சேவையை ஆறுமாத காலத்துக்குத் தேர்தல் பக்கம் திருப்பினாலே போதும். பணப்பிரச்னை தீர்ந்துவிடும்' என்றார்.

எம்.ஜி.ஆரை மட்டும் குறிவைத்து அண்ணா அப்படிச் சொல்லவில்லை. என்.எஸ். கிருஷ்ணன், கே.ஆர். ராமசாமி, டி.வி. நாராயணசாமி போன்ற பல நட்சத்திரங்கள் திமுகவில் இருந்தனர். ஒரு பொதுக்கூட்டத்தில் இன்னும் கொஞ்சம் வெளிப்படையாகவே எம்.ஜி.ஆரைப் புகழ்ந்துபேசினார் அண்ணா.

> எம்.ஜி.ஆர்- ஆயிரம் ஆண்டுகளுக்கு ஒருமுறை காய்த்துக் கனிகிற நெல்லிக்கனி. அது யார் மடியில் விழும் என்று எல்லா அரசியல்வாதிகளும் காத்திருந்தார்கள். அது என்னுடைய மடியில் வந்து விழுந்துவிட்டது. இந்தத் தேர்தல் நிதிக்கு அவர் பல லட்ச ரூபாய் தருவதாகக் கூறுகிறார். எனக்கு நிதி முக்கியமல்ல; அவர் முகத்தைக் காட்டினால் முப்பதாயிரம் வாக்குகள் கிடைக்கும். அவர் தெருவில் ஊர்வலமாக வந்தால் போதும்; காங்கிரஸ் கட்சியைத் தூள் தூளாக்கிக் காட்டுவேன்.

இத்தனைக்குப் பிறகும் சொற்ப தொகுதிகளில் மட்டும் பிரசாரம் செய்தார் எம்.ஜி.ஆர். ஆனால் என்.எஸ். கிருஷ்ணன் பல தொகுதிகளில் சூறாவளிச் சுற்றுப்பயணம் மேற்கொண்டார். கலைஞர் போட்டியிட்ட குளித்தலைத் தொகுதிக்கு மூன்று முறை வந்து பிரசாரம் செய்தார் என்.எஸ்.கிருஷ்ணன். அந்தத் தேர்தலில் திமுக பதினைந்து இடங்களில் வெற்றி பெற்றது. அண்ணா, கருணாநிதி, அன்பழகன் உள்ளிட்டோர் அந்தப் பதினைந்து பேரில் இடம்பெற்றிருந்தனர்.

தேர்தல் அரசியலுக்கு முதன்முறையாக வந்திருந்த திமுகவுக்கு இத்தனை பெரிய வெற்றி கிடைக்கும் என்று யாருமே எதிர் பார்க்கவில்லை. பலம் பொருந்திய காங்கிரஸ் வேட்பாளர்களை திமுக தோற்கடித்திருந்தது எம்.ஜி.ஆரை யோசிக்கவைத்தது. காற்று வீசும் திசை எதுவென்று புரிந்துவிட்டது அவருக்கு. போதாக்குறைக்கு என்.எஸ்.கிருஷ்ணன் திடீரென மரணம் அடைந்துவிட்டார்.

வெற்றிடம்.

நிரப்பப்போவது யார்?

5. மத்திய சிறையில்...

நான் விரும்பும் நட்சத்திரம்.

ஜூன் 10, 1957 குமுதம் இதழில் வெளியான வாசகர் போட்டியின் பெயர் இதுதான். வெள்ளித் திரையில் மோதிக் கொண்டிருந்த எம்.ஜி.ஆரையும் சிவாஜியையும் ஒப்பீட்டு ஆய்வு செய்யுமாறு வாசகர்களுக்கும் ரசிகர்களுக்கும் அழைப்பு விடுத்தது அந்தப் போட்டி. இரண்டு நட்சத்திரங்களுக்கும் உள்ள நடிப்புத்திறனை ஒப்பிட்டு, சீர்துக்கிப் பார்த்து தங்களுடைய கருத்தை எழுத வேண்டும் என்று அது கேட்டுக்கொண்டது.

உண்மையில் போட்டி அறிவிக்கப்படுவதற்கு சில நாள்கள்முன் குமுதம் சார்பாக பத்திரிகையாளர் நவீனன் எம்.ஜி.ஆரிடம் வந்து பேசினார். வேண்டவே வேண்டாம் என்று அடியோடு மறுத் திருந்தார் எம்.ஜி.ஆர். ஆனாலும் போட்டி அறிவிக்கப்பட்டது. உடனடியாக குமுதம் இதழுக்குத் தன்னுடைய கண்டனத்தை எழுத்து மூலமாகப் பதிவு செய்தார் எம்.ஜி.ஆர். அந்தக் கடிதம் 'நடிகன் குரல்' பத்திரிகையிலும் வெளியானது. அவர் எழுதிய கடிதத்திலிருந்து சில பகுதிகள்:

இதுவொரு அருவருக்கத்தக்க முயற்சி என்பதுடன், விரும்பத் தகாத சூழ்நிலையை உருவாக்கும் காரியமாகும் என்பதையும் தெரிவித்துக்கொள்கிறேன். தங்களுடைய பத்திரிகை வியா பாரத்துக்கு பத்திரிகை தர்மத்தைப் பலியிட வேண்டாம் என்பதை, நானும் ஒரு பத்திரிகைத் தொடர்புடையவன் என்ற முறையில் தெரிவித்துக்கொள்ள விரும்புகிறேன்.

தங்களுடைய இச்செயல் எந்த முறையில் பார்த்தாலும் கலைத்துறையில் ஈடுபட்டுள்ள எங்கட்கோ, கலைத்துறை ரசிகர்கட்கோ, பொதுவாகக் கலையுலகிற்கோ எவ்விதப் பயனையும் அளிக்காது என்பதுடன் வீண் விவாதங்கட்கும் தேவையற்ற கருத்துமோதல்கட்கும் இடம் ஏற்படுத்தி, நடிகர் கட்கும் ரசிகர்கட்கும் உள்ள நல்லுறவை நாசப்படுத்தி வீணான விரோத உணர்ச்சிகளை மேலோங்கச் செய்யும் என்பதையும் தெரிவித்துக்கொள்கிறேன்.

நண்பர் சிவாஜி கணேசன் அவர்களும் இதே கருத்தைத்தான் கொண்டுள்ளார் என்பதையும் தாங்கள் அறிந்திருப்பீர்கள் என்று நம்புகிறேன். தாங்கள் உடனடியாக இப்போட்டி முயற்சியைக் கைவிடுவதுதான் சிறந்த முறை என்பதையும் தெரிவித்துக்கொள்ள விரும்புகிறேன்'

சிவாஜி கணேசனும் தன்னுடைய கண்டனத்தைப் பதிவு செய்தார்.

எங்கள் இருவருக்கும் மனவருத்தம் ஏற்படாத வகையில் அபிப்ராயம் எழுத வேண்டுமென்ற கவனத்துடன் வாசகர் களுக்கு நீங்கள் என்னதான் அறிவுரை வழங்கியிருந்த போதிலும், அது எழுத்தளவில் நிற்கக்கூடியது என்றும், அனுபவத்திற்கு ஒவ்வாதது என்றும், மேலும் எங்கள் இருவருக்கும் இடையே வருந்தத்தக்க விளைவுகளையே வாசகர்களிடமிருந்து வரும் கட்டுரைகள் உண்டு பண்ணக் கூடும் என்றும் நான் நினைக்கிறேன்.

தென்னாட்டிலே தலைசிறந்த நடிகர்களுள் ஒருவரான எம்.ஜி.ஆர் அவர்கட்கும் எனக்கும் இடையே 'போட்டித் திட்டம்' ஏற்படுத்தி, வாசகர்களிடம் கருத்துக்கோரும் இம்முயற்சியை நான் அடியோடு வெறுக்கிறேன்.

போட்டித்திட்டம் கைவிடப்பட்டது. இது நடந்த ஆறாவது மாதத்தில் எம்.ஜி.ஆர் சிறை செல்ல வேண்டியிருந்தது.

இந்தி எதிர்ப்பு சிறுபிள்ளைத்தனமானது. பெரியார் பைத்தியக் காரர்.

தமிழ் மக்களின் தலைவரையும் தமிழர்களின் போராட்டத்தை யும் இப்படித்தான் விமரிசித்திருந்தார் பிரதமர் நேரு. திமுக

எம்.ஜி.ஆரும் எஸ்.எஸ்.ஆரும்

தலைவர்கள் மத்தியில் நெருப்பு பற்றிக்கொண்டது. நேருவுக்குக் கடும் கண்டனத்தைப் பதிவு செய்ய விரும்பினார் அண்ணா. 1958 ஜனவரியில் நேரு தமிழகம் வரும்போது தம் உணர்வுகளை வெளிப்படுத்தும் வகையில் நேருவுக்குக் கறுப்புக்கொடி காட்ட வேண்டும் என்று அறிவித்தார்.

சுதாரித்துக்கொண்ட காங்கிரஸ் அரசு, திமுகவின் முன்னணித் தலைவர்களை முதல்நாளே கைது செய்துவிட்டது. ஆனால் சினிமாக் கலைஞர்கள் எவரையும் கைது செய்யவில்லை. முக்கியமாக, எம்.ஜி.ஆர், எஸ்.எஸ்.ஆர் போன்றோர் வெளியில் இருந்தபடியே போராட்டத்துக்கான ஏற்பாடுகளை கவனித்துக் கொண்டனர்.

விடியற்காலை. எம்.ஜி.ஆர் வீட்டுக்கதவு தட்டப்பட்டது. கண்களைக் கசக்கியபடியே திறந்தார். எதிரே காவலர்கள். முன்னெச்சரிக்கையாகக் கைது செய்ய வந்திருந்தனர். குளித்துவிட்டுப் புறப்பட்டார். சைதாப்பேட்டை காவல்நிலையத்துக்கு அழைத்துச் சென்றனர். நாற்காலி கொடுத்து உட்காரச் சொன்னார்கள். பிறகு அவரவர் வேலையைப் பார்க்கப் போய்விட்டார்கள்.

அங்கிருந்த காவலர் ஒருவரிடம் மெல்ல பேச்சுக்கொடுத்தார் எம்.ஜி.ஆர். அடுத்து என்ன செய்யப்போகிறீர்கள்? மத்திய சிறைக்கா அல்லது வேறு எங்காவதா? மத்திய சிறை எப்படி இருக்கும்? கழிப்பிட வசதி உண்டா? நிறையக் கேள்விகள் கேட்டார் எம்.ஜி.ஆர். பதில்களும் வந்தன.

புறப்படலாம் என்றார்கள். போலீஸ் ஜீப் மத்திய சிறையை நோக்கி விரைந்தது. முதல் மாடி. முதல் வகுப்புச் சிறை. உள்ளே நுழைந்தார். காவலர்கள் புறப்பட்டுவிட்டனர். ஒட்டடைத் தெம்பில் உத்திரம் தொங்கிக்கொண்டிருந்தது. துருப்பிடித்த ஜன்னல் கம்பிகள். அழுக்கு தோய்ந்த தரை. இரண்டு மண் சட்டிகள். மூக்குக்குள் வலுவில் நுழைந்துகொண்டிருந்தது மூட்டைப்பூச்சி நாற்றம். திரும்பிப் பார்த்தார். அழுக்கு திணிக்கப்பட்டிருந்த மெத்தை.

வாசலில் யாரோ வருவது போலத் தெரிந்தது. எட்டிப்பார்த்தார். காவலர்கள் சகிதம் எஸ்.எஸ்.ஆர் வந்துகொண்டிருந்தார். இருவருக்கும் ஒரே அறை. மண் சட்டிகளைப் பார்த்ததுமே குமட்டியது எஸ்.எஸ்.ஆருக்கு. இங்கேயாவது நாம ரெண்டே

பேர்தான். மற்ற அறைகளை நினைச்சுப் பாருங்க என்றார் எம்.ஜி.ஆர். எஸ்.எஸ்.ஆருக்குப் பேச்சே வரவில்லை.

சரியாகப் பன்னிரண்டு மணிக்கு சாப்பாடு வந்தது. அலுமினியத் தட்டில் சாதம். அதன்மேல் கொஞ்சம் குழம்பு. ஓரத்தில் காய்கறி. சமாளித்துச் சாப்பிட்டு முடித்தனர். மண் பானையில் இருந்த தண்ணீரைத் தகரா டப்பாவைக் கொண்டு மொண்டு குடித்தார் எம்.ஜி.ஆர். பிறகு எஸ்.எஸ்.ஆர் தண்ணீர் குடித்தார்.

சில நிமிடங்கள் இருவரும் பேசினர். பிறகு புத்தகத்தில் மூழ்கி விட்டனர்.

நாலரை மணிக்குச் சாப்பாடு வந்தது. காபிக்கு பதிலாகவோ? இல்லை, அதுதான் இரவு சாப்பாடு என்றனர் காவலர்கள். ஆறு மணிக்குக் கதவைப் பூட்டிவிட்டார்கள். இரவு முழுக்க கொசுக் கடியுடன் கழிந்தது. விடிந்ததும் காலைக் கடன்களை முடித்து விட்டு வந்துவிட்டார் எம்.ஜி.ஆர். ஆனால் எஸ்.எஸ்.ஆர் திணறிப் போய்விட்டார்.

நிலைமையைப் புரிந்துகொண்ட எம்.ஜி.ஆர் ஒரு யோசனை சொன்னார். இனிமேல் சிறைச் சாப்பாடு வேண்டாம். நம்மைப் பார்க்க வருபவர்கள் கொடுக்கும் பழங்களைச் சாப்பிட்டுக் கொள்ளலாம். காலைப்பிரச்னை இருக்காது. தலையசைத்தார் எஸ்.எஸ்.ஆர்.

சிறையில் இருக்கும் மற்ற தலைவர்களைப் பார்ப்பதற்கு அனுமதி இருந்ததால் பகல் பொழுது சுலபமாகக் கழிந்தது. இரவு நேரத்தில்தான் இருளோடு போராட வேண்டியிருந்தது. ஐந்து நாள்கள் கழித்து விடுதலை செய்தார்கள். வித்தியாசமான அனுபவமாக இருந்தது எம்.ஜி.ஆருக்கு.

6. சிவாஜி கணேசன்

அரசிளங்குமரி. ஜுபிடர் பிலிம்ஸ் தயாரித்த இந்தப் படத்தில் மீண்டும் எம்.ஜி.ஆர் - கலைஞர் காம்பினேஷன். கிட்டத்தட்ட இந்தப் படம் நடித்துக்கொண்டிருந்த சமயத்தில்தான் எம்.ஜி.ஆர் புதிய படம் ஒன்றைத் தயாரித்துக் கொண்டிருந்தார். தொழில் நுட்ப விஷயங்கள் பலவற்றையும் கற்றுக்கொண்டிருந்ததால் தான் விரும்பிய படத்தை தன்னுடைய முழு ஆளுமையில் எடுக்கவேண்டும் என்பது எம்.ஜி.ஆரின் திட்டமாக இருந்தது.

நாடோடி மன்னன். எம்.ஜி.ஆர் தயாரித்த முதல் படம். இயக்குன ரும் அவரே. If I Were a King என்ற படம் சிறுவனாக இருந்த போது எம்.ஜி.ஆர் ரசித்துப் பார்த்த ஒன்று. கதை மனத்தில் பதிந் திருந்தது. அந்தக் கதைக்கு தமிழ்நாட்டு வாசனைத் திரவியங் களைத் தெளித்து புதிதாக ஒன்றைத் தயார் செய்திருந்தார். படத்துக்கு இரண்டு வசனகர்த்தாக்கள். கண்ணதாசன், ரவீந்திரன்.

நாட்டின் மன்னன், ஒரு நாடோடி இருவருக்கும் ஒரே மாதிரி உருவ அமைப்பு. அதன் காரணமாகவே நாட்டை ஆளும் வாய்ப்பு நாடோடிக்குக் கிடைக்கிறது. அவன் எப்படி மன்னனாக மாறுகிறான், எப்படியெல்லாம் ஆட்சி செய்ய விரும்புகிறான் என்பதுதான் கதை. படத்துக்கான ஆரம்ப விளம்பரத்தில் ஜெண்டாவின் கைதி என்ற ஆங்கிலக் கதையின் தழுவல் என்று அறிவித்தனர். ஆனால் படம் வெளியானபோது அந்த அறிவிப்பு இடம்பெறவில்லை.

சிவாஜி வீட்டில் விருந்து

நாயகியாக சரோஜாதேவி என்ற புதுமுகம் நடித்தார். படம் வெளியானது. காட்சி ஒன்றில் திமுகவின் கறுப்பு - சிவப்புக் கொடி தென்பட்டபோது தியேட்டரில் பலத்த கரகோஷம். (படம் பாதி கறுப்பு வெள்ளை. மீதி கலர்) படம் பிரும்மாண்ட மான வெற்றியைப் பெற்றது.

திமுக சார்பில் மதுரையில் பாராட்டு விழாவுக்கு ஏற்பாடு செய்யப்பட்டது. உபயம்: மதுரை முத்து. அலங்கார ரதம். தங்கவாள். மேடை போட்டுப் பாராட்டு என்று விழா களை கட்டியது. திமுகவின் முக்கியத் தலைவர்களான நெடுஞ் செழியன், கண்ணதாசன், டி. வி. நாராயணசாமி, எஸ்.எஸ். ராஜேந்திரன் என்று பலரும் கலந்துகொண்டனர்.

●

எம்.ஜி.ஆர் ஒரு துருவம் என்றால் சிவாஜி கணேசன் இன்னொரு துருவம். படத்தின் கதைத் தேர்வில் இருந்து காட்சியமைப்புகள் வரை இருவருமே எதிரெதிர் முகாமில்தான் இருப்பார்கள். இவர் ஒரு படத்தில் வித்தியாசமாக ஏதேனும் செய்தால் அவர் தனது படத்தில் அதற்கு பதில் கொடுக்கும் வகையில் ஏதேனும் செய்வார்.

1959-ல் சிவாஜி கணேசன் நடித்த வெற்றிப்படம் வீரபாண்டிய கட்டபொம்மன். சிவாஜியையும் கட்டபொம்மனையும் அடுத்த பல தலைமுறைகளுக்குக் கொண்டுசென்ற படம். தமிழ் மக்களுக்கு நெருக்கமான வரலாற்றுக் கதையை அடிப்படையாக வைத்து சிவாஜி பெற்ற வெற்றி எம்.ஜி.ஆரை யோசிக்க வைத்தது. ஏதேனும் செய்யவேண்டும். அதுவும் உடனே.

கண்ணதாசனை வரவழைத்தார். பேசினார். உடனடியாகப் புதிய படத்துக்கான விளம்பரம் தயாரானது.

வெகு வேகமாகத் தயாராகிறது!

புதிய கதை! புரட்சி நடை!

பொங்கி எழுந்த சிங்க மறவர்

புகழ் பாடும் காவியம்!

புரட்சி நடிகர் எம்.ஜி.ஆர் நடிக்கும்

ஊமையன் கோட்டை

இது ஊமைத்துரை கதை!

கண்ணதாசன் தயாரிப்பு!

இயக்குனர் யார்? கதாநாயகி யார்? எதுவும் முடிவு செய்யப்படவில்லை. விளம்பரம் பட்டையைக் கிளப்பியது. ஆனால் ஏனோ கதை விவாதத்தோடு ஊமையன்கோட்டை தகர்ந்துவிட்டது.

உண்மையில் எம்.ஜி.ஆருக்கு சிவாஜியின் வெற்றி மலைப்பை ஏற்படுத்தியிருந்தது. சிவாஜி பராசக்தியில் நடிக்க வந்தபோது எம்.ஜி.ஆர் உச்சத்தில் இருந்தார். ஆனால் இன்று சிவாஜியோ தொடர் வெற்றிகளால் விஸ்வரூபம் எடுத்திருந்தார். எம்.ஜி.ஆருக்குப் படுத்தால் தூக்கம் வரவில்லை. கனவிலும்கூட சிவாஜி கணேசன் வந்துகொண்டிருந்தார்.

மேக் அப் அறை ஒன்றில் இதுபற்றிச் சிந்தித்துக் கொண்டிருந்த போது இராம. அரங்கண்ணல் எம்.ஜி.ஆரைப் பார்ப்பதற்காக வந்தார்.

இருவரும் சிவாஜி பற்றியும் அவருடைய தொடர்வெற்றிகள் பற்றியும் பேசினர்.

'முதலாளி, ஐந்தாண்டுத் திட்டம் ஒண்ணு போட்டிருக்கேன். இன்னிக்கு கணேசனை வச்சுப் படம் எடுக்கற அத்தனை பேரையும் என் பக்கம் வரும்படிச் செய்யப்போறேன்.'

உண்மையில் எம்.ஜி.ஆரின் கோபத்துக்கு சிவாஜியின் வெற்றிகள் மட்டும் காரணம் அல்ல. அதன் பின்னணியில் ஒரு முக்கிய உரசல் சம்பவமும் இருந்தது. அது சிவாஜி கணேசனின் திருமண விழா. பந்தி நடந்துகொண்டிருந்தது.

வந்தவர்களை நலம் விசாரிக்க கல்யாண மாப்பிள்ளை சிவாஜி வந்தார். எல்லோருக்கும் வணக்கம் சொன்னார். எம்.ஜி.ஆரைப் பார்த்ததும் உற்சாக மிகுதியில் ஒரு கேள்வியைக் கேட்டுவைத்தார். 'அண்ணே, நீங்க கத்தியை எடுத்தா அதைக் கைத்தட்டி ரசிக்க மக்கள் இருக்கறப்போ, சூட்டு கோட்டெல்லாம் போட்டுகிட்டு ஏண்ணே நடிக்கறீங்க?'

எம்.ஜி.ஆருக்கு அந்தமான் கைதியும் அதன் தோல்வியும் நினைவுக்கு வந்தது. தன்னை சிவாஜி கணேசன் அவமதிக்கிறார்

என்று நினைத்துக்கொண்டார் எம்.ஜி.ஆர். ஐந்தாண்டுத் திட்டம் உருவாக ஆரம்பித்தது அப்போதுதான்.

எம்.ஜி.ஆர் தான் நினைத்ததைச் சாதிக்கவும் செய்தார். சிவாஜியை வைத்துப் பல வெற்றிப்படங்களைக் கொடுத்த சரவணா பிலிம்ஸ் ஜி.என்.வேலுமணி, பி.ஆர். பந்துலு, டி.ஆர். ராமண்ணா போன்ற பெரிய இயக்குனர்களை எல்லாம் தன்பக்கம் திருப்பினார். விளைவு, பணத்தோட்டம், படகோட்டி, சந்திரோதயம், கலங்கரை விளக்கம், ஆயிரத்தில் ஒருவன், தேடி வந்த மாப்பிள்ளை, ரகசிய போலீஸ் 115, பறக்கும் பாவை போன்ற வெற்றிகள் எம்.ஜி.ஆரின் கணக்கில் சேர்ந்துகொண்டன.

ஜனவரி 1961. வேலூரில் திமுக செயற்குழு கூடியிருந்தது. கட்சியின் அனைத்து முக்கியத் தலைவர்களும் கலந்துகொண்டனர். எம்.ஜி.ஆரும் சென்றிருந்தார். கட்சியின் அதிகாரப்பகிர்வு தொடர்பான விதிமுறைகளில் சில முக்கியத் திருத்தங்கள் கொண்டுவருவது தொடர்பாகப் பேசுவதற்காக 21 ஜனவரி 1961-ல் செயற்குழு கூடியது.

ஈ.வெ.கி. சம்பத், கண்ணதாசன் உள்ளிட்டோர் பரிந்துரை செய்த திருத்தங்கள் பொதுச் செயலரான அண்ணாவின் அதிகாரத்தைக் குறைக்கும் வகையிலும் அவைத்தலைவரான சம்பத்துக்கு அதிக அதிகாரத்தை வழங்கும் வகையிலும் இருந்தன. முக்கியமாக, பொருளாளர் பதவி வெறும் கணக்கர் பதவிபோல மாற்றம் செய்யப்பட்டது. அப்போது பொருளாளர் பொறுப்பில் இருந்தவர் கருணாநிதி.

செயற்குழு கூடியபோது எம்.ஜி.ஆரும் எஸ்.எஸ்.ஆரும் செயற் குழு அறைக்கு அருகே இருந்த அறை ஒன்றில் அமர்ந்திருந்தனர். செயற்குழுவில் மதுரை முத்து பேசும்போது கண்ணதாசனைப் பற்றி ஏதோ சொல்ல, அதற்கு அவைத்தலைவர் சம்பத் அனுமதி மறுத்தார். சபையில் இல்லாத நபரைப் பற்றிப் பேசக்கூடாது என்றார். சட்டமன்றத்திலும் நாடாளுமன்றத்திலும்தான் அந்த விதி பொருந்தும் என்று சொன்னார் பேராசிரியர் அன்பழகன். ஆனாலும் முத்து பேசினார்.

சம்பத்துக்கு ஆத்திரம் வந்துவிட்டது. வாருங்கள். பொதுக் குழுவுக்குப் போகலாம் என்று புறப்பட்டார். அதற்குள் அந்த அறையில் ஒரே அமளி. கூச்சல். பக்கத்து அறையில் இருந்த

எம்.ஜி.ஆரும் எஸ்.எஸ்.ஆரும் செயற்குழு நடக்கும் அறைக்கு ஓடிவந்தனர். சண்டையும் சச்சரவும் தொடர்ந்தது. எதையும் பேசித் தீர்த்துக்கொள்ளலாம் என்று அண்ணா சொன்னபிறகே அமளி அடங்கியது.

கட்சி, கலை என்று இரட்டைக்குதிரை சவாரி செய்துகொண்டு இருந்தார் எம்.ஜி.ஆர். பொதுவாக எல்லோரும் தடுமாறும் இடம் இதுதான். ஆனால் சவாரியை லாகவமாகச் செய்யக் கற்றுக்கொண்டிருந்தார் எம்.ஜி.ஆர். அதன்பிறகு மன்னாதி மன்னனும் அரசிளங்குமரியும் வந்தார்கள். சென்றார்கள். மீண்டும் ஒரு அபார வெற்றிக்காகக் காத்திருந்தார் எம்.ஜி.ஆர்.

ப. நீலகண்டன் இயக்கத்தில் வரும் 'திருடாதே' அதைச் சாத்தியப் படுத்தும் என்ற எதிர்பார்ப்பு இருந்தது. அப்போது எம்.ஜி. ஆருக்குச் சொந்தமான நாடக மன்றத்தால் 'இன்பக் கனவு' என்ற நாடகம் நடத்தப்பட்டு வந்தது. தஞ்சை மாவட்டம் சீர்காழியில் நாடகம் ஏற்பாடாகியிருந்தது. அதில் ஒரு சண்டைக்காட்சி. குண்டுமணி, மாணிக்கம் என்ற இரண்டு நடிகர்களுடன் எம்.ஜி.ஆர் மோதவேண்டும்.

மாணிக்கம் தாக்க வரும்போது அவரைத் திருப்பித்தாக்கி கீழே வீழ்த்தினார். அடுத்து, வியர்க்க விறுவிறுக்க ஓடிவந்தார் குண்டு மணி. 250 பவுண்டு எடை கொண்ட மனிதர். எம்.ஜி.ஆர் அவரை அப்படியே அலேக்காகத் தூக்க எத்தனித்தார். தூக்கிவிட்டார். பின்னால் ஒரு அடி எடுத்துவைத்தார். கால் இடறியது. வியர்வை வழுக்கியது. பிடி நழுவியது. மெல்லத் தரையில் அமர்ந்த எம்.ஜி.ஆர் குண்டுமணியைக் கீழே தள்ளினார். கீழே விழுந்தவர் எம்.ஜி.ஆரின் இடது காலில் விழுந்துவிட்டார். மடார். கால் எலும்பு முறிந்துவிட்டது எம்.ஜி.ஆருக்கு.

நிலைமை மோசமாகிவிட்டதை எம்.ஜி.ஆர் உணர்ந்தார். கையைத் தரையில் ஊன்றி எழுந்திருக்க முயன்றார். முடியவில்லை. சைகை காட்டினார். திரை போடப்பட்டது.

உடனடியாக காரில் ஏற்றப்பட்டார். வண்டி சென்னையை நோக்கி விரைந்தது. சிகிச்சைக்காக மருத்துவமனையில் அனுமதிக்கப் பட்டார். குணமாவதற்குக் காலம் பிடிக்கும் என்று சொல்லி விட்டார் மருத்துவர். போச்சுடா என்று இருந்தது எம்.ஜி.ஆருக்கு. 'திருடாதே' தொங்கலில் சிக்கிக்கொண்டது.

எம்.ஜி.ஆர் அந்தப் படத்தை நம்பிக்கை நட்சத்திரம் என்று கருதினார். உடல் குணமானதும் விரைந்து படத்தை முடித்துத் தருகிறேன் என்று சொன்னார். ஆனால், வீட்டில் பலநாள்கள் ஓய்வெடுக்க வேண்டியிருந்தது. அந்தச் சமயத்தில் எம்.ஜி.ஆரின் குடும்ப வாழ்க்கையில் முக்கியமான மாற்றம் ஒன்று நிகழ்ந்தது.

தனிக்குடித்தனம் வசித்துக்கொண்டிருந்த ஜானகி இப்போது சதானந்தவதி இருந்த வீட்டுக்கே வந்துவிட்டார். இருவரும் சேர்ந்து எம்.ஜி.ஆரைக் கவனித்துக்கொண்டார்கள். மெல்ல மெல்ல உடல் தேறிவந்தது. சொன்னபடியே உடல் கொஞ்சம் தேறியதும் படப்பிடிப்புக்கு வந்தார் எம்.ஜி.ஆர். ஆனால் நாயகி சரோஜா தேவி வரவில்லை.

படம் தொடங்கியபோது சரோஜா தேவி புதுமுகம். ஆனால் இப்போது அவர் பிரபலம். கைவசம் பல படங்கள். கால்ஷீட் டைரி பிதுங்கி வழிந்தது. காத்திருப்பதைத் தவிர வேறு வழி யில்லை என்ற நிலை எம்.ஜி.ஆருக்கு. காத்திருந்தார். பகல் முழுவதும் மற்ற படங்களுக்காக வேலைசெய்துவிட்டு, மாலை ஆறு மணிக்கு திருடாதே தளத்துக்கு வருவார் சரோஜா தேவி.

வந்ததும் எம்.ஜி.ஆர் - சரோஜா தேவி தொடர்பான காட்சிகள் எடுக்கப்படும். அங்குலம் அங்குலமாகப் படம் வளர்ந்தது. இனி எம்.ஜி.ஆரால் நடிக்கவே முடியாது என்று உலவிக் கொண் டிருந்த வதந்திகளை எல்லாம் ஓட ஓட விரட்டவேண்டும் என்று அவர் நினைத்தார். சிறப்பு சண்டைக் காட்சிகள் எல்லாம் ஏற்பாடு செய்யப்பட்டன. படம் வெளியானது. வெற்றி. அபார வெற்றி. மீண்டும் கோடம்பாக்கத்தில் எம்.ஜி.ஆர் கொடி பறக்க விடப்பட்டது.

அப்போதுதான் நகைச்சுவை நடிகர் சந்திரபாபு 'மாடி வீட்டு ஏழை'யைத் தொடங்கியிருந்தார். ஹீரோ எம்.ஜி.ஆர். கதாநாயகி சாவித்திரி. பூஜை தினத்தன்றே பிரச்னை ஆரம்பித்துவிட்டது. எல்லோரும் தயாராக இருந்தபோது எம்.ஜி.ஆர் மட்டும் வரவில்லை. இன்னொரு பூஜையில் கலந்துகொண்டதாகக் காரணம் சொன்னார் எம்.ஜி.ஆர். பூஜை முடிந்தது. இரண்டு நாள் படப்பிடிப்புகளும் முடிந்தன.

அடுத்தகட்டப் படப்பிடிப்புக்குத் தேதி கேட்டுக் காத்திருந்தார் சந்திரபாபு. அரசியல் வேலை அதிகம் இருந்ததால் எம்.ஜி.ஆர்

தேதி எதையும் திட்டவட்டமாகச் சொல்லவில்லை. மற்ற காட்சிகளை எடுப்பதற்குப் பணம் செலவழிந்துகொண்டு இருந்தது. ஆனால் எம்.ஜி.ஆர் தேதி மட்டும் இழுபறியாகவே இருந்தது. விளைவு, சந்திரபாபுவுக்குத் தலைவலி தொடங்கி விட்டது. திரும்பத் திரும்பக் கேட்டார். இறுதியில் சக்கரபாணி யைப் பாருங்கள் என்று சொல்லிவிட்டார் எம்.ஜி.ஆர்.

சக்கரபாணியைச் சந்தித்தபோது அவரும் பிடிகொடுக்கவில்லை. வார்த்தைகள் தடித்தன. கைகலப்பு ஆகிவிட்டது. அத்தோடு முடிந்தது 'மாடி வீட்டு ஏழை'யின் கதை. சந்திரபாபுவின் கதையும்கூட. பண நஷ்டம். மனக்கஷ்டம். எல்லாம் சேர்ந்து சந்திரபாபுவை உருக்கிவிட்டது. தனக்கு ஏற்பட்ட சோகங்களை ஃபிலிமாலயாவில் தொடராக எழுதினார் சந்திரபாபு. எம்.ஜி.ஆர் ரசிகர்களை அந்தத் தொடர் கொந்தளிக்கச் செய்தது. 'என்றாவது ஒருநாள் சந்திரபாபு வணங்கும் இயேசுநாதர் அவருக்கு அறிவுரை கூறுவார்' என்று தனது ரசிகர்களை அமைதிப்படுத்தி னார் எம்.ஜி.ஆர்.

தமிழ்நாட்டில் தேர்தல் வாடை அடிக்கத் தொடங்கியது. 1962 பொதுத் தேர்தலில் போட்டியிட திமுக தயாராகிக் கொண் டிருந்தது. பிரசாரத்தில் ஈடுபடவேண்டும் என்ற ஆர்வம் எம்.ஜி.ஆருக்கு அதிகரித்திருந்தது. அப்போது அவருக்கு இருந்த ஒரே தடை, அவருடைய மனைவி சதானந்தவதியின் மோசமான உடல்நிலைதான். ஆனாலும் திட்டத்தில் மாற்ற மில்லை என்று கிளம்பிவிட்டார்.

வழியில் எம்.ஜி.ஆருக்கு ஒரு தகவல் வந்தது. 'கொள்ளைக்காரன் மம்பட்டியானை வைத்து உங்களைக் கொல்லத் திட்டம் தீட்டப்பட்டுள்ளது. எச்சரிக்கையாக இருக்கவும்.'

தகவல் அனுப்பியவர்கள் திமுக தொண்டர்கள். முடிந்தால் கொல்லட்டும் என்று எம்.ஜி.ஆர் சேலம் சென்றார். அங்கிருந்து தேனி சென்று எஸ்.எஸ். ராஜேந்திரனுக்கு ஆதரவு திரட்டினார். தஞ்சாவூர் சென்று கருணாநிதிக்காகப் பிரசாரம் செய்தார். இடைப்பட்ட சமயத்தில் சதானந்தவதி ஆபத்தான கட்டத்தில் இருக்கிறார் என்ற செய்தி எம்.ஜி.ஆரை பயமுறுத்தியது. பிறகு அண்ணாவுக்காக காஞ்சிபுரத்திலும் பிரசாரம் செய்தார்.

பம்பரமாக சுழல்கிறார் என்பது அண்ணா உள்ளிட்ட திமுக தலைவர்கள் அனைவரையும் சந்தோஷப்பட வைத்தது. தேர்தல்

முடிவுகள் திமுகவின் சக்தியை உயர்த்திப் பிடித்தன. கடந்த தேர்தலில் வெறும் பதினைந்து தொகுதிகளையே கைப்பற்றி யிருந்த திமுக இந்தமுறை ஐம்பது இடங்களைக் கைப்பற்றி யிருந்தது.

வெற்றிக் கொண்டாட்டத்தில் எம்.ஜி.ஆர் பங்கேற்க முடிய வில்லை. வாக்கெடுப்பு முடிந்த சமயத்தில் சதானந்தவதி மரணம் அடைந்திருந்தார்.

கழகத்தின் வெற்றிக்காக எம்.ஜி.ஆர் காட்டிய அக்கறை, செலுத்திய ஆர்வம், உழைத்த உழைப்பு, எல்லாவற்றையும் மனத்தில் குறித்துக்கொண்டார் அண்ணா. திராவிட முன்னேற்றக் கழகத்தின் எதிர்கால பிரசார பீரங்கி என்று திமுக தலைவர்களால் எம்.ஜி.ஆர் அடையாளம் காணப்பட்டது அதன்பிறகுதான்!

7. வேண்டாம் உதயசூரியன்

நல்லவர். வல்லவர். மாவீரன். சிரஞ்சீவி. இப்படித்தான் எம்.ஜி.ஆரை ரசிகர்கள் நினைத்தனர். அப்படித்தான் திரையிலும் வரவேண்டும் என்று விரும்பினர். இதைப் புரியவைத்த படம், 'பாசம்'. மீண்டும் டி.ஆர். ராமண்ணா இயக்கத்தில். நல்ல கதை. காட்சி அமைப்புகள் எல்லாம் ரசிகர்கள் விரும்பியபடி இருந்தன. பிரச்னை கிளைமாக்ஸில்தான்.

நாயகன் இறுதியாக மரணம் அடைந்துவிடுவான். தியேட்டர்கள் அனைத்தும் துக்கவீடாக மாறின. அது எப்படி எங்கள் தலைவரைக் கொல்லலாம்? ஏற்க மறுத்துவிட்டனர். ராமண்ணா எடுத்த படத்துக்கு ரசிகர்கள் கொடுத்த பாடம் அது. ராமண்ணாவைப்போல பல இயக்குனர்களும் எம்.ஜி.ஆர் ரசிகர்களின் கண்ணோட்டத்தைப் புரிந்துகொண்டனர்.

எம்.ஜி.ஆருக்காகக் கதை விவாதத்தில் ஈடுபடும் ஒவ்வொருவரும் தங்கள் நாயகனுக்கான குணாதிசயங்களை வரையறுக்கத் தொடங்கினர். நீதி. நேர்மை. வீரம். இந்த வாசனைதவிர வேறு எதுவும் அவருடைய கேரக்டரில் வீசிவிடக்கூடாது என்பதில் தெளிவாக இருந்தனர். எம்.ஜி.ஆரும், அவர்களுக்கு உதவும் சாக்கில் தனக்கென்று ஒரு சூத்திரத்தை, ஒரு ஃபார்முலாவை உருவாக்கினார்.

அது என்ன எம்.ஜி.ஆர் சூத்திரம்?

மது அருந்துவது போல ஒரு காட்சியும் வரக்கூடாது. சூதாட்டம் இடம்பெறலாம். ஆனால் எம்.ஜி.ஆர் அங்கே இருக்கமாட்டார். ஏழைகள் என்றால் துள்ளிக் குதித்து ஓடிவந்து உதவி செய்வார். வயதானவர்களிடம் வாஞ்சையுடன் நடந்துகொள்வார். பெண் ணுடைய கற்புக்கு உலகின் எந்த மூலையில் பாதிப்பு ஏற்படப் போகிறது என்றாலும் அங்கே உடனடியாக வந்து நின்று, அந்தப் பெண்ணைக் காப்பாற்றுவார். வில்லனை அடித்துத் துவைப்பார். எந்த இடத்திலும் நீதிக்குப் புறம்பாகச் செயல்படமாட்டார். நாயகியைத் தேடி ஓடமாட்டார். பாடமாட்டார். ஆனால் நாயகி இவரைச் சுற்றிச்சுற்றி வந்து காதலிக்கவேண்டும். ஆபாசம் என்பது கனவுக்காட்சியின்போது மட்டுமே அனுமதி. மற்றபடி கண்ணியத்துக்குரிய கதாநாயகன்.

எம்.ஜி.ஆர் நடிக்கும் படங்களில், நாயகனுக்கான குணங்கள் மேலே இருக்கும் பட்டியலில் இருந்தே தேர்வுசெய்யப்படும். இதை அப்படியே பயன்படுத்தலாம். கொஞ்சம் மேம்படுத்தியும் பயன்படுத்தலாம். வெற்றி உறுதி. சூத்திரத்தில் இருந்து கொஞ்சம் விலகினாலும் படம் விழுந்துவிடும்.

மனத்துக்குள் வியூகம் வகுக்கத் தொடங்கினார் எம்.ஜி.ஆர். நேரே சின்னப்பா தேவரைச் சந்தித்தார். பரஸ்பரம் விசாரித்துக் கொண்டனர். படம் எடுங்கள். நடிக்கிறேன். நேரடியாக எம்.ஜி.ஆரே விஷயத்துக்கு வந்தார். காற்றில் மிதப்பது போல இருந்தது தேவருக்கு. என்னடா இது. இந்த மனுஷனைப் புரிஞ்சுக்கவே முடியலையே. இருவரும் ராமாவரம் தோட்டத் துக்குப் புறப்பட்டனர்.

ஜெயிக்கறோம் என்றார் எம்.ஜி.ஆர். எல்லாம் உங்கள் கால்ஷீட்டில்தான் இருக்கிறது என்று சிரித்தார் தேவர். அந்தச் சிரிப்பு எம்.ஜி.ஆருக்குக் கடந்த காலத்தை நினைவூட்டியது. எம்.ஜி.ஆர் ஆட்டத்தின் அடுத்த காயை நகர்த்தினார்.

'படத்துல நடிக்கிறேன். ஆனா ஒரேயொரு உத்தரவாதம் தரணும். இனிமே தேவர் பிலிம்ஸ்ல ஒண்ணு நான் நாயகன். இல்லன்னா வேற யாராவது. ஆனா தம்பி கணேசன் வேண்டாம். புரியுதுங்களா?'

தேவருக்கு பதில் சொல்லமுடியவில்லை. தர்மசங்கடத்தில் நெளிந்தார். ஆனால் துணிச்சலாக முடிவெடுத்தார். 'ஆகட்டும்

முருகா!' சத்தியம் செய்தார் தேவர். சாதித்து முடித்தார் எம்.ஜி.ஆர். 'தாய் சொல்லைத் தட்டாதே' நல்ல வசூலைக் கொடுத்தது. மீண்டும் படம் பண்ணலாம் என்று சொன்னார் எம்.ஜி.ஆர். மீண்டும் பணம் பண்ணலாம் என்பதுபோல காதில் விழுந்தது தேவருக்கு.

'தாயைக் காத்த தனயன்' வெளியானது. நூறுநாள். 'குடும்பத் தலைவ'னும் நூறு நாள் ஓடியது. தேவரும் எம்.ஜி.ஆரும் சேர்ந்து ஹாட்ரிக் அடித்திருந்தார்கள். அதே மகிழ்ச்சியில் 'வேட்டைக் காரன்' படத்தையும் தேவருக்காக ஒப்புக்கொண்டார். எம்.ஜி.ஆர் - சாவித்திரி ஜோடி. கௌபாய் கேரக்டரில் நடித்தார் எம்.ஜி.ஆர். படம் அபார வெற்றி. வேட்டைக்காரன் ரசிகர்களின் உள்ளத்தை வேட்டையாடியிருந்தான்.

தொடக்க காலத்தில் எம்.ஜி.ஆருக்கு வசனங்கள் கைகொடுத்தது போல, சமீபகாலமாக பாடல்கள் கைகொடுத்துக்கொண்டு இருந்தன. குறிப்பாக அந்தப் புதிய இளைஞரை எம்.ஜி. ஆருக்குப் பிடித்துப்போய்விட்டது. அவரிடம் ஏதோ ஒரு பொறி இருப்பதாக நினைத்தார். அழைத்தார். தனக்காக ஒரு பாடல் எழுதச்சொல்லிக் கேட்டார்.

'தெய்வத்தாய்' படத்துக்காக அந்த இளைஞர் பாடல் எழுதினார்.

மூன்றெழுத்தில் என் மூச்சிருக்கும்

அது முடிந்த பின்னாலும் என் பேச்சிருக்கும்

திமுக மூன்றெழுத்து. அண்ணா மூன்றெழுத்து. எம்.ஜி.ஆர் மூன்றெழுத்து. வாரி அணைத்துப் பாராட்டினார். அந்த இளைஞர், கவிஞர் வாலி. இனி என்னுடைய படங்களில் நீங்களே எழுதுங்கள் என்று சொல்லிவிட்டார்.

கலைத்துறையில் பெற்ற தொடர்வெற்றிகள் எம்.ஜி.ஆரின் தன்னம்பிக்கையை உச்சத்துக்குக் கொண்டுசென்றிருந்தது. அந்தத் தெம்பில் முக்கிய முடிவு ஒன்றை எடுத்தார். ஆம். 1962 தேர்தல் வெற்றிக்கு உழைத்த எம்.ஜி.ஆருக்குப் பரிசாக திமுக வழங்கியிருந்த மேலவை உறுப்பினர் பதவியை 1964 மார்ச் மாதத்தில் ராஜினாமா செய்வதாக அறிவித்தார் எம்.ஜி.ஆர்.

கட்சிக்குள் கடும் கொந்தளிப்பு. கட்சிக்குத் துரோகம் செய்து விட்டதாக முக்கியத் தலைவர்கள் எம்.ஜி.ஆர் மீது ஆத்திரப்

பாக்தாத் திருடன்

பட்டனர். கட்சிக்குள் எப்போதெல்லாம் பிரச்னை வருகிறதோ அப்போதெல்லாம் அண்ணாவின் பெருந்தன்மை அவற்றைச் சரிக்கட்டும். இந்தமுறை, இந்தி எதிர்ப்புப் போராட்டத்தில் கைதாகி அண்ணா சிறையில் இருந்தார். புரட்சி நடிகர் எம்.எல்.சி பதவியை ராஜினாமா செய்தாலும் கட்சிக்கும் அவருக்கும் இருக்கும் பந்தமும் பாசமும் அப்படியே இருக்கிறது என்று சிறை யில் இருந்தபடியே அண்ணா எழுதினார். பிறகு எம்.ஜி.ஆரும் அதை வழிமொழிந்தார்.

இத்தனை கூத்துகளும் நடப்பதற்குச் சில நாள்கள் முன்புதான் எம்.ஜி.ஆரின் 'என் கடமை' படம் வெளியாகியிருந்தது. நல்ல கூட்டம். ஆனால், எம்.ஜி.ஆர் ராஜினாமா செய்ததற்கு அடுத்த நாள், தியேட்டர் வரிசைகள் வற்றிப்போய்விட்டன.

எம்.ஜி.ஆரின் அடுத்த அதிரடி 1965 ஜூலையில் நடந்த காமராஜர் பிறந்த நாள் விழாவில் நடந்தேறியது. அது, 'பணக்கார குடும்பம்' படத்துக்கான ஷூட்டிங் ஸ்பாட். இயக்குனர், டி.ஆர். ராமண்ணா. ஸ்பாட்டுக்கு வந்த எம்.ஜி.ஆரின் கையில் ஒரு டேப் ரெக்கார்டர். ஆன் செய்தார். சமீபத்தில் நடந்த காமராஜர் பிறந்த நாள் விழாவில் எம்.ஜி.ஆர் பேசியது அதில் பதிவாகியிருந்தது. முக்கியமான பேச்சு அது.

67

'அண்ணா என்னுடைய வழிகாட்டி. ஆனால் தலைவர் காமராஜர்.'

இதுதான் எம்.ஜி.ஆர் பேசியதன் சாரம். எதற்காக இப்படிப் பேசவேண்டும்? அண்ணா ஆத்திரப்பட மாட்டார். சரி. ஆனால் மற்ற தலைவர்கள்? தொண்டர்கள்? பொங்கி எழுந்துவிடு வார்களே. எழட்டும் என்றுதான் எம்.ஜி.ஆர் நினைத்தார். ஏதோ ஒரு கணக்கு இருந்தது. இல்லாவிட்டால் பேச்சைப் பதிவு செய்யவேண்டிய அவசியம் இல்லை. அதை எல்லோரிடமும் போட்டுக்காட்ட தேவையும் இல்லை.

என்ன ஆயிற்று இவருக்கு? எல்லோருமே குழம்பியிருந்தனர். திமுகவின் இரண்டாம் நிலைத் தலைவர்கள் எம்.ஜி.ஆர் மீது நேரடியாகவே ஆத்திரத்தை உமிழ்ந்தனர். எஸ்.எஸ்.ஆர் எதிர்ப்பு அறிக்கை வெளியிட்டார். துரோகம் செய்துவிட்டார் என்றனர்.

முக்கியமாக மதுரை முத்துவின் அறிக்கை கொஞ்சம் காட்ட மாகவே இருந்தது. எம்.ஜி.ஆரைக் கோழை என்றும் பணத்துக்கு ஆசைப்பட்டு கட்சி மாறப் பார்க்கிறார் என்றும் விமரிசித்தது அவருடைய அறிக்கை.

உடனடியாக எம்.ஜி.ஆரிடம் இருந்து பதில் வந்தது.

'காமராஜரை நான் பாராட்டியதால் கோழை என்றும் வாய்ப்பும் வசதியும் தேடிக்கொள்ள இப்படிப் பாராட்டு வதாகவும் ஒருவர் பேசியிருக்கிறார். அவரும் நமது கழகத்தைச் சேர்ந்தவர்தான். அவர் பெயரை நான் இங்கு சொல்ல விரும்பவில்லை. சொன்னால் நமக்குத்தான் தலைக் குனிவு ஏற்படும். நான் சினிமா உலகில் உச்சக்கம்பத்தில் இருப்பதாக எல்லோருமே சொல்கிறார்கள். அப்படிப்பட்ட செல்வாக்கில் உள்ள நான் இனிமேல் இன்னும் என்ன வாய்ப்பு வசதியைத் தேடிக்கொள்ளப் போகிறேன்? சேர்த்த பணத்தை எல்லாம் பொதுப்பணியில் செலவழித்துக் கொண் டிருக்கிற நான் இன்னும் எதற்காகப் பணம் சேர்க்கப் போகிறேன்? இங்கே உள்ள வேலைகளைச் செய்யவே நேரமில்லாத நான் இன்னொரு இடத்தில் போய் என்ன செய்யப்போகிறேன்?'

வெறும் அறிக்கையோடு நிறுத்திக்கொள்வதில் எம்.ஜி.ஆருக்கு விருப்பமில்லை. ஏனென்றால் கண்டனக் கணைகளை விடுத்தது

மதுரை முத்து மட்டுமல்ல; பல பேர். அவர்களுக்குப் பின்னால் கலைஞர் உள்ளிட்ட மூத்த தலைவர்களின் பங்களிப்பு இருப்ப தாக எம்.ஜி.ஆர் நினைத்தார். எல்லாவற்றுக்கும் சேர்த்துவைத்து பதில் கொடுக்கவிரும்பினார்.

திடீரென ராமாவரம் தோட்டத்தில் பொதுக்கூட்டம் ஒன்று ஏற்பாடு செய்யப்பட்டது. சமீபத்தில் நடந்த கிருஷ்ணாம் பேட்டை தீவிபத்தில் பாதிக்கப்பட்டவர்களுக்கு நிதியுதவி செய்ததற்காக எம்.ஜி.ஆருக்கு பாராட்டுக்கூட்டம் என்று அறிவிக்கப்பட்டது. அதில் எம்.ஜி.ஆர் கலந்துகொண்டார். அவருக்கு முன்னால் பேசியவர்கள் திமுகவுக்கு எம்.ஜி.ஆர் செய்த நன்மைகளையும் எம்.ஜி.ஆருடைய உழைப்பையும் பற்றிப் பேசினார். தனக்கான நேரம் வந்ததும் எழுந்தார் எம்.ஜி.ஆர்.

'இந்தக்கூட்டம் என்னைப் பாராட்டுவதற்காக ஏற்பாடு செய்யப்பட்ட கூட்டமாகத் தெரியவில்லை. ஏதோ நான் செய்யத் தகாத குற்றங்களைச் செய்துவிட்டது போலவும் அதற்காக என்னை இங்கே கொண்டுவந்து நிறுத்திவைத்து, 'இவர் நல்லவர்' என்று மக்களை நம்ப வைப்பதற்காக ஏற்பாடு செய்யப்பட்ட கூட்டம் போல இருக்கிறது.

இத்தனைக் காலமாக - பல வருஷ காலமாக திமுகழகத்தில் இருந்து பாடுபட்ட எனக்குக் கழகம் அளித்த பரிசு இதுதானா என்று நினைக்கும்போது... சே... அதை ஏன் நினைக்க வேண்டும்?

எனக்கு முன் பேசிய நண்பர்கள் பலரும் என்னைப் பற்றிப் பேசிய பேச்சுகள் உண்மையிலேயே எனக்கு மகிழ்ச்சி தருவ தாக இல்லை. வேதனை அளிப்பதாகவே இருந்தன. எனது பணிகளை அறிமுகப்படுத்திவைப்பது போல அவர்கள் பேசினார்கள். பத்து வருஷத்துக்கும் மேலாக கழகத்தில் தொண்டாற்றிய ராமச்சந்திரனை அறிமுகம் செய்துவைக்க வேண்டிய வெட்கங்கெட்ட நிலை வரலாமா?

ஈரோடு சின்னச்சாமி இங்கே பேசினார். இவர் சமீபத்தில் கழகத்துக்கு வந்தவர். அதுவும் என் முயற்சியால் கழகத்தில் சேர்க்கப்பட்டவர். அப்படிப்பட்ட சின்னச்சாமி என்னை அறிமுகப்படுத்தி வைப்பது போல இங்கே பேசினார். அவர்

என்னைப்பற்றி உங்களிடம் சிபாரிசு செய்வதுபோல பேச வேண்டிய நிலைமை ஏற்பட்டது ஏன்?

திமுகழகத் தொண்டனான நான் அண்ணாவை அரசியல் வழிகாட்டியாகக் கொண்ட நான் காமராசரை என் தலைவர் என்று சொல்லிவிட்டேனாம்!

உடனே எம்.ஜி.ஆர் காங்கிரஸுக்குப் போய்விடுவார் என்று சிலரும் காமராசரைப் பாராட்டும் எம்.ஜி.ஆருக்குக் கழகத்தில் என்ன வேலை என்று சிலரும் தப்புப் பிரசாரத்தில் இறங்கி விட்டார்கள்.

காமராசரை காலமெல்லாம் எதிர்த்து வருகிற நான், அவரது பிறந்த நாளன்று அவரது நல்ல குணங்களை எடுத்துச் சொல்லி பாராட்டியதாலேயே காமராசரை ஆதரிப்பவன் என்று பொருள் கொள்வதா?

அப்படியானால் அண்ணா சிறையில் இருந்தபோது கழக வெற்றிக்காக காமராசரை எதிர்த்து கடுமையாக வேலை செய்தேனே.. அப்போது சிறையிலிருந்த அண்ணாவின் விருப்பத்துக்கு விரோதமாக செயல்பட்டது யார்? அப்போது அண்ணாவை எதிர்த்தது யார்? நானா? நன்றாக யோசித்துப் பாருங்கள்.

காமராசரைப் பாராட்டுவது எப்படி ஒரு கட்சியைப் பாராட்டுவது ஆகும்? தனிப்பட்ட மனிதரின் நல்ல குணங் களைப் பாராட்டுவதற்கும் கட்சியைப் பாராட்டுவதற்கும் வித்தியாசம் தெரியாத தொண்டர்கள் நிறைந்ததுதானா தி.மு.கழகம்!

உங்கள் பாராட்டுகளை எதிர்பார்த்து நான் கட்சியில் இல்லை. அது எனக்குத் தேவையும் இல்லை. தினந்தோறும் பாராட்டு பெற்றுக்கொண்டே இருக்கவேண்டும் என்று நினைத்தால் நானும் நாளுக்கு ஒரு அறிக்கைவிட்டு பத்திரிகைகளில் என் பெயர் வந்துகொண்டே இருக்கச் செய்ய முடியும். எனக்கு அந்தத் திறமை இல்லாமல் இல்லை.

இன்னொருவரின் வற்புறுத்தலுக்காக நான் கட்சியில் இருப்பவன் அல்ல. எனக்கு விருப்பம் உள்ள கொள்கை களுக்காகக் கட்சியில் சேர்ந்தேன். விருப்பமில்லாவிடின் சிறுபொழுதும் நீடிக்கமாட்டேன்.

மதுரையில் ஒருதடவை அண்ணா அவர்களைப் பற்றிப் பேசும்போது, 'அண்ணா அவர்கள் என்மீது முழு அன்பும் செலுத்துபவர். எனக்கு ஆதரவாக இருப்பவர்' என்று கூறினேன். அப்போதே நான் பேசி அமர்ந்ததும் கருணாநிதி என்னிடம், 'அப்படியானால் நாங்களெல்லாம் உங்களிடம் குறைவான அன்பு செலுத்துபவர்களா?' என்று கேட்டார்.

'மனிதர் என்ற அளவில் நீங்கள் அன்பு செலுத்துகிற நேரத்தில் அன்பு செலுத்துவீர்கள். இன்னொரு சமயம் ஆத்திரப் படுவீர்கள். ஆனால் அண்ணா அப்படியல்ல; நான் தவறு செய்தாலும் மன்னித்து ஏற்கும் தெய்வீக அன்பு செலுத்துபவர் அவர்' என்று சொன்னேன். அதுதான் உண்மையும்கூட.

திடீரென்று எம்.ஜி.ஆர் மீது நடவடிக்கை; பொதுக்குழுவில் வருகிறது என்று அறிக்கை வந்தது. யார் அறிக்கை விட்டது என்று கேட்டால் பிரமுகர் என்கிறார்கள். அதேபோல எனக்கு கறுப்புக்கொடி காட்டப்போவதாக ஒரு செய்தி. பெயர் சொல்ல தைரியமில்லாத அந்தப் பிரமுகர் யார்? ஆண்டுக் கொரு முறை நான் குழப்பம் செய்வதாக அந்த அறிக்கையில் பிரமுகர் கூறியிருக்கிறார். யார் அந்தப் பிரமுகர்?

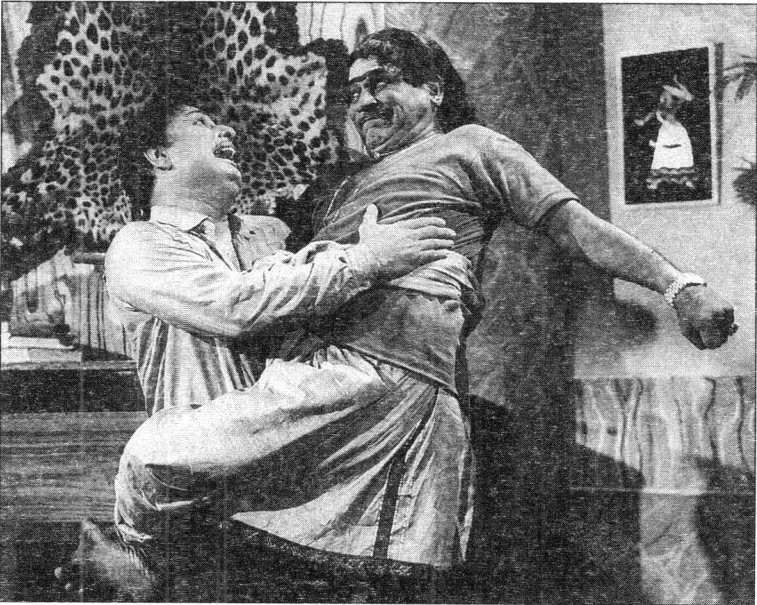

தேடித் தேடிப் பார்க்கிறேன். தெரியவில்லை. நாவலரைக் கேட்டேன். மதியையும் கேட்டேன். அவர்களுக்கும் அந்தப் பிரமுகர் யார் என்று தெரியவில்லை. இவர்களுக்கு நோக்கம் என்ன என்பது தெரியவில்லையே? இதை எப்படித் தடுப்பது?

'எப்படிக் குழப்பத்தை ஏற்படுத்தலாம், எப்படித் தூண்டிவிட லாம் என்று அலைகிற இந்த ஐந்தாம் படைகளை விரட்டியாக வேண்டும். ஐந்தாம்படைகளை அகற்றுவதே இனி நமது வேலை.'

எம்.ஜி.ஆர் பேசிய அனைத்தும் வார்த்தை விடாமல் ஆகஸ்டு 16, 1965 அன்று வெளியான தமிழ்ச்செய்தி நாளிதழில் வெளியானது. அந்தப் பத்திரிகையின் நிறுவனர் ஈ.வெ.கி. சம்பத்.

அதே மேடையில் இன்னொரு வேடிக்கையும் நடந்தது. திடீரென மேடைக்கு வந்த கட்சிக்காரர் ஒருவர் மைக்கைப் பிடித்து, 'தமிழகத்தில் கொடுங்கோலாட்சி செய்துவருவது காங்கிரஸ் கட்சி. அந்தக் கட்சிக்குத் தலைமை வகிக்கும் கொடுங்கோலர் காமராஜர். அந்தக் கொடுங்கோலர் காமராஜரைத் தலைவராக ஏற்றுக்கொண்ட எம்.ஜி.ஆருக்கு இந்த மலர்மாலை' என்று சொல்லிவிட்டு எம்.ஜி.ஆருக்கு மாலை அணிவிக்கப்போக, ஏகப்பட்ட ரகளையாகிவிட்டது.

●

என் கடமை படத்துக்கு நேர்ந்த கதி எம்.ஜி.ஆரை யோசிக்க வைத்தது. அடக்கி வாசிப்பது என்று முடிவுசெய்தார். அதற்காகக் கொஞ்சம் இறங்கிவரவும் தயாராக இருந்தார். தேவர் பிலிம்ஸின் 'தொழிலாளி' படத்தில், தான் பேச வேண்டிய வசனத்தில் எம்.ஜி.ஆர் சிறிய திருத்தத்தைச் செய்தார். 'நம்பிக்கை தரும் நட்சத்திரம்' என்று வரும் வசனம். நட்சத்திரம் என்பதற்கு பதிலாக உதயசூரியன் என்று சொல்ல விரும்பினார் எம்.ஜி.ஆர். 'அதெல்லாம் முடியாது. உன் அரசியலை எல்லாம் இங்கே கொண்டுவராதே' என்றது ஒரு குரல். குரலுக்கு உரியவர் எம்.ஆர். ராதா. பெரியாரின் போர்வாள். திராவிடர் கழக அபிமானி.

கலைத்துறையில் எம்.ஜி.ஆரைவிட எம்.ஆர். ராதா மிகவும் சீனியர். அவர்மீது எம்.ஜி.ஆருக்கு பயம் கலந்த மரியாதை உண்டு. 'சூரியன்னு வச்சா நல்லா இருக்கும்ணே' என்று கேட்டுப்

72

பார்த்தார். எடுபடவில்லை. ராதாதான் ஜெயித்தார். ஆத்திரத்தில் இருந்த திமுகவினரைச் சமாதானம் செய்ய எம்.ஜி.ஆர் எடுத்த முயற்சி வெற்றிபெறவில்லை. ராதா - எம்.ஜி.ஆர் மோதலில் முதல் கட்டம் இது.

இருந்தாலும் தொடர்ந்து திமுக தலைவர்களுடன் நெருக்கமாக இருப்பதுபோலவே காட்டிக்கொண்டார். அதற்கான பலன்தான் 'படகோட்டி' படத்தின் வெற்றி.

கொடுத்ததெல்லாம் கொடுத்தான்.

அவன் யாருக்காகக் கொடுத்தான்?

ஒருத்தருக்கா கொடுத்தான் - இல்லை

ஊருக்காகக் கொடுத்தான்.

வாலி எழுதியது எம்.ஜி.ஆருக்குக் கச்சிதமாகப் பொருந்துவதாக அவருடைய ரசிகர்கள் மெய்சிலிர்த்துப் போனார்கள்.

'எங்க வீட்டுப் பிள்ளை'யிலும் எம்.ஜி.ஆர் வெற்றிபெற்றார். இரட்டை வேடம். ஆகவே இரட்டை வெற்றி என்று கொண் டாடினார்கள். சாட்டையைச் சுழற்றியபடி எம்.ஜி.ஆர் ஆடிப் பாடிய பாடல் அவருடைய எதிர்காலத் திட்டத்துக்குக் கட்டியம் கூறுவதுபோல இருந்தது.

நான் ஆணையிட்டால்...

அது நடந்துவிட்டால்...

இங்கு ஏழைகள் வேதனை படமாட்டார்!

8. பரங்கிமலை

14 ஜனவரி 1965 அன்று 'எங்க வீட்டுப் பிள்ளை' வெளியான போது தமிழ்நாட்டு அரசியல் அனல் கக்கிக் கொண்டிருந்தது. ஜனவரி 26 முதல் இந்தியாவின் ஒரே ஆட்சி மொழியாக இந்தியை அறிவிக்கப்போவதாக அறிவித்திருந்தது மத்திய அரசு. அனுமதிக்கவே முடியாது என்றார் அண்ணா. அறிவித்தால் அன்றைய தினத்தைத் துக்கநாளாக அனுசரிப்போம் என்று அறை கூவல் விடுத்தார்.

போராட்டத்துக்கு முந்தைய நாளே திமுகவின் முன்னணித் தலைவர்களைக் கைது செய்தது அரசு. தமிழகமே அல்லோல கல்லோலப்பட்டுக்கொண்டிருந்தது. ஆனால் எம்.ஜி.ஆரோ தன்னுடைய திரையுலகத் திருப்பங்களுள் ஒன்றான 'ஆயிரத்தில் ஒருவ'னுக்காக கோவா சென்றிருந்தார். போராட்டத்தில் ஈடு படும் விஷயத்தில் கழகக் கலைஞர்களுக்கு அண்ணா சில சலுகை களை வழங்கியிருந்தார். அதைத்தான் மொழிப்போர் தொடர் பான போராட்டத்தின்போது லாகவமாகப் பயன்படுத்திக் கொண்டார் எம்.ஜி.ஆர்.

சிவாஜி கணேசனை வைத்து நிறைய வெற்றிப்படங்களைக் கொடுத்த இயக்குனர் டி.ஆர்.பந்துலுவுக்கு எம்.ஜி.ஆரையும் இயக்கவேண்டும் என்று ஆசை. 'ஆயிரத்தில் ஒருவ'னில் அது பூர்த்தியானது. முன்னாள் நடிகை சந்தியாவின் மகள் ஜெயலலிதா அந்தப் படத்தில் எம்.ஜி.ஆருக்கு ஜோடி.

75

புதிய சூரியனின் பார்வையிலே...

முதலில் ஜெயலலிதாவை ஹீரோயினாக ஏற்க எம்.ஜி.ஆருக்கு விருப்பமில்லை. வசனகர்த்தா மா.லெட்சுமணனுடன் சில மாதிரிக் காட்சிகளை எடுத்துப் பார்த்தபிறகே தலையசைத்தார். அப்போது ஜானகியும் உடன் வந்திருந்தார்.

படத்தில் நிறையக் காதல் காட்சிகள். புதிய ஜோடியுடன் இணைந்தபிறகு மேலும் இளைஞனாகக் காட்சியளித்தார் எம்.ஜி.ஆர். 'நாணமோ... இன்னும் நாணமோ' என்ற பாடலுக்கு தியேட்டரில் நல்ல வரவேற்பு இருக்கும் என்று எல்லோருமே சொன்னார்கள்.

ஒருநாள் எம்.ஜி.ஆர் 'ஆயிரத்தில் ஒருவன்' ஷூட்டிங் ஸ்பாட்டுக்கு வந்தபோது ஜெயலலிதா கால்மேல் கால் போட்டு உட்கார்ந்திருந்தார். எல்லோரும் பதறியபோது எம்.ஜி.ஆர் வெறுமனே சிரித்துவிட்டுப் போய்விட்டார். ஜெயலலிதாவின் துணிச்சல் அவருக்குப் பிடித்திருந்தது. எம்.ஜி.ஆரின் அடுத்த படமான 'கன்னித்தாயி'லும் ஜெயலலிதாவே ஜோடி.

அடுத்த அதிரடி, 'அன்பே வா!'. இயக்கம் ஏ.சி. திரிலோகச்சந்தர். எம்.ஜி.ஆர் ரசிகர்களின் விருப்பத்துக்குரிய சரோஜா தேவிதான் படத்தின் நாயகி. (எம்.ஜி.ஆர் ரசிகர்கள் வீட்டில் பெண் குழந்தை பிறந்தால் நிச்சயம் சரோஜா என்றுதான் பெயர் சூட்டுவார்கள். ஒரே தெருவில் நாலைந்து சரோஜாக்களைப் பார்க்கமுடியும். ஜெயலிதாவுக்கு அடுத்தபடியாக எம்.ஜி.ஆருடன் அதிகப் படங்களில் கதாநாயகியாக நடித்தவர் சரோஜாதேவி.) 'அன்பே வா' படத்தில் காதல் காட்சிகளுக்கும் பாடல்களுக்கும் பஞ்சமில்லை. 'ராஜாவின் பார்வை... ராணியின் பக்கம்' எம்.ஜி.ஆரின் தீவிர ரசிகர்களைக் குஷிப்படுத்தியது என்றால் படத்தில் இடம் பெற்ற இன்னொரு பாடல் திமுக தொண்டர்களை சிலிர்த்துப் போகவைத்தது.

'புதிய சூரியனின் பார்வையிலே, உலகம் விழித்துக்கொண்ட வேளையிலே!'

கறுப்பு - சிவப்பு கோடு போட்ட சட்டை அணிந்துகொண்டு எம்.ஜி.ஆர் பாடியதும் தொண்டர்களுக்குத் தலைகால் புரியவில்லை. உண்மையின் புதிய சூரியனின் இடத்தில் உதய சூரியன்தான் இடம்பெற்றிருந்தது. சென்சார் கத்திரி போட்டுவிட்டது. ஆடியோவுக்கு சென்சார் இல்லாததால் டீக்கடைகளில் உதய சூரியன் என்றே ஒலித்துக்கொண்டிருந்தது.

'தனிப்பிறவி'யில் ரசிகர்கள் புதிய எம்.ஜி.ஆரைப் பார்த்தார்கள். முருகன் வேடத்தில் எம்.ஜி.ஆரைத் தரிசிக்க தேவருக்கு ஆசை. தரிசனம் கொடுத்துவிட்டார் எம்.ஜி.ஆர். திமுகவினருக்கு அதிர்ச்சி. ஒரு காலத்தில் தசாவதார நடனத்தை ஆடமறுத்தவர் இப்போது முருகன் வேஷத்தில் ஜெயலலிதாவுடன் கனவுப் பாட்டில் வந்ததை அவர்களால் நம்பமுடியவில்லை.

பொங்கலுக்கு 'தாய்க்குத் தலை மகன்' படத்தைக் கொண்டு வந்துவிடலாம் என்றார் தேவர். பதிலுக்கு கட்டை விரலை உயர்த்திக் காட்டினார் எம்.ஜி.ஆர். படப்பிடிப்பில் ஜெயலலிதா வுடன் கலந்துகொண்டார்.

1967 பொதுத்தேர்தல். திராவிட முன்னேற்றக் கழகம் பலம் பொருந்திய கூட்டணி ஒன்றை உருவாக்கியிருந்தது. ராஜாஜியின் சுதந்தரா கட்சி, மார்க்சிஸ்ட் கம்யூனிஸ்ட் கட்சி, முஸ்லிம் லீக், தினத்தந்தி சி.பா. ஆதித்தனாரின் 'நாம் தமிழர் இயக்கம்' என்று பல கட்சிகளை ஒரே குடையின்கீழ் திரட்டியிருந்தார் அண்ணா.

எம்.ஜி.ஆர் என்ற பிரசார பீரங்கிக்கு இந்தமுறை தேர்தலில் போட்டியிட வாய்ப்பு தந்தார் அண்ணா. தொகுதியை முன்பே

முடிவு செய்து வைத்திருந்தார் எம்.ஜி.ஆர். அந்தத் தொகுதி, பரங்கிமலை. நவமணி பத்திரிகையில் நிருபராக இருந்த சோலை யுடன் தொகுதியை ஒருமுறை பார்த்துவிட்டு வரலாம் என்று கிளம்பினார். எம்.ஜி.ஆரின் காரைப் பார்த்ததும் மக்கள் கூட்டம் திரளத் தொடங்கிவிட்டது.

'இந்தத் தொகுதியில நான் நிக்கலாமா?'

எம்.ஜி.ஆர் கேட்டால் மாட்டேன் என்றா சொல்லப்போகிறார் கள்? அவர்களுடைய முகத்தில் சந்தோஷம் கொப்பளித்தது.

'நில்லு தலைவா' என்றார் ஒரு உற்சாகத் தொண்டர்.

அக்கம்பக்கத்தில் பேசிவிட்டு காரில் ஏறப்போனார் எம்.ஜி.ஆர். ஒரு பாட்டி எம்.ஜி.ஆரை நெருங்கினார். கையில் பித்தளைத் தம்ளரில் காபி.

'அடடா, அவரு காபி சாப்பிட மாட்டாரேம்மா!'

விருட்டென நகர்ந்த அந்தப் பாட்டி, கோலி சோடா ஒன்றை வாங்கிக்கொண்டு வந்து நின்றார். சட்டென்று சோடாவைக் கையில் வாங்கிய எம்.ஜி.ஆர், அந்தப் பாட்டியை அப்படியே அணைத்துக்கொண்டார். அப்போது எடுக்கப்பட்ட படம் பின்னாளில் பெரிய அளவில் பயன்படுத்தப்பட்டது.

திட்டமிட்டபடியே பரங்கிமலை சட்டமன்றத் தொகுதி வேட்பாள ராகப் போட்டியிட்டார். ஆனாலும் சொந்தத் தொகுதியைவிட கட்சிக்கான பிரசாரமே அவருக்குப் பிரதானமாக இருந்தது. பல தொகுதிகளுக்கும் நேரில் சென்றார். முதல் சுற்றுப் பிரசாரம் முடிந்ததும் கொஞ்சம் ஓய்வெடுக்க ராமாவரம் தோட்டத்துக்கு வந்திருந்தார்.

12 ஜனவரி 1967. மாலை நேரம். எம்.ஜி.ஆரின் ராமாவரம் தோட்ட வரவேற்பறையில் எம்.ஆர். ராதாவும் 'பெற்றால்தான் பிள்ளையா?' படத்தின் தயாரிப்பாளர் கே.கே.என். வாசுவும் காத்திருந்தனர். இண்டர்காம் மூலம் எம்.ஜி.ஆருக்குத் தகவல் தெரிவிக்கப்பட்டது.

சிறிது நேரம் கழித்து ஒரு அலறல்.

'என்னன்னே, இப்படிப் பண்ணிட்டீங்க?'

எம்.ஜி.ஆரின் அலறல் குரல் தோட்டத்தில் இருந்தவர்களைப் பதறச்செய்தது. இடதுகாதை அணைத்துப் பிடித்தபடி வரவேற் பறையில் இருந்து வெளியேறினார் எம்.ஜி.ஆர். ரத்தம் ஒழுகிக் கொண்டிருந்தது. அருகில் இருந்த சோபாவுக்குப் பக்கத்தில் ராதா. கையில் துப்பாக்கி. நெற்றிப்பொட்டு, தோள்பகுதிகளில் ரத்தம். கீழே முகம் புதைத்து விழுந்துகிடந்தார் ராதா.

வாசலுக்கு ஓடிவந்த எம்.ஜி.ஆர் அவசரகதியில் கார் டிரைவர் மாணிக்கத்தை அழைத்தார். எடு வண்டியை. வாசு, நீங்கள் போய் அண்ணனைக் கவனியுங்கள். எம்.ஜி.ஆரின் கார் புறப்பட்டு விட்டது. பிறகு தோட்டத்தில் இருந்து வெளியே வந்தார் ராதா. எதிரே தென்பட்டார் ராதா வீட்டு வாட்ச்மேன் முத்துநாதன். அவனை நோக்கியபடியே, 'சுட்டாச்சு.. சுட்டாச்சு' என்று உரத்த குரலில் சொன்னார் ராதா. அப்போது அவருடைய உடல் ரத்தத்தால் தொப்பலாக நனைந்திருந்தது. தோளில் தோட்டா துளைத்ததற்கான அடையாளம் இருந்தது.

இருவருமே ராயப்பேட்டை மருத்துவமனையில் அனுமதிக்கப் பட்டனர். தனித்தனியாக வந்து சேர்ந்திருந்தனர். இருவருக்குமே முதலுதவிகள் நடந்தன. இரண்டு பேருக்கும் உடனடியாக அறுவை சிகிச்சை செய்யவேண்டும் என்று சொல்லிவிட்டார்கள்.

சுடப்பட்டது எம்.ஜி.ஆர். சுட்டவர் எம்.ஆர். ராதா. போதாது? சென்னை மாநகரமே கொந்தளித்தது. ரசிகர்களின் ரத்தக் கொதிப்பு விர்ர்ரென உச்சத்துக்குச் சென்றது. சாலைக்கு வந்து விட்டனர். சென்னையில் வெடித்த குண்டு ஒட்டுமொத்த தமிழ் நாட்டுக்கும் கசிந்தது. எங்கு பார்த்தாலும் கலவரம். வன்முறை. பதற்றம். ராயப்பேட்டை மருத்துவமனை வளாகம் திமுக தொண்டர்களாலும் எம்.ஜி.ஆர் ரசிகர்களாலும் மூச்சுவிடத் திணறியது.

மறுநாள் முரசொலியின் முதல்பக்கத்தில் செய்தி வெளியாகி இருந்தது.

> **புரட்சி நடிகர் உயிர் தப்பினார். துப்பாக்கிக்குப் பலியாக்கிடச் செய்த முயற்சி பலிக்கவில்லை.**
>
> புரட்சி நடிகர் என்று கழகத் தோழர்களாலும் - மக்கள் திலகம் என்று பொதுமக்களாலும் கொடைவள்ளல் என்று மாற்று

முகாமில் இருப்பவர்களாலும் போற்றிப் புகழப்படும் நமது அருமைச் சகோதரர் எம்.ஜி.ஆர் அவர்களை சுட்டுக்கொல்வதற்கு நடைபெற்ற முயற்சி தோல்வியுற்று, நமது கழகக் கலைமாமணியை நாம் உயிருடன் திரும்பப் பெற்று விட்டோம்.

இது தலைப்புச் செய்தி. வலது ஓரத்தில் கடைசிச் செய்தி என்று ஒரு கட்டம் இருந்தது.

புரட்சி நடிகர் எம்.ஜி.ஆர் உடல்நலம்!

(13-1-67 பிற்பகல் மணி: 12.00)

மருத்துவமனையில் இருக்கும் புரட்சி நடிகர் எம்.ஜி.ஆர் நல்ல உடல் நிலையில் இருக்கிறார். காதருகே தையல் போடப்பட்டிருப்பதால் எழுந்து அசையக்கூடாது என்பதற்காக யாரும் பார்க்க அனுமதிக்கப்படவில்லை என்பதைத் தவிர - எம்.ஜி.ஆர் அவர்களுக்கு பயப்படும்படியாக எதுவும் இல்லை. நலத்துடனேயே இருக்கிறார்.

எம்.ஜி.ஆருக்கு இத்தனை முக்கியத்துவம் கொடுத்து முரசொலியில் செய்திகள் வெளியிடப்பட்டன. அப்போது அதன் ஆசிரியர் மு. கருணாநிதி!

அறுவை சிகிச்சைகள் முடிந்தபின், எம்.ஜி.ஆரை மருத்துவமனைக்கு வந்து பார்த்தார் சாண்டோ சின்னப்பா தேவர். எம்.ஜி.ஆரின் அறைக்குள் நுழைந்தவர் கையில் வைத்திருந்த பொட்டலத்தில் இருந்து விபூதியை எடுத்து எம்.ஜி.ஆரின் நெற்றில் பூசினார். கைவசம் கொண்டுவந்திருந்த பெரிய சைஸ் பொட்டலத்தை எம்.ஜி.ஆரிடம் கொடுத்தார்.

'முருகா, இந்தாங்க அட்வான்ஸ். நம்மளோட அடுத்த படத்துக்கு டைட்டில் ரெடி. விவசாயி!'

எம்.ஜி.ஆர் சுடப்பட்டது தொடர்பான வழக்கு நீதிமன்றத்துக்குச் சென்றது. வழக்கு ஒருபக்கம். சிகிச்சை இன்னொரு பக்கம். ஆனால் மூன்றாவது பக்கம் ஒன்றையும் எம்.ஜி.ஆர் கவனிக்க வேண்டியிருந்தது. தேர்தல். எம்.ஜி.ஆர்தான் பரங்கிமலை வேட்பாளர். ஆனால் மனுத்தாக்கல் செய்வதற்குள் துப்பாக்கிச்சூடு நடந்துவிட்டது.

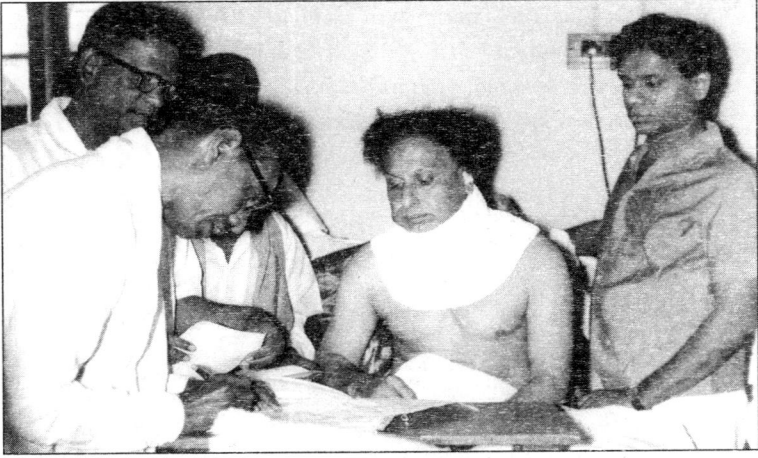

பரங்கிமலைக்காக வேட்புமனு

நேரில் வரவேண்டும் என்றார் தேர்தல் அதிகாரி. சாத்தியமே இல்லை என்று சொல்லிவிட்டார்கள் மருத்துவர்கள். அத்தனை சுலபத்தில் விட்டுவிடமுடியுமா. டெல்லி வரை தகவல் சென்றது. அதிகாரிகள் இறங்கிவந்தார்கள். மருத்துவமனைக்கு வந்த அதிகாரி எம்.ஜி.ஆரிடம் உறுதிமொழி பெற்றுக்கொண் டார். அங்கேயே வேட்புமனுவிலும் கையெழுத்து போட்டார் எம்.ஜி.ஆர்.

திமுகவின் நம்பிக்கை நட்சத்திரமான எம்.ஜி.ஆர் பிரசாரம் செய்ய முடியாத சூழல். அது தேர்தல் வெற்றியை எந்த அளவுக்கு பாதிக்கும் என்று தெரியவில்லை. அவருக்கு பதிலாக வேறு யாரை, எதை அனுப்பலாம் என்று யோசித்தார்கள். அப்போது உதித்ததுதான் போஸ்டர் ஐடியா. கழுத்தில் கட்டுடன் மருத்துவ மனையில் எம்.ஜி.ஆர் இருப்பதை புகைப்படம் எடுத்து போஸ்டரில் போடுவது என்று முடிவானது.

எம்.ஜி.ஆரின் மேனேஜர் ஆர்.எம்.வீரப்பனுக்குத் தோன்றிய யோசனை. சக்கரபாணியை ஒத்தாசைக்கு அழைத்துக்கொண்டு எம்.ஜி.ஆரிடம் பேசினார் வீரப்பன். பலத்த வற்புறுத்தலுக்குப் பிறகு சம்மதித்தார் எம்.ஜி.ஆர். கழுத்தில் கட்டுடன் கைகூப்பி வாக்கு கேட்பது போல படம் எடுக்கப்பட்டு போஸ்டர்கள் தயாராகின. தமிழ்நாடு முழுவதும் அந்த போஸ்டர்கள் ஒட்டப் பட்டன. எம்.ஜி.ஆர் போகவேண்டிய இடத்துக்கெல்லாம் போஸ்டர் போனது.

எம்.ஜி.ஆரின் ரசிகர்கள், பக்தர்கள், வெறியர்கள், அபிமானிகள், அனுதாபிகள், ஆதரவாளர்கள் என்று அத்தனை பேரின் வாக்குகளையும் சிந்தாமல் சிதறாமல் சேகரித்துக்கொள்ள அந்த போஸ்டர் பயன்பட்டது. முக்கியமாக, எளிதில் உணர்ச்சிவசப்படும் நபர்கள் அத்தனை பேரையும் திமுகவின் பக்கம் கொண்டு வந்து சேர்த்துவிடும் சக்தி அந்த போஸ்டருக்கு இருந்தது.

எம்.ஜி.ஆர் இல்லாதது வருத்தம்தான். ஆனாலும் அண்ணா, கருணாநிதி, நெடுஞ்செழியன், அன்பழகன் என்று திமுகவின் முன்னணித் தலைவர்கள் அத்தனை பேரும் தேர்தல் பிரசாரத்தில் ஈடுபட்டனர். தேர்தல்கள் முடிந்தன. திராவிட முன்னேற்றக் கழகம் 138 இடங்களைக் கைப்பற்றி சுதந்தரத்திலிருந்து அன்று வரை தமிழ்நாட்டு ஆட்சிக்கட்டிலில் ஒட்டிக்கொண்டிருந்த காங்கிரஸ் கட்சியைத் தோற்கடித்தது. பரங்கிமலை தொகுதியில் எம்.ஜி.ஆர் இருபத்தி ஏழாயிரம் வாக்குகள் வித்தியாசத்தில் மாபெரும் வெற்றிபெற்றார்.

திமுக சார்பில் அண்ணா முதலமைச்சராகத் தேர்வு செய்யப்பட்டார். அடுத்தது அமைச்சரவையில் இடம்பெறுவோரின் பெயர்கள் அறிவிக்கப்படவேண்டும். அண்ணா அதற்கான ஆலோசனையில் ஈடுபட்டிருந்தபோது எம்.ஜி.ஆர் மருத்துவமனையில் சிகிச்சையில் ஈடுபட்டிருந்தார். அப்போது எம்.ஜி.ஆரைச் சந்திக்க இரா. செழியன் வந்தார். திமுகவின் முக்கிய தலைவர்களுள் ஒருவர் கையில் இருந்த காகிதத்தை எம்.ஜி.ஆரிடம் கொடுத்தார். அமைச்சர்கள், அவர்களுக்கு ஒதுக்கப்பட்ட துறைகள் அடங்கிய பட்டியல்.

அண்ணா காட்டச் சொன்னதாக செழியன் சொன்னதும் எம்.ஜி.ஆருக்கு ஏகாந்தமாக இருந்தது. ஆனால் அதில் இடம்பெற்ற ஒருபெயர் அவரை ஆத்திரப்பட வைத்தது. சி.பா. ஆதித்தனார். தினத்தந்தி அதிபர். அவருக்கும் எம்.ஜி.ஆருக்கும் எப்போதுமே ஏழாம் பொருத்தம்தான். கழகத்துக்கு எதிரானவருக்கு அமைச்சர் பதவியா? இது என்ன நியாயம்? செழியனிடம் சீறினார் எம்.ஜி.ஆர். அது அண்ணாவுக்கும் கேட்டது. உடனடியாகப் பட்டியல் திருத்தப்பட்டது. அமைச்சரவைப் பட்டியலில் இருந்து நீக்கி, ஆதித்தனாரை சபாநாயகர் ஆக்கினார் அண்ணா.

நினைத்தைச் சாதித்திருந்தார் எம்.ஜி.ஆர்.

9. மு.க. முத்து

தன்னுடைய சகோதரனைத் தானே இயக்கவேண்டும் என்ற ஆசை எம்.ஜி. சக்கரபாணிக்கு. எம்.ஜி.ஆரும் தேதி கொடுக்க, மெல்ல மெல்ல மெருகேறிக் கொண்டிருந்தது

'அரச கட்டளை'. படத்துக்குப் பாடல் எழுத வாலியை அழைத் திருந்தார் எம்.ஜி.ஆர்.

பல்லவியைத் தயார் செய்துகொண்டு சத்யா ஸ்டுடியோவுக்குள் நுழைந்தார் வாலி.

ஆண்டவன் கட்டளை முன்னாலே

உன் அரச கட்டளை என்னாகும்?

படத்தில் வரும் காட்சிக்குப் பொருத்தமான வரிகள். பாடிவிட்டு நிமிர்ந்தால் எம்.ஜி.ஆர் முகத்தில் எள்ளும் கொள்ளும் வெடித்துக்கொண்டிருந்தன. 'பாடல் மூலமா நீங்க என்னை ரொம்ப அவமானப்படுத்திட்டீங்க வாலி' என்று கோபம் குறையாமல் பேசினார் எம்.ஜி.ஆர். வியர்த்துவிறுவிறுத்து விட்டது வாலிக்கு. காரணம் புரியவில்லை.

'மீண்டும் பல்லவியை படிச்சுப்பாருங்க.'

படித்தார். பாதியிலேயே புரிந்துவிட்டது. 'ஆண்டவன் கட்டளை' என்பது சிவாஜி கணேசன் நடித்த படம்.

எம்.ஆர்.ராதாவுடன் ஒரு கைகுலுக்கல்

உடல்நலம் சரியானபிறகு பாதியில் நின்றிருந்த, அட்வான்ஸ் வாங்கியிருந்த படங்களில் நடித்துக் கொடுத்தார் எம்.ஜி.ஆர். இடைப்பட்ட காலத்தில் 'தாய்க்குத் தலைமகன்' வெளியாகி யிருந்தது. 'கொடுத்து வைத்தவளு'க்குப் பிறகு ப. நீலகண்ட னுடன் எம்.ஜி.ஆர் எந்தப் படத்திலும் வேலை செய்ய வில்லை. 'காவல்காரன்' மூலம் அந்த இடைவெளி பூர்த்தி யானது.

திமுக ஆட்சிக்கு வந்தபிறகு வெளியான படத்தில் ஜெயலலிதா தான் ஜோடி. 'காது கொடுத்துக் கேட்டேன்.. குவா குவா சத்தம்' பாடலால் பிரசித்தி பெற்ற படம்.

உண்மையில் படத்தயாரிப்பாளர் ஆர்.எம். வீரப்பனுக்கு உள்ளுக் குள் பதற்றம். எம்.ஜி.ஆரால் தொடர்ந்து நடிக்க முடியுமா? பேசுவாரா? ரசிகர்களுக்குப் புரியுமா? குரல் புரிந்ததா என்று தெரியாது. ஆனால் எம்.ஜி.ஆரைப் புரிந்துவைத்திருந்தனர். அவருடைய மழலை மொழியை ரசித்து மகிழ்ந்தனர். எம்.ஜி.ஆரின் செல்வாக்கை மேலும் ஒரு படி உயர்த்தினான் 'காவல்காரன்'.

'காவல்காரன்' வெளியாகி இரண்டே மாதத்தில் முக்கியமான தீர்ப்பு ஒன்று வெளியானது. எம்.ஜி.ஆர் சுடப்பட்ட வழக்கு இறுதிக்கட்டத்தை அடைந்திருந்தது. நவம்பர் 4, 1967 அன்று வெளியான தீர்ப்பின் சாரம் இதுதான்.

ராதாவுக்கும் எம்.ஜி.ஆருக்கும் அரசியல் விரோதமும் தொழில் போட்டியும் இருந்திருக்கிறது என்பதை அரசுத்தரப்பு நிரூபித் திருக்கிறது. தன்னுடைய பணபலத்தினால் இரண்டு லட்சம் ரூபாய் கொடுத்து குண்டர்களை அமர்த்தி, காங்கிரஸ் தலைவர் காமராஜைக் கொல்ல எம்.ஜி.ஆர் சதி செய்ததாக ராதா நினைத்து வந்தார். அதனால் எம்.ஜி.ஆர்மீது ராதாவுக்கு மனத்தாங்கல் இருந்து வந்திருக்கிறது. இது முற்றிலும் தவறான நினைப்பு.

ராதா, எம்.ஜி.ஆரைச் சுட்டுவிட்டு, தன்னை இருதடவை சுட்டுக் கொண்டார் என்பது நிரூபிக்கப்பட்டுள்ளது. எம்.ஜி.ஆர்மீது ராதா வெறுப்பும் அரசியல் விரோதமும் கொண்டிருந்தார். அவரைக் கொலை செய்து திராவிடர் கழகத் தியாகியாக வேண்டும் என்று எண்ணம் கொண்டிருந்தார். எனவே, ராதாதான் எம்.ஜி.ஆரைச் சுட்டார். இது தற்செயலாகவோ, தற்காப்புக் காகவோ நடந்த சம்பவம் அல்ல; நன்கு திட்டமிடப்பட்ட சதி. ராதாவுக்கு வயது 57 ஆகிறது. இல்லாவிட்டால் இந்தக் குற்றத்துக்கு கடும் தண்டனை கொடுக்கவேண்டும். குற்றம் 12 ஜனவரி 1967 அன்று இழைக்கப்பட்டது. அன்றிலிருந்து ராதா சிறையில் இருக்கிறார். அவருக்கு ஜாமீன் கிடைக்கவில்லை. இதை மனத்தில்கொண்டு, ராதாவுக்கு ஏழு ஆண்டு கடுங்காவல் தண்டனை விதிக்கிறேன்.

இந்த இடத்தில் இன்னொரு முக்கியமான தகவலைப் பார்த்து விடலாம். எம்.ஜி.ஆரும், எம்.ஆர். ராதாவும் வெகு நெருக்கமாக நின்றிருந்த சமயத்தில் துப்பாக்கித் தாக்குதல் நடைபெற்று உள்ளது. எனில், எம்.ஜி.ஆர். உயிர் பிழைத்தது எப்படி?

எம்.ஜி.ஆரை சுடுவதற்காக எம்.ஆர். ராதா பயன்படுத்திய ரவைகள் பதினைந்து ஆண்டுகளுக்கு முன்னர் வாங்கப்பட்டவை. தகர டப்பாவில் வைக்கப்பட்ட அந்த ரவைகள் தொடர்ந்து ஒன்றன்மீது ஒன்று உராய்ந்ததன் காரணமாக வீரியம் இழந்து விட்டன. இதனால்தான் அந்த ரவைகள் எம்.ஜி.ஆரின் உயிரைக் குடிக்கவில்லை. இது தடய அறிவியல் சோதனையின் முடிவு.

●

நூறாவது படத்துக்குத் தயாராகிக் கொண்டிருந்தார் எம்.ஜி.ஆர். 'ஒளிவிளக்கு. வழக்கம்போல திமுகவையும் அண்ணாவையும் திரையில் புகழ்ந்துகொண்டிருந்தார் எம்.ஜி.ஆர். முக்கியமாக அந்தப் பாடலைச் சொல்லவேண்டும்.

சர்க்காரு ஏழைப்பக்கம் இருக்கையிலே...

நாங்க சட்ட திட்டம் மீறி இங்கே நடப்பதில்லே...

அண்ணாவின் ஆட்சியில் மெட்ராஸ் மாநிலம், தமிழ்நாடு என்று பெயர் மாறியது. சுயமரியாதைத் திருமணங்களுக்கு சட்ட அங்கீகாரம் கிடைத்தது. கை ரிக்ஷா ஒழிக்கப்பட்டது. இப்படி எல்லாவற்றையும் சந்தோஷமாக ஏற்றுக்கொண்ட தமிழக மக்களுக்கு அண்ணாவை புற்றுநோய் பீடித்திருக்கிறது என்ற செய்தியை ஏற்றுக்கொள்ளவே முடியவில்லை. பதறிப்போய் விட்டார் எம்.ஜி.ஆர்.

அமெரிக்காவில்தான் தீர்வு கிடைக்கும் என்று சொல்லிவிட் டார்கள். 10 செப்டெம்பர் 1968 அன்று விமானத்தில் ஏறினார் அண்ணா. பம்பாய்வரை சென்று எம்.ஜி.ஆர் வழி அனுப்பி வைத்தார். டாக்டர் மில்லரின் அறுவை சிகிச்சை அண்ணாவைத் தேற்றி தமிழ்நாட்டுக்கு அனுப்பியது. பிறகு பல பொதுநிகழ்ச்சி களில் கலந்துகொண்டார் அண்ணா. மீண்டும் உடல்நிலை பாதித்தது. 3 பிப்ரவரி 1969 அன்று அண்ணா மரணம் அடைந்தார். சோகம் கப்பிய முகத்துடன் இறுதி ஊர்வலத்தில் கலந்து கொண்டார் எம்.ஜி.ஆர்.

அண்ணா மரணம் அடைந்த சில தினங்களில் கிருபானந்த வாரியாரை எம்.ஜி.ஆர் ரசிகர்கள் அடித்துவிட்டார்கள் என்ற செய்தி தமிழ்நாட்டில் பெரும் பரபரப்பை ஏற்படுத்தியது. ஆன்மிக பக்தர்கள் மத்தியில் கொந்தளிப்பை ஏற்படுத்தியது. விஷயம் எம்.ஜி.ஆருக்குச் சென்றது. பதறிப்போன அவர் தொலைபேசிமூலம் நடந்த விவரங்களைத் தெரிந்துகொள்ள முயற்சி செய்தார்.

புராணச் சொற்பொழிவு நடத்துவதற்காக நெய்வேலி வந்திருந் தார் கிருபானந்த வாரியார். பேச்சின் இடையே ஆத்திகர்கள், நாத்திகர்கள் பற்றிப் பேசிய வாரியார் பேச்சுவாக்கில், 'ஆண்ட வனை நம்பாதவர்கள் அமெரிக்காவுக்கே போனாலும் டாக்டர் மில்லரே வந்தாலும் இப்படித்தான் முடிவு ஏற்படும்' என்று சொல்லிவிட்டார். அவ்வளவுதான்.

அண்ணாவுக்கு மருத்துவம் பார்த்தவர் டாக்டர் மில்லர் என்பது எல்லோருக்குமே தெரிந்த விஷயம். எம்.ஜி.ஆர் ரசிகர்களுக்குத் தெரியாமல் இருக்குமா? கும்பலாக வந்து கூட்டத்தையே கலகலக்கச் செய்துவிட்டனர். அடிதடி. வன்முறை. வாரியாரை யும் அவமானப்படுத்திவிட்டதாகப் பேசப்பட்டது.

விஷயம் சட்டமன்றம்வரை சென்றுவிட்டது. உடனடியாக வாரியாருக்குத் தேவையான பாதுகாப்பு ஏற்பாடுகள் செய்யப் பட்டன. அதன்பிறகு எம்.ஜி.ஆர் என்ன செய்தார்? அவருக்கு நெருக்கமாக இருந்த ம.பொ.சிவஞானம் 'எம்.ஜி.ஆருடன் எனக் கிருந்த தொடர்பு' என்ற தன் புத்தகத்தில் பதிவு செய்திருக்கிறார்.

எம்.எல்.ஏவாக இருந்த எம்.ஜி.ஆர் அவர்கள் என்னிடம் தொலைபேசிமூலம் தொடர்பு கொண்டு நெய்வேலிச் சம்பவம் பற்றி மிகுந்த வேதனையோடு பேசினார். நான் சட்ட சபையில் விவாதம் கோரி அறிவிப்பு கொடுத்திருப்பதை அவரிடம் சொன்னேன். 'அது போதாது; இனி இப்படி வேறு எந்த இடத்திலும் நடக்காதபடி வாரியார் சுவாமிகளுக்குப் பாதுகாப்பு அளிக்கவேண்டாமா? அப்பெரியவரும் இறந்து போன எங்கள் அண்ணாவை இழிவாகக் குறிப்பிட்டுப் பேசியது தவறுதானே' என்றார்.

'ஆம்' என்று ஒரே சொல்லில் அவரது நிலையை அங்கீகரித் தேன். அதற்கு நான் ஒரு ஏற்பாடு செய்யப் போகிறேன். அது உங்களுக்குப் பிடித்திருக்கிறதா என்று சொல்லுங்கள் என்று கேட்டேன். அதற்குப் பின்தான் எம்.ஜி.ஆர் அவர்கள் தம்முடைய சொந்தச் செலவில் ஒரு கூட்டத்தை நடத்தி வாரியாரையும் அழைத்துவைத்துப் பேசச் செய்து, 'பொன் மனச் செம்மல்' என்னும் பட்டத்தைத் தனக்குத் தரச் செய்தார்.

முதலமைச்சர் அண்ணா மரணம் அடைந்துவிட்டதால் திமுகவின் மூத்த தலைவர்களுள் ஒருவரான நாவலர் நெடுஞ்செழியன் தாற்காலிக முதல்வராகப் பதவியேற்றுக்கொண்டார். அது ஒரு இடைக்கால ஏற்பாடுதான். விரைவில் கட்சியின் சட்டமன்ற உறுப்பினர்கள் கூட்டத்தில் முறைப்படி புதிய முதல்வரைத் தேர்வு செய்யலாம் என்று அறிவிக்கப்பட்டது.

9 பிப்ரவரி 1969. திமுக சட்டமன்ற உறுப்பினர்கள் கூட்டம் கூடியது. மு. கருணாநிதியின் பெயரை கே.ஏ. மதியழகன் முன்

அடிமைப் பெண்

மொழிந்தார். சத்தியவாணி முத்து வழிமொழிந்தார். நாவலர் நெடுஞ்செழியனும் களத்தில் இருந்தார். இறுதியில் மு.கருணா நிதியே தேர்வு செய்யப்பட்டார். அண்ணாவுக்குப் பிறகு தமிழ் நாட்டின் முதலமைச்சராக மு. கருணாநிதி தேர்ந்தெடுக்கப் பட்டார். அவருக்கு எம்.ஜி.ஆரின் ஆதரவு கணிசமாக இருந்த தாகப் பேசப்பட்டது.

அதுபற்றி எம்.ஜி.ஆரே மேடை ஒன்றில் பேசினார். அது கருணாநிதி தலைமையிலான புதிய அமைச்சரவைக்குப் பாராட்டு தெரிவிக்கும் விழா மேடை. 1 ஏப்ரல் 1969 அன்று சென்னை ஆயிரம் விளக்கில் நடந்த கூட்டத்தில் பேசிய எம்.ஜி.ஆர், 'யார் முதல்வராக வரவேண்டும் என்று பெரும்பாலானோருடன் கலந்து பேசியபோது கலைஞர்தான் வரவேண்டும் என்று அனை வரும் தெரிவித்தார்கள். அதற்குப் பிறகு நானும், நீங்கள்தான் அந்தப் பொறுப்பை ஏற்றுக்கொள்ளவேண்டும் என்று வற்புறுத்தி னேன். இத்தனைக்குப் பிறகும் அவர் சம்மதிக்கவில்லை. மாறனை அனுப்பிவைத்தார். கலைஞருக்கு முதலமைச்சர் பதவி வேண்டாம். அவரைத் தொல்லைப்படுத்தாதீர்கள் என்று மாறன் எங்களிடம் சொன்னார். இது கட்சிக்காக, மக்களுக்காக என்று நாங்கள் சொன்னோம்.'

முதலமைச்சரானார் கருணாநிதி. அமைச்சரவைப் பட்டியல் வெளியானது. சி.பா. ஆதித்தனார் இப்போது அமைச்சரவைக் குள் நுழைந்திருந்தார். எம்.ஜி.ஆருக்கு தர்மசங்கடமாக இருந்தது.

'அடிமைப்பெண்' பெற்ற அபார வெற்றி அவரை சினிமாவுக்குள் பிடித்து இழுத்தது. ஆனாலும் அரசியல் அவரை விடுவதாக இல்லை. இப்போது எம்.ஜி.ஆருக்கு கட்சியின் மேல்மட்டத்தில் முக்கியப் பொறுப்பு காத்திருந்தது.

திமுகவின் தலைவராகப் பொறுப்பேற்றுக்கொண்டார் கருணாநிதி. பொருளாளர் என்ற முக்கியத்துவம் வாய்ந்த பொறுப்பு எம்.ஜி.ஆருக்குக் கிடைத்தது. சண்டைக்கோழியாக வலம்வந்து கொண்டிருந்த நெடுஞ்செழியனுக்கு பொதுச் செயலாளர் என்ற அதிகாரம் குறைக்கப்பட்ட பதவி தரப்பட்டது.

அடிமைப் பெண் படத்தில் ஜெயலலிதா சொந்தக்குரலில் பாடல் ஒன்றைப் பாடியிருந்தார். 'அம்மா என்றால் அன்பு'. பாடல்

அம்மா என்றால் அன்பு

பதிவின்போது எம்.ஜி.ஆரும் உடன் இருந்தார். படப்பிடிப்பு நடந்தபோது நல்ல வெயில். நண்பர் ஒருவர் கொடுத்த வெள்ளைத் தொப்பியை எடுத்து தலையில் கவிழ்த்துக்கொண்டார். இதமாக இருந்தது. அன்றிலிருந்து எம்.ஜி.ஆரின் அடையாளமாகவே ஆகிப்போனது அந்த வெள்ளைத் தொப்பி.

கருணாநிதியும் எம்.ஜி.ஆரும் அரசியல்ரீதியாக மிகவும் நெருங்கி னர். அது, கலைத்துறைக்கும் நீடித்தது. மேகலா பிக்சர்ஸ் தயாரிப் பில் 'எங்கள் தங்கம்' என்ற படத்தில் நடித்தார் எம்.ஜி.ஆர். வசனகர்த்தா, முரசொலி மாறன். அதில் இடம்பெற்ற ஒரு பாடல் இன்றும் பிரபலம்.

நான் செத்துப் பிழைச்சவண்டா

எமனைப் பார்த்து சிரிச்சவண்டா!

வாலி எழுதிய பாடல். துப்பாக்கிச்சூட்டுக்குப் பிறகு வெளியான பாடல் என்பதால் ரசிகர்கள் மத்தியில் அந்தப் பாட்டுக்கு நல்ல வரவேற்பு. படம் வெற்றிக்கொடி நாட்டியது. சந்தோஷ வெள்ளத்தில் மிதந்துகொண்டிருந்தார் எம்.ஜி.ஆர். ஆட்சி சுமுகமாகச் சென்றுகொண்டிருந்தது. இப்போது கருணாநிதிக்குப் புதிய யோசனை வந்திருந்தது. சட்டமன்றத் தேர்தலை ஏன் முன்கூட்டியே சந்திக்கக்கூடாது?

தலையசைத்தார் எம்.ஜி.ஆர். அப்போது டெல்லி ஆட்சி இந்திரா காந்தியின் வசம் இருந்தது. இந்திரா காங்கிரஸ், இந்திய கம்யூனிஸ்டு, பிரஜா சோஷலிஸ்ட், முஸ்லிம் லீக் உள்ளிட்ட கட்சிகளுடன் கூட்டணி அமைத்தார் கருணாநிதி. எல்லாவற்றை யும்விட முக்கியமாக, எம்.ஜி.ஆருடன்.

மூட்டைகளில் பணத்தைக் கட்டிக்கொண்டு பிரசார வேனில் புறப்பட்டார் எம்.ஜி.ஆர். மின்னல் வேகப் பிரசாரம். சென்ற இடங்களில் எல்லாம் எம்.ஜி.ஆருக்கு அபார வரவேற்பு. ஒவ்வொரு கிராமத்திலும் ஒவ்வொரு தெருவிலும் எம்.ஜி.ஆர் நீக்கமற நிறைந்திருந்தார். வெயிலைப் பற்றிக் கவலைப்பட வில்லை. பசியைக் கண்டுகொள்ளவே இல்லை. நோக்கம் ஒன்றுதான். கருணாநிதி மீண்டும் முதல்வராக வேண்டும். உழைப்பை அள்ளிக் கொட்டினார். கொளுத்தும் வெயிலில் பிரசாரம் செய்யும்போது தலைக்கு வெள்ளைத் தொப்பியும் கண்ணுக்குக் கறுப்பு கண்ணாடியும் அணிந்துகொண்டார். புதிய கம்பீரம் கிடைத்தது போல இருந்தது. அதே கெட் அப்பில் தமிழ்நாடு முழுக்க பிரசாரம் செய்தார். வேலை முடிந்ததும் 'இதயவீணை' படப்பிடிப்புக்காக காஷ்மீர் புறப்பட்டுவிட்டார் எம்.ஜி.ஆர்.

திமுகவுக்கு அற்புதமான வெற்றி கிடைத்திருந்தது. அண்ணா தலைமையில் கடந்த முறை தேர்தலைச் சந்தித்த திமுக 138 தொகுதி களை வென்றிருந்தது. ஆனால் இப்போதோ 183 தொகுதிகளில் வெற்றி பெற்றிருந்தது. வெற்றித் தகவல் எம்.ஜி.ஆரை எட்டியது. உடனடியாக கருணாநிதியைத் தொலைபேசியில் அழைத்து வாழ்த்து தெரிவித்தார். அப்போது தனக்கு அமைச்சரவையில் இடம் ஒதுக்கவேண்டும் என்று கேட்டதாகவும் குறிப்பாக சுகாதாரத்துறை அமைச்சர் பதவி வேண்டும் என்று சூசகமாகத் தெரிவித்ததாகவும் கருணாநிதி பின்னாளில் தெரிவித்தார்.

தனி விமானத்தில் சென்னை வந்தார் எம்.ஜி.ஆர். கருணாநிதி யைச் சந்தித்துப் பேசினார். அதற்குள் பல தலைவர்களும் கருணாநிதியிடம் பேசியிருந்தனர். குறிப்பாக, எம்.ஜி.ஆரை அமைச்சர் ஆக்குவது தொடர்பாக. எல்லாவற்றையும் உள் வாங்கிவைத்திருந்தார் கருணாநிதி.

'உங்களை அமைச்சராக்குவதில் எனக்கு ஆட்சேபனையில்லை. படங்களில் நடிப்பதை நிறுத்திக்கொள்ளுங்களேன்.'

காஞ்சித் தலைவன்

பந்து இப்போது எம்.ஜி.ஆரின் மைதானத்துக்கு வந்தது. அமைச்சர் பதவியா? கலையுலகக் கடவுளா? யோசித்தார். மீண்டும் மீண்டும் யோசித்தார். ஒரு பக்கம் என்ன பெரிய அமைச்சர் பதவி என்று நினைத்தார். இன்னொரு பக்கம், 'ஏன் எனக்குத் தகுதி கிடையாதா அல்லது சதி செய்து தடுக்கிறார்களா? வெற்றிக்கு மட்டும் நான் தேவை. மற்றவைக்கு வேண்டாமா?' கேள்விக் கணைகள். இறுதியாக, அமைச்சர் பதவி வேண்டாம் என்று சொல்லிவிட்டார்.

93

உண்மையில் எம்.ஜி.ஆர் - கருணாநிதி இடையே இது இரண்
டாவது விரிசல். கடந்த முறை ஆதித்தனாரை அமைச்சராக்கிய
போதே எம்.ஜி.ஆரின் முகத்தில் அதிருப்தி ரேகைகள் ஓடத்
தொடங்கிவிட்டன. இப்போது அமைச்சர் பதவி தராமல்
அரசியல் செய்தது விரிசலை விரிவடையச் செய்தது.

அடுத்த சவால் மதுவிலக்கு வடிவத்தில் வந்தது. அண்ணா
காலத்தில் அமலாகியிருந்த மதுவிலக்கை தாற்காலிகமாக ரத்து
செய்வது என்று கருணாநிதி அரசு முடிவு செய்திருந்தது. அதில்
எம்.ஜி.ஆருக்கு மனத்தளவில் ஒப்புதல் இல்லை. படங்களில்
மதுப்பழக்கத்தின் விரோதியாகத் தன்னை அடையாளப்படுத்திக்
கொண்டிருந்த அவருக்கு திமுகவின் முடிவு தர்மசங்கடத்தை
ஏற்படுத்தியது.

பொதுக்குழுவில் எம்.ஜி.ஆருக்குப் பேச வாய்ப்பு கிடைத்தது.
எழுந்தார். 'மதுவிலக்கு தாற்காலிகமாக விலக்கப்படலாம்.
மதுவால் ஏற்படும் தீமைகளை பிரசாரம் மூலம் மக்களுக்குத்
தெளிவுபடுத்தலாம். எனினும் மதுவின் மீதான மக்களின்
விருப்பத்தையும் ஆசையையும் தடுக்க முழு முயற்சிகளையும்
எடுக்கவேண்டும்' என்றார்.

ஏதோ சொல்லவருகிறார் என்பது கலைஞருக்குப் புரிந்துவிட்டது.
பார்த்தார். மதுப்பழக்கத்தின் கொடுமைகளை வலியுறுத்தி நாடு
தழுவிய அளவில் பிரசாரம் செய்யலாம். அந்தப் பிரசாரக்
குழுவுக்கு எம்.ஜி.ஆரே தலைவராக இருக்கட்டும் என்றார். சா.
கணேசன் செயலாளர். அரசியல் சதுரங்க விளையாட்டில்
எம்.ஜி.ஆருக்குக் கொஞ்சமும் சளைத்தவரல்ல கலைஞர்.

எம்.ஜி.ஆர் பிரசாரத்துக்குக் கிளம்பினார். ஆனால் அதற்கு பெரிய
அளவில் வரவேற்பு இல்லை. திமுகவில் இருக்கும் எம்.ஜி.ஆர்
அதிருப்தியாளர்கள் ஒதுங்கிக்கொண்டனர். போதாக்குறைக்கு
எம்.ஜி.ஆரின் பிரசாரம் எடுபடவில்லை என்பதுபோலப் பேசத்
தொடங்கினர். பதிலடி கொடுக்க முடிவு செய்தார் எம்.ஜி.ஆர்.
மதுவிலக்குப் பிரசாரத்துக்கு ஆதரவாகத் தனக்கு வந்துள்ள
நான்கு கடிதங்களை வெளியிட்டார்.

மதுவிலக்கு கூடாது என்று தொடக்கத்தில் இருந்தே கூறிவரு
கின்ற தங்கள் தலைமையில் மதுவிலக்கு பிரசாரக் குழு அமைக்கப்
பட்டது மகிழ்ச்சியளிக்கிறது என்றும் தங்களைத் தலைவராக

94

நியமித்திருப்பது முதல்வர் கருணாநிதி எதைச் செய்தாலும் சரியாகவே செய்கிறார் என்பதற்கு எடுத்துக்காட்டு என்றும் தங்கள் முயற்சிகளுக்கு நாட்டில் இருக்கும் நல்லவர்கள் அனைவரும் ஆதரவளிப்பார்கள் என்றும் சென்னை-18-ல் இருந்து ஆதவன் என்பவர் எழுதியிருந்தார்.

ஏழை மற்றும் நடுத்தர மக்களை மதுவின் கொடுமையில் இருந்து காப்பாற்றும் பணியில் தன்னையும் இணைத்துக்கொள்வதாக ந. பாலகிருஷ்ணன் என்ற கல்லூரி மாணவர் எழுதியிருந்தார்.

மது அருந்துவதற்கு எதிரான பிரசாரக் குழுவில் தன்னையும் உறுப்பினராகச் சேர்த்துக்கொள்ளவேண்டும் என் சியம்பாறை விளையில் இருந்து தமிழ்ச்செல்வி என்பவர் எழுதியிருந்தார்.

சாத்தூரைச் சேர்ந்த கார்த்திகேயன் என்ற மாணவர் மதுவிலக்குப் பிரசாரக் குழுத் திட்டத்துக்காக கிளை ஒன்றை உருவாக்கி செயல்பட்டுவருவதாக எழுதியிருந்தார்.

மதுவிலக்கு ரத்தானதற்கு பொருளாதாரச் சூழ்நிலைதான் காரணம் என்றே எம்.ஜி.ஆர் சொல்லிவந்தார். நேரடியாக திமுக அரசை விமரிசிக்காமல், மதுவிலக்கால் ஏற்படும் நஷ்டத்தை ஈடுகட்ட மத்திய அரசு முன்வராததுதான் காரணம் என்று சொன்னார். 'மதுவிலக்கு பிரசாரக் குழு சார்பாக மேடை போடுவோம். வானொலியில் பேசுவோம். வில்லுப்பாட்டு நடத்துவோம். மதுவிலக்கு பிரசாரம் செய்ய வாருங்கள் என்று எவர் அழைத்தாலும் வருவேன். எந்தக் கட்சி அழைத்தாலும் வருவேன்' என்றார் எம்.ஜி.ஆர்.

அரசியலில் என்ன நடந்துகொண்டிருக்கிறது என்பது எம்.ஜி.ஆர் ரசிகர்களுக்குப் புரியவில்லை. கருணாநிதி மதுவைக் கொண்டு வருகிறார். அது வேண்டாம் என்று எம்.ஜி.ஆர் பிரசாரம் செய்கிறார். அப்படித்தான் நினைத்தனர்.

ஆக, லாபம் எம்.ஜி.ஆருக்குத்தான்.

●

மு.க. முத்து. முதலமைச்சர் கருணாநிதியின் மூத்த மகன். தந்தையைப்போல எழுத்தில் கவனம் போகவில்லை. நடிப்புதான் பிடித்திருந்தது. நாயகனாக வேண்டும் என்று ஒற்றைக்காலில்

முத்துவை வரவேற்கிறார்

நின்றுகொண்டிருந்தார். கருணாநிதிக்கும் அதில் சந்தோஷம் தான். படத்தை யார் எடுப்பது? இருக்கவே இருக்கிறது அஞ்சுகம் பிக்சர்ஸ். கருணாநிதியின் இன்னொரு படத் தயாரிப்பு நிறுவனம்.

கிருஷ்ணன் பஞ்சு இயக்கத்தில் படம் எடுப்பதாக முடிவானது. படத்தின் பெயர், 'பிள்ளையோ பிள்ளை'. தொடக்கவிழாவுக்கு எம்.ஜி.ஆர் வந்தார். அவரே க்ளாப் அடித்து படத்தைத் தொடங்கி வைத்தார். முத்துவுக்கு வாழ்த்துகளைக் கூறினார். இடைப்பட்ட காலத்தில் எம்.ஜி.ஆருக்கும் கருணாநிதிக்கும் பனிப்போர் தொடங்கியிருந்தது. ஆனால் இருவருமே அதை பகிரங்கப் படுத்தவில்லை.

படம் முடிந்தது. சிறப்புக்காட்சிக்காக எம்.ஜி.ஆர் வந்தார். படத்தைப் பார்த்தார். உதட்டைக் கடித்தபடியே யோசித்துக் கொண்டிருந்தார். மு.க. முத்துவின் நடிப்பில் எம்.ஜி.ஆரின் சாயல் அளவுக்குமீறி இருந்தது. நடனம், சண்டை எல்லாவற்றி லும் எம்.ஜி.ஆரையே முத்து பிரதிபலித்தார். ஏதோ வேலை நடக்கிறது என்று எம்.ஜி.ஆருக்குப் புரிந்துவிட்டது. ஆனாலும் அதை வெளிக்காட்டவில்லை. 'உனக்கென்று ஒரு பாணியை

96

உருவாக்கிக்கொள்' என்ற வாழ்த்து சொன்னவர் முத்துவுக்கு ஒரு கடிகாரத்தைப் பரிசாகக் கொடுத்துவிட்டுக் கிளம்பினார். அது முத்துவுக்குப் புரிந்ததா என்று தெரியாது. கருணாநிதிக்குப் புரிந்துபோனது.

கிளம்பும்போது கவிஞர் வாலி எதிர்ப்பட்டார். 'நாளை காலை தோட்டத்துக்கு வாருங்கள்.'

என்ன ஏதென்று விசாரிப்பதற்குள் எம்.ஜி.ஆரின் கார் பறந்து விட்டது. எம்.ஜி.ஆர் அழைத்துவிட்டார். எதற்காக என்றெல் லாம் தெரியவில்லை. மறுநாள் ராமாவரம் தோட்டத்துக்குச் சென்றார் வாலி. இருவரும் சாப்பிடத் தொடங்கினர்.

'என்னங்க வாலி, மூன்று தமிழ் தோன்றியது மு.க. முத்து கிட்டேதானா?'

தூக்கிவாரிப் போட்டது வாலிக்கு. 'பிள்ளையோ பிள்ளை' படத்தில் இடம்பெற்ற பாடல் அது. வாலி எழுதியிருந்தார். 'மூன்று தமிழ் தோன்றியதும் உன்னிடமோ! - நீ மூவேந்தர் வழிவந்த மன்னவனோ!' புரிந்துவிட்டது வாலிக்கு.

'அண்ணே, முத்து வளரவேண்டிய இளம் கலைஞன். ஆகவே, நான் வாழ்த்தி எழுதும்படி கேட்டுக்கொள்ளப்பட்டேன். என் னுடைய தமிழ் எல்லோரையும் வாழ்த்துவதாக இருக்க வேணும்னு நீங்களே பலவாட்டி சொல்லியிருக்கீங்க. அதனால் தான் அப்படி எழுதினேன்.'

10. கணக்கு கேட்டார்

'காங்கிரஸ்காரர்கள் இதை ஊழல் ஆட்சி என்கிறார்களே, இது ஊழல் ஆட்சியா?'

'இல்லை. இல்லை.'

அடுக்குமொழி வசனங்கள் மூலமாகவே தொண்டர்களை வசீகரித்தவர்கள் திராவிட இயக்கத் தலைவர்கள். ஆனால் எம்.ஜி.ஆர் அப்படியல்ல. எளிமையான வார்த்தைகளால் மட்டுமே பேசுவார். அதுதான் அவருக்கு வரும். மேடையில் ஏறியதும் கூட்டத்தினரைப் பார்த்து கேள்விகள் கேட்பார். உடனே அவர்களிடம் இருந்து பதில் வரும். அதை அப்படியே பயன்படுத்திக்கொள்வார்.

கருணாநிதி இரண்டாவது முறையாக ஆட்சி அமைத்த சமயத்தில் காங்கிரஸ்காரர்கள் 'திமுக ஆட்சியில் ஊழல் பெருத்துவிட்டது. நிர்வாகம் சீர்குலைந்துவிட்டது' என்று மேடைக்கு மேடை பேசினார்கள். சட்டமன்றத்தில் காங்கிரஸும் திமுகவும் பரஸ் பரம் குற்றச்சாட்டுகளை அள்ளிவீசிக்கொண்டன. அதேசமயம் 'கருணாநிதிக்கும் எம்.ஜி.ஆருக்கும் இடையே பிரச்னை பெரிதாகிறது; விரைவில் திமுக பிளவுபடும்' என்றும் ஊகங்கள் வெளியாகிக்கொண்டிருந்தன.

கிசுகிசுக்களுக்குத் தீனிபோட எம்.ஜி.ஆர் விரும்பவில்லை. 1972 ஏப்ரலில் நடைபெற்ற செங்கல்பட்டு மாவட்ட மாநாட்டில் கலந்துகொண்டு தன்னுடைய நிலையை வெளிப்படுத்தினார்.

கழகம் பிரிவுபட வேண்டும். கழகத்தில் உள்ளவர்களிடையே பிளவு ஏற்படவேண்டும் என்கிற நப்பாசையோடு நடத்தப் படுகிற ஏடுகளுக்கு கழகத் தோழர்கள் ஆதரவளிக்கக்கூடாது. எம்.ஜி.ஆர் ஒருவரை வைத்துக் கழகம் வளரவில்லை. வேறு எந்த ஒருவருக்காகவும் கழகம் இல்லை. அண்ணா அவர் களால் உருவாக்கப்பட்ட நமது கழகம் அவருடைய கொள்கை யின்மீதும் லட்சியங்களின்மீதும் பற்று வைத்துள்ள லட்சோப லட்சம் மக்களை நம்பித்தான் இருக்கிறது. இப்படிப்பட்ட கழகத்தில்தான் பூசலை உண்டாக்க நினைக்கிறார்கள். பிளவை உண்டாக்கப் பார்க்கிறார்கள். நடக்குமா?

அப்படியே உண்டாக்கினாலும்கூட அதை எங்களுக்குள் தீர்ப்போமே தவிர அது சந்தைக்கும் வராது. எங்களுக்குள் சச்சரவும் வராது.

திமுக ஆட்சியிலே ஊழல், ஊழல் என்று பேசிவருகிறார்கள். பக்தவத்சலனாரேகூட ஊழலைப் பற்றிப் பேசிவருகிறார். இப்படியெல்லாம் சொல்வதன்மூலம் தங்கள் கட்சியைப் பலப்படுத்திக்கொள்ளலாம் என்று அவர்கள் நினைக்கிறார்கள் போலும். அது ஒருக்காலும் அவர்களுக்கு நிறைவேறப் போவதில்லை.

திமுக ஆட்சியில் குறைகள் நடக்கிறது என்றால் அதுபற்றி இன்ன குறை நடக்கிறது என்று சொல்லுங்கள். யார்மீது குற்றம் என்று தெளிவாகச் சொல்லுங்கள். அதற்காக வழக்கு மன்றத்துக்கு வேண்டுமானாலும் செல்லுங்கள். இப்படி எல்லாம் செய்யாமல் சில பத்திரிகைகளைத் தூண்டிவிட்டு அவற்றுக்குப் பணம் கொடுத்துப் பொய் பிரசாரங்கள் செய்யச் சொல்வானேன்?

கழகத்துக்குள் பிளவை ஏற்படுத்துவதற்கு இப்படி எல்லாம் வழிகோலலாம் என்று சில குழப்பவாதிகள் நினைக் கிறார்கள். இங்கு குழப்பங்களை ஏற்படுத்த அனுமதிக்க மாட்டோம். கழகத்தைப் பிளவுபடுத்த எவரும் பிறக்க வில்லை. இனிமேலும் பிறக்கப்போவதில்லை.

ஏதோ வெளியில் இருந்து முயற்சி நடந்துகொண்டிருக்கிறது என்பதுதான் எம்.ஜி.ஆரின் பேச்சில் இருந்து புரிந்துகொள்ளக் கூடிய சங்கதி. உள்ளே குழப்பம் இருந்தால்தானே வெளியார்

மூக்கை நுழைக்க எத்தனிப்பார்கள்? தன்னுடைய மனத்துக்குள் இருந்ததை அப்படியே வெளிக்கொட்ட முடியவில்லை. இலைமறை காய்மறையாகச் சொல்லிவிட்டு நகர்ந்துவிட்டார். ஆனாலும் அவருக்குத் திருப்தி ஏற்படவில்லை.

10 மார்ச் 1972 அன்று எம்.ஜி.ஆருக்கு ஒரு கடிதம் வந்தது. அனுப்பியவர் அவருடைய ரசிகர் திண்டிவனம் இரா. சரிப். நாற்பதாயிரம் ரூபாய் மதிப்புள்ள தன்னுடைய வீட்டை விற்று அந்தப் பணத்தை எம்.ஜி.ஆருக்குக் கொடுப்பதாகவும் அதைக் கொண்டு எம்.ஜி.ஆருக்கு இருக்கும் வருமான வரி பாக்கியைக் கட்டுமாறும் வேண்டுகோள் விடுத்திருந்தார்.

இதேபோல பல கடிதங்கள் தொடர்ந்து எம்.ஜி.ஆரை நோக்கிப் படையெடுத்தன. ரசிகர்கள். ரசிகர் மன்ற நிர்வாகிகள். ஆளாளுக்கு தங்கள் எண்ணங்களை எழுத்தாக்கியிருந்தனர். ஒவ்வொரு மன்றமும் தலா ஐநூறு ரூபாய் அனுப்புவதாகச் சொன்னார்கள்.

எல்லாவற்றையும் படித்தார். முதலில் சிரிப்புதான் வந்தது. திமுகவில் இருக்கும் எம்.ஜி.ஆர் விமரிசகர்களின் கைங்கர்யத் தால் ஏற்பட்ட புண்ணியம்தான் இந்தக் கடிதங்கள். 'எம்.ஜி. ஆருக்கு வருமான வரி பாக்கி இருக்கிறது. அதனால்தான் டெல்லி யைச் சரிக்கட்ட திமுக தலைவர்களையும் நிர்வாகிகளையும் கேவலப்படுத்துகிறார்' என்று பலர் நினைத்தனர். பத்திரிகை களில் எம்.ஜி.ஆரின் வருமான வரி பாக்கி பற்றிச் சில செய்திகள் தொடர்ந்து வெளிவரத் தொடங்கின.

எம்.ஜி.ஆருக்கு எதிராக அவர்கள் வீசிய கத்தி அவருடைய கழுத் துக்கே மாலையாகிப் போனது. ஆம். ரசிகர்கள் எம்.ஜி.ஆரைத் தவறாக நினைப்பதற்குப் பதிலாக அவர் மீது பரிதாபப்பட்டனர். கையில் இருக்கும் பணத்தைக் கொடுக்கத் தயார் என்றனர். சொத்துக்களை விற்கவும் எத்தனித்தனர். தலைவர் கடவுளாகி யிருந்தார்.

அடுத்த விவகாரம், எஸ்.எஸ்.எம். சுப்ரமணியம் என்பவர் உருவத்தில் வந்தது. அவர் திமுகவின் சேலம் மாவட்டத் தலைவர். அவருக்கும் எம்.ஜி.ஆருக்கும் இடையே என்ன தகராறு என்று தெரியாது. ஆனால் திமுகவுக்கு எதிரான நிலைப்பாட்டைக் கொண்டிருக்கும் பத்திரிகை ஒன்றுக்குக் அவர் கடிதம் ஒன்றை எழுதிவிட்டார். அது திமுகவுக்குள் பலத்த கொந்தளிப்பை ஏற்படுத்தியது. 'கட்சிக்கு நான் வேண்டுமா? சுப்ரமணியம்

வேண்டுமா?' என்று எம்.ஜி.ஆர் குரல் உயர்த்தும் அளவுக்கு நிலைமை உச்சத்துக்குச் சென்றது.

அப்படியென்ன இருக்கிறது அந்தக் கடிதத்தில்?

அந்நியச் செலாவணி, வருமானவரி போன்ற விஷயங்களில் எம்.ஜி.ஆருக்கு நிறைய சிக்கல்கள் இருக்கின்றன. அவற்றைத் தீர்த்துக்கொள்ள மத்திய அமைச்சர்களின் உதவியை எம்.ஜி.ஆர் ரகசியமாகத் தொடர்புகொண்டிருக்கிறார். எம்.ஜி.ஆருக்கு வந்துள்ள நெருக்கடியைத் தங்களுக்குச் சாதகமாகப் பயன் படுத்திக் கொள்ள முயல்கிறது காங்கிரஸ் கட்சி. குறிப்பாக, மத்திய அமைச்சர் மோகன் குமாரமங்கலம் இந்த விஷயத்தில் ஆர்வமாக இருக்கிறார். இதுதான் கடிதத்தின் சாரம்.

நியாயமாக அந்தக் கடிதம் திமுக தலைமைக்குத்தான் தெரிவிக்கப் பட்டிருக்கவேண்டும். ஆனால் சுப்ரமணியம் என்ன நினைத் தாரோ தெரியவில்லை. பத்திரிகைக்கு அனுப்பிவிட்டார்.

பற்றிக்கொண்டது நெருப்பு. உடனடியாக சுப்ரமணியத்திடம் விளக்கம் கேட்கப்பட்டது. உடனே ஓடிவந்த சுப்ரமணியம் மன்னிப்பு கேட்டார். ஆனாலும் எம்.ஜி.ஆருக்கு ஆத்திரம் அடங்க வில்லை. அவர் வேண்டுமா, நான் வேண்டுமா என்று முடிவு செய்துகொள்ளுங்கள் என்று சொல்லிவிட்டார். சுப்ரமணியம் ஐந்தாண்டுகளுக்குக் கட்சியில் இருந்து விலக்கி வைக்கப் பட்டார்.

இந்த இடத்தில் திரைப்படக் கலைஞர்கள் தங்களுக்கான ஊதி யத்தைக் கறுப்புப் பணமாகப் பெற்றுக்கொள்வது தொடர்பாக எம்.ஜி.ஆரின் கருத்தைத் தெரிந்துகொள்வது பொருத்தமாக இருக்கும். பிலிமாலயாவின் நவம்பர் 1972 இதழில் எம்.ஜி.ஆர் பதிவு செய்திருக்கிறார்.

நடிகர் நடிகைகள் கறுப்புப்பணம் வாங்குகின்றனர் என்று பேசப் படுகிறதே.. இது தேசத்தின் பொருளாதாரத்தைக் கெடுத்து விடாதா?

கறுப்புப் பணம் வாங்குகிறார்கள் என்றால் ஏன் வாங்குகிறார்கள் என்பதையும் சிந்தித்துப் பார்க்கவேண்டும். சட்டத்தை ஏமாற்ற வேண்டும் என்பதல்ல அதன் நோக்கம். வேறு வழி இல்லையே என்பதால்தான் வாங்குகின்றனர். சட்டமும் அரசும்தான் எங்களை

101

இந்த நிலைமைக்கு மாற்றியிருக்கின்றன. அப்படிப் பார்த்தால் நாங்களும் திருடர்கள்தான். எங்களது வாழ்க்கையைப் பாருங்கள். மக்கள் மத்தியில் எந்த சூழ்நிலையிலும் ஆடம்பரமாகவே வாழ வேண்டும். ஆடம்பர வாழ்க்கைக்கு என்ன செலவாகும்? இரவு, பகலாக உழைத்து சம்பாதிக்கும் பணத்தில் அரசினர் வரியாக செலுத்தும் தொகை எவ்வளவு? லட்ச ரூபாய் ஊதியம் பெற்றால் அதில் அதிகபட்ச அளவாக 97 சதவீதம் டாக்ஸ் கட்டுகின்றனர். அதாவது லட்ச ரூபாய்க்கு தொண்ணூற்றேழாயிரம் வரி. இதில் இப்போது சூப்பர் டாக்ஸ், அது இது என்று வரி வசூலிக்கின்றனர். இதில் எப்படி நேர்மையாக வாழ முடியும்?

திரைப்பட உலகில் காலை எடுத்து வைத்ததுமேவா பல லட்ச ரூபாய் வாங்குகிறோம்? படிப்படியாக உயர கடுமையாகப் பாடுபட்டு, நடிகனாக, மக்கள் மத்தியில் அறிமுகமாக எத்தனை ஆண்டுகள் ஆகின்றன? நான் திரையுலகில் அடியெடுத்துவைத்த நான்கு ஆண்டுகளுக்குப் பிறகே கதாநாயகனாக அறிமுகமானேன். அறிமுகமான தினத்தில் கிடைப்பதைப் பெற்றுக் கொண்டு நடிக்கிறோம். நடிக்க வந்த நாளில்இருந்து ஓரளவு வசதிகள் வரும்வரை எத்தனை கஷ்டப்பட்டிருப்போம். எங்கெங்கே கடன் வாங்கி காலத்தைக் கழித்திருப்போம். அதெல்லாம் வரி வசூலிப்பவருக்கு எப்படித் தெரியும்? திரையுலகில் நுழைந்த காலத்துக்குள் வரி என்றால் எங்கே போவது? வருமான வரி இத்தோடு நிற்கவில்லை. ஒரு சமயம் நான் லட்ச ரூபாய் நன்கொடை வழங்கினேன். ஓராண்டுக்குப் பிறகு நான் நன்கொடையாக வழங்கிய லட்ச ரூபாய்க்கு வருமான வரி போட்டிருந்தனர். எனக்கு படு ஆத்திரமாக இருந்தது. நன்கொடைக்கும் வரியா? இதற்குக்கூட வரிவிலக்கு இல்லையா?

நேரே டில்லிக்குச் சென்று சி.சுப்ரமணியம் அவர்களைச் சந்தித்து நிலைமையை விளக்கினேன். அதற்கு அவர் சட்டம் அப்படி. நான் என்ன செய்யமுடியும் என்றார். சட்டத்தில் நன்கொடை செலுத்துவதற்கு வரி இல்லை என வரிவிலக்கு அளிக்கக் கூடாதா? நல்ல காரியங்களுக்குத்தானே நன்கொடை அளிக்கிறோம். தேச பாதுகாப்புக்கு நன்கொடை அளித்தாலும் வரியா? என்றேன். அவர் விளக்கம் கொடுத்தாரே தவிர விலக்கு அளிக்க முன்வரவில்லை. சட்டம் இப்படியிருக்கும்போது மனம் தானாக தவறான பாதையில் செல் என வலியுறுத்தாதா?

நேர்மையாக நடக்க சட்டம் இடம் தராதபோது மனம் குறுக்கு வழியில் செல்கிறது. அதனால்தான் நல்லவர்களும் திருடர்களாக மாறுகின்றனர். எங்களில் யாருக்கும் சட்டத்தை ஏமாற்ற வேண்டும் என்ற எண்ணம் கிடையாது. குறைந்தபட்சம் நல் வாழ்வு வாழவாவது இந்தச் சட்டம் எங்களை அனுமதிக்கக் கூடாதா? என்ற நினைப்புதான்.

●

மதுரை எஸ். முத்துவால் மதுரையில் திமுக மாவட்ட மாநாட்டுக்கு ஏற்பாடு செய்யப்பட்டது. அதற்கும் எம்.ஜி.ஆர் வந்தார். புரட்சி நடிகர் வருகிறார் என்றதும் மதுரை மாநகரமே திமிலோகப் பட்டது. காங்கிரஸாரின் குற்றச்சாட்டுகளுக்குக் கண்டனம் தெரிவிக்கும் வகையில் பேசினார்.

ஏதோ இந்த அரசை கவிழ்க்க முயற்சிசெய்வதாக நண்பர்கள் எல்லாம் சொன்னார்கள். இதுவரை நான் பேசாத பேச்சை, சொல்லாத சொல்லை, இப்போது சொல்லும்படி அவர்கள் தூண்டிவிட்டிருக்கிறார்கள்.

அடுத்து நியாயபூர்வமாக எந்த ஆண்டில் தேர்தல் நடைபெற வேண்டுமோ அப்போது நடவாமல் அதைமீறி இடையில் தேர்தல் நடக்கும் நிலை உருவாக வேண்டும் என்று விரும்பு வார்கள் என்றால், மோகன் குமாரமங்கலமோ, சி. சுப்ர மணியமோ அதற்குத் தூண்டிவிட்டிருந்தால், தாய்மார்களே, பெரியோர்களே, கழகத் தோழர்களே, நீங்கள் அதை அனுமதிக்கப்போகிறீர்களா?

அப்படியொரு சூழ்நிலை தோற்றுவிக்கப்படுமானால் மறு விநாடி ராணுவத்தையே தமிழ்நாடு சந்திக்கும்.

பிறகு மக்களுக்கும் எம்.ஜி.ஆருக்கும் இடையே நடந்த உரையாடல்:

எம்.ஜி.ஆர்: மாநில சுயாட்சியை...

மக்கள்: அடைந்தே தீருவோம்!

எம்.ஜி.ஆர்: தமிழக அரசை...

மக்கள்: காப்போம்! காப்போம்!

எம்.ஜி.ஆர்: கலைஞர் தலைமையில்...

மக்கள்: வழிநடப்போம்!

கருணாநிதி அரசுக்குத் தன்னுடைய பரிபூரண ஆதரவு எப்போதும் உண்டு (அல்லது இப்போதுவரை உண்டு) என்பதைத் தொண்டர்களுக்கும் கருணாநிதிக்கும் தெளிவுபடுத்த விரும்பினார். பேசினார். புறப்பட்டுவிட்டார்.

ஆனாலும் அவருக்கு உள்ளுக்குள் புகைந்துகொண்டிருந்தது. பல விஷயங்கள் அவருடைய மனத்துக்குள் மோதிக்கொண்டிருந்தன. இந்த இடத்தில் ஒரு முக்கியமான செய்தியைச் சொல்வது பொருத்தமாக இருக்கும். 23 மார்ச் 1992 தேதியிட்ட ஜூனியர் விகடன் இதழில் 'போலீஸ் மனிதர்கள்' என்ற தலைப்பில் தொடர் ஒன்று வெளியாகிக் கொண்டிருந்தது. அதன் பதிமூன்றாவது அத்தியாயம் தமிழக அரசியலில் பலத்த அதிர்வுகளை ஏற்படுத்தியது. காரணம், உளவுத்துறை அதிகாரி ஒருவர் தன்னுடைய பணிக்காலத்தில் நடந்த சம்பவங்கள் பற்றி எழுதியிருந்தார்:

எம்.ஜி.ஆரைத் திமுகவில் இருந்து வெளியே கொண்டுவர ஒரு பெரிய நாடகம் நடத்தினோம். எப்படித் தெரியுமா?

1971. அப்போது திமுக பதினைந்து எம்.பிக்களை வைத்திருந்தது. திமுக எம்.பிக்களின் ஆதரவு இந்திரா காந்தியின் அரசுக்குத் தேவைப்பட்டது. அதே சமயத்தில் கருணாநிதி தன் கைக்குள் இருக்கவேண்டும் என்று நினைத்தார் இந்திரா காந்தி. இதற்கு என்ன செய்யலாம் என்ற யோசனையில் இருந்தார். திமுகவை உடைத்துவிட்டால்தான் அந்தக் கட்சி காங்கிரஸ் உதவியைத் தமிழ்நாட்டில் நாடும் என்று முடிவெடுத்தார். அதற்கான வேலைகளைச் செய்ய இண்டலிஜென்ஸ் உயர் அதிகாரிகளுக்குக் கட்டளையிட்டார்.

திமுகவில் முக்கியப் புள்ளிகள் யார் யார் இருக்கிறார்கள் என்று பார்த்தபோது எம்.ஜி.ஆர்தான் முன்னணியில் இருந்தார். அதனால்தான் அவரைத் திமுகவிலிருந்து இழுக்க முயற்சி செய்தோம். அப்போது ஏராளமான படங்களில் நடித்துக்கொண்டிருந்தார் எம்.ஜி.ஆர். வருமானமும் அவருக்கு அதிகமாக இருந்த நேரம்.

இதைக் கருத்தில்கொண்டு வருமான வரி அதிகாரிகள் அடுத்து வருவாய் கண்காணிப்பு அமலாக்கப் பிரிவு என்று எல்லா அதிகாரிகளும் எம்.ஜி.ஆர் வீட்டை முற்றுகையிட்டு அவரைக்

குடைந்தெடுத்தார்கள். அப்போது அவர் ஒரு சினிமா படப் பிடிப்பு சம்பந்தமாக வெளிநாடு சென்று வந்திருந்தார். அதற்கான கணக்கு வழக்குகளையும் விசாரித்தார்கள். ஆனால் இதற்கெல்லாம் பெரும் பின்னணி இருப்பது அவருக்குத் தெரியாது!

இந்தச் சமயத்தில் எம்.ஜி.ஆருடன் பேச என்னை அனுப்பினார்கள். நான் போனபோது எம்.ஜி.ஆர் மிகவும் சோர்வாக இருந்தார். நானே வலியப் பேசி, ‘பிரச்னைகளை சமாளிக்க டெல்லிக்குப் போய் அம்மாவை (இந்திரா காந்தி) பாருங்க.. எல்லாம் சரியாகப் போய்விடும்’ என்று யோசனை சொன்னேன்.

எல்லாவற்றையும் பொறுமையாகக் கேட்டார் எம்.ஜி.ஆர். பிறகு நானே, முக்கியமான காங்கிரஸ் பிரமுகர் ஒருவரின் பெயரைச் சொல்லி அவர் மூலமாக அம்மாவை மீட் பண்ணுங்க என்று கூறி,வழிகாட்டிக் கொடுத்தேன்.

அதன்படியே எம்.ஜி.ஆர் அந்த காங்கிரஸ் பிரமுகர் மற்றும் தன் வழக்கறிஞர், ஆடிட்டருடன் சென்று பிரதமர் இந்திராவைச் சந்தித்தார். சந்திப்பு முடிந்து எம்.ஜி.ஆர் உற்சாகமாகத் திரும்பினார்.

இப்படித்தான் மெதுவாகத் தொடங்கி, திமுகவில் உட்பூசல் உண்டாக்கிக் கடைசியில் 1972-ல் எம்.ஜி.ஆரைத் திமுகவில் இருந்தே வெளியேற வைத்தோம்.

காங்கிரஸ் நெருக்கடிகள் ஒருபக்கம். கருணாநிதி மீதான கோபங்கள் இன்னொருபக்கம். அலைபாய்ந்துகொண்டிருந்தார். பலத்த யோசனைக்குப் பிறகு ஒரு முடிவுக்கு வந்தது போல எழுந்தார்.

அக்டோபர் 8, 1972 அன்று திருக்கழுக்குன்றத்தில் திமுக சார்பில் பொதுக்கூட்டம் ஒன்றுக்கு ஏற்பாடு செய்யப்பட்டிருந்தது. அன்றைய தினமே எம்.ஜி.ஆர். ரசிகர் மன்றக்கூட்டம் ஒன்றை ராயப்பேட்டையில் வைத்து நடத்த ஏற்பாடு செய்தார் ஆர்.எம். வீரப்பன். மாலையில் திருக்கழுக்குன்றத்தில் அண்ணா சிலை ஒன்றைத் திறந்து வைத்துப் பேசினார் எம்.ஜி.ஆர். அந்தக் கூட்டத்தில் திமுக அமைச்சர்கள், நாடாளுமன்ற-சட்டமன்ற உறுப்பினர்கள் அனைவரும் கணக்கு காட்ட வேண்டும் என்று

பேசினார் எம்.ஜி.ஆர். அந்தக் கூட்டம் முடிந்ததும் நேராக ராயப் பேட்டை வந்தார். அங்கே அவருடைய வேகம் கூடியிருந்தது.

அண்ணாவின் உருவச் சிலையைத் திறந்துவைத்துவிட்டு வந்திருக்கிறேன். ஆகவே, அண்ணாவை சந்தித்துவிட்டு வந்திருக்கிறேன். அண்ணாவின் அனுமதியோடு பேசு கிறேன்.

எம்.ஜி.ஆர் என்றால் திமுக; திமுக என்றால் எம்.ஜி.ஆர் என்று சொன்னேன். உடனே ஒருவர் நாங்கள் எல்லாம் திமுக இல்லையா என்று கேட்டார். நான் சொல்கிறேன். நீயும் சொல்லேன். உனக்கும் உரிமை இருக்கிறது. எனக்கும் உரிமை இருக்கிறது. உனக்கு துணிவில்லாததால் என்னைக் கோழை ஆக்காதே!

உனக்குத் துணிவிருந்தால், நான்தான் திமுக என்று சொல். நான் மறுக்கவில்லை. நான் 'மட்டும்' திமுக என்றால்தான் கேள்வி. இதைக்கூட புரிந்துகொள்ளாத தமிழர்கள் கட்சியில் வந்து மாட்டிக்கொண்டார்களே என்பதை நினைத்து அனுதாபப்படுகிறேன்.

இந்தப் பிரச்னைகள் எல்லாம் தேவையற்ற பிரச்னைகள். மதியழகன் பேசுகையில் நான் கலைத்துறையில் பணியாற்று வதோடு இன்னும் கொஞ்சம் அதிகமாக அரசியலில் பங்கு கொள்ளவேண்டும் என்று சொன்னார்.

இவ்வளவு கொஞ்சமாக அரசியலில் பங்குகொள்வதையே சிலரால் தாங்கிக்கொள்ள முடியவில்லையே... இன்னும் அதிகமாக ஈடுபட்டால் எல்லோருக்கும் என்ன ஆகுமோ? பரிதாபத்துக்குரியவர்கள்!

முன்பொருமுறை சொன்னேன். காமராஜர் அவர்களைத் தலைவர் என்று. அண்ணாவை வழிகாட்டி என்று சொன் னேன். அப்போதும் இதே மதுரை முத்து 'தூக்கி எறிவோம்' என்று சொன்னார். ஆனால், யாரை என்றே தெரியவில்லை.

கழக நண்பர்களுக்குச் சொல்கிறேன். நான் மக்களைச் சந்திக்கிறவனே தவிர, தலைவர்களைத் தேடிப்போய் வாழ்க்கையை உயர்த்திக்கொள்ளவேண்டிய நிலையில் என் தாயும் தமிழகமும் அண்ணாவும் வைக்கவில்லை.

106

தேர்தல் நேரத்தில் திமுகவுக்கு வாக்கு தாருங்கள்; இன்னின்ன கொள்கையை நிறைவேற்றுவோம் என்று சொன்னவன் நான். அப்படிச் சொன்ன வாக்குறுதிகளை நிறைவேற்றவேண்டும் என்று இப்போது சொல்ல உரிமை இல்லையா?

திராவிட முன்னேற்றக் கழகத்தில் இருந்து எம்.ஜி.ஆர் போய் விடுவார் என்று சொல்ல அவர்களுக்கு அச்சம். யாருக்கோ என்னுடைய கேள்வி உறுத்துகிறது. யாருக்கோ என்னுடைய கேள்வி குழப்பத்தை உண்டாக்குகிறது.

மந்திரிகள் - சட்டமன்ற - நாடாளுமன்ற உறுப்பினர்கள் கணக்கு காட்டவேண்டும் என்று சொல்கிறோம். கணக்கு அங்கே காட்டிக் கொண்டிருக்கிறோம். ஆனால் இவர்களின் சொந்தக்காரர்களுக்கு எவ்வளவு சொத்து இருக்கிறது என்ற கணக்கை திமுக பொதுக்குழு ஏன் கேட்கக்கூடாது?

ராமச்சந்திரனுக்கு ஒரு பங்களா இருந்தால் அது ஆட்சிக்கு வந்தபிறகு வந்ததா? அதற்கு முன்னால் வந்ததா? இதைக் கேட்கக்கூடாதா? என் மனைவிமீது, உறவினர்கள்மீது பங்களா, சொத்து வந்திருக்குமானால் அது எப்படி வந்தது? மாவட்ட, வட்ட, கிளைக் கழகச் செயலாளர்களுக்கு எப்படி வந்தது?

ராமச்சந்திரன் சினிமாவில் நடிக்கிறான். சம்பாதிக்கிறான். நீ சம்பாதித்தால் கணக்கு காட்டு.

இதை எதிர்க்கட்சிகள் கேட்க வேண்டியதில்லை. நாமே கேட்டுக்கொள்வோம். இந்தத் தீர்மானங்களைப் பொதுக் குழுவில் கொண்டுவர இருக்கிறேன். மக்கள் என் பக்கம் இருக்கிறார்கள். பொதுக்குழுவில் இந்தத் தீர்மானத்துக்கு ஆதரவு கிடைக்கவில்லை என்றால் தமிழகம் முழுவதும் இந்தக் கேள்வியைத் தீர்மானமாக உருவாக்குவேன். மக்களைச் சந்திப்பேன்.

மாவட்டச் செயலாளர்கள், கிளைக் கழகச் செயலாளர்கள், வட்டச் செயலாளர்கள், பதவிகளில் இருப்பவர்கள் குடும்பத் துக்கு வாங்கியிருக்கும் சொத்துகள் இருந்தால் கணக்கு காட்டவேண்டும். அவை எப்படி வந்தன என்று விளக்கம் சொல்லவேண்டும்.

பொதுக்குழுவில் நிறைவேற்றி, அதற்காகக் குழு அமைத்து, அதனிடம் ஒவ்வொருவரும் தங்கள் கை சுத்தமானது என்பதை மக்கள் முன்னால் நிரூபிக்கலாம்.

நிரூபிக்க முடியாதவர்களை மக்கள் முன்னால் நிறுத்தி, அவர்கள் தவறு செய்திருந்தால் அவர்களைத் தூக்கி எறிவோம். அண்ணாவின் கொள்கைக்கு ஊறு தேடியவர்களை எல்லாம் மக்கள் முன்னால் நிறுத்தித் தூக்கி எறிவோம். பதினைந்தாம் தேதிக்குப் பிறகு சந்திக்கிறேன்.

கருணாநிதிக்கு நினைவுகள் பின்னோக்கிச் சென்றன. எம்.ஜி.ஆர் திராவிட முன்னேற்றக் கழகத்தின் பொருளாளர் ஆகிவிட்டார் என்ற செய்தி திராவிடர் கழகத் தலைவர் பெரியாருக்குத் தெரி விக்கப்பட்டபோது பெரியார் சொன்னது இப்போது அவருக்கு நினைவுக்கு வந்தது.

'அய்யய்யோ... கலைஞர் எதிலேயோ காலை வைத்துவிட்டாரே!'

11. தீர்க்கப்பட்டது!

மக்களைச் சந்திப்பேன்!

மக்கள் முன்னால் நிறுத்துவோம்!

தூக்கி எறிவோம்!

மூன்று வாக்கியப் பிரயோகங்களும் முக்கியமானவை. தன்னுடைய பேச்சில் யாரையோ, யாரையோ என்று இரண்டு முறை குறிப்பிட்டிருந்தார் எம்.ஜி.ஆர். அது யாரையோ என்று யாருமே நினைக்கவில்லை. திமுக தலைவர் முதலமைச்சர் கருணாநிதியைத்தான் சொல்கிறார் என்பது துல்லியமாகத் தெரிந்தது. நரம்பு புடைத்தது திமுகவினருக்கு.

திமுக செயற்குழுவைச் சேர்ந்த இருபத்தியாறு பேர் கையெழுத் திட்ட முறையீட்டு மனு ஒன்று திமுக தலைவர் கருணாநிதி, பொதுச்செயலாளர் நெடுஞ்செழியன் ஆகியோரிடம் 10 அக்டோபர் 1972 அன்று அளிக்கப்பட்டது. இதுதான் அந்த முறையீட்டின் சுருக்கம்:

> கழகப் பொருளாளர் எம்.ஜி.ஆர் கழகத்தின் சட்டதிட்டத்துக்கு மாறாக நடந்துகொள்கிறார். கழக அரசைக் குற்றம் சாட்டு கிறார். சட்டமன்ற, நாடாளுமன்ற உறுப்பினர்கள் மற்றும் மாவட்ட, வட்ட, கிளைக் கழகச் செயலாளர்களையும் குற்றம் சாட்டிக் கழகத்தை இழிவுபடுத்திப் பேசுகிறார். கழகச் செயற் குழுவிலும் பொதுக்குழுவிலும் மட்டுமே பேசக்கூடியதும்

மறுக்கப்படக்கூடியதுமான பிரச்னைகளைப் பொதுமேடையில் பேசி பொதுமக்களிடம் குழப்பதை ஏற்படுத்திவருகிறார். மதுவிலக்குத் தீர்மானத்தை கோவை பொதுக்குழுவில் ஆதரித்துப் பேசிவிட்டு, தற்போது அதை எதிர்த்துப் பேசிவருகிறார். தீர்மானம் கொண்டுவருவேன் என்கிறார். மக்களைச் சந்திப்பேன் என்கிறார். அவருடைய இந்தப் போக்கு, கழக அமைப்பையும் பொதுக்குழுவையும் நமது ஜனநாயக முறையையும் இழிவுபடுத்துவதாக உள்ளது. ஆகவே, கழகக் கட்டுப்பாட்டைக் காப்பாற்றவும் விதிமுறைகளுக்கு மதிப்பளிக்கும் வகையிலும் அவர் மீது உடனடியாக தக்க நடவடிக்கை எடுக்கவேண்டும்.

அதில் கையெழுத்திட்டோரில் முக்கியமானவர்கள் என்று பார்த்தால் க. அன்பழகன், என்.வி. நடராசன், அன்பில் தர்மலிங்கம், மன்னை நாராயணசாமி, சத்தியவாணி முத்து, ப. உ. சண்முகம், க. ராசாராம், மதுரை முத்து ஆகியோரைச் சொல்லலாம்.

அறிக்கை தயாரானது.

தலைமைக் கழகப் பொருளாளர் எம்.ஜி.ஆர் அவர்கள், அண்மைக் காலத்தில் கழகக் கட்டுப்பாடுகளை மீறியும் கழகத்துக்குக் களங்கம் ஏற்படும் வகையிலும் தொடர்ந்து தன்னுடைய நடவடிக்கைகளின்மூலம் செயல்பட்டு வருவதால் அவர் இன்று முதல் கழகப் பொருளாளர் பொறுப்பில் இருந்தும் மற்றும் கழகத்தின் சாதாரண உறுப்பினர் உள்பட எல்லாப் பொறுப்புகளில் இருந்தும் தாற்காலிகமாக விலக்கி வைக்கப்பட்டிருக்கிறார். அவர் பெயரில் விரைவில் முறைப்படி நடவடிக்கை மேற்கொள்ளப்படும்.

உடனடியாகப் பத்திரிகைகளுக்குக் கொடுக்கப்பட்டது. அடுத்து கழகத்தின் பொதுச்செயலாளர் நெடுஞ்செழியன் எம்.ஜி.ஆரிடம் விளக்கம் கேட்டு கடிதம் ஒன்றை அனுப்பினார்.

பொதுக்குழுவில் எந்தவொரு தீர்மானத்தைக் கொண்டுவருவதற்கும் அதன் உறுப்பினரான யாருக்கும் முழு உரிமை உண்டு. ஆனால், அப்படிக் கொண்டுவரும் தீர்மானம் நிறைவேறாமல் போகுமானால் பொதுக்குழுவின் முடிவுக்குக் கட்டுப்படவோ, அடங்கவோ மறுத்து அதே தீர்மானத்தை பொதுமக்களிடையே அதாவது கழகத்துக்கு வெளியே வற்புறுத்துவேன்,

ஆதரவு தேடுவேன் என்று பகிரங்கமாகத் தங்களைப் போன்ற பொறுப்பில் உள்ள தோழர் அறிவிப்பது கழகக் கட்டுப்பாடு, ஒழுங்குமுறை, கழகம் வளர்க்க விரும்பும் ஜனநாயக அடிப்படை ஆகியவற்றைப் புறக்கணிக்கத் துணிந்துவிட்ட செயலாகவே கருத வேண்டியிருக்கிறது.

மேலும், இவை போன்று அடிக்கடி தங்களால் கழக நன்மைகளுக்கு எதிராகப் பகிரங்கமாகப் பேசப்பட்டுவரும் கருத்துகள், கழகத் தோழர்களிடையே கட்டுப்பாடு இன்மையும் பொது மக்களிடையே கழகத்தைப் பற்றித் தவறான, இழிவான எண்ணமும் உருவாக ஏதுவாகிறது என்று தலைமைக் கழகம் கருதுகிறது.

எனவே, இவைபோன்ற காரணங்களாலும் கழகத் தோழர்களிடையே குழப்பமும் பொதுமக்களிடையே கழகத்துக்கு இழுக்கும் நேர்வதைத் தடுக்கும் வகையில் தங்களை இன்று முதல் கழகப் பொருளாளர் பொறுப்பு உள்பட கழகத்தின் எல்லா பொறுப்புகளில் இருந்தும் தாற்காலிகமாக விலக்கி வைப்பதுடன், மேற்குறிப்பிட்ட குற்றச்சாட்டுகளின் அடிப்படையிலேயே தங்களை ஏன் அறவே கழகத்திலிருந்து நீக்கக் கூடாது என்பதற்கும் இந்தக் கடிதம் கிடைத்த பதினைந்து நாள்களுக்குள் தலைமைக் கழகத்துக்குத் தாங்கள் தெரிவிக்க விரும்பும் விளக்க - சமாதானங்களைத் தெரிவிக்குமாறு இதன் மூலம் கேட்டுக்கொள்ளப்படுகிறீர்கள்.

சத்யா ஸ்டுடியோவில் இருந்த எம்.ஜி.ஆருக்கு தொலைபேசி அழைப்பு வந்தது. நீக்கப்பட்ட செய்தியை பத்திரிகையாளர் ஒருவர் சொன்னார். எம்.ஜி.ஆர் முகத்தில் எந்தச் சலனமும் இல்லை. அதற்குள் விஷயம் காட்டுத்தீயாகப் பரவிவிட்டது. சத்யா ஸ்டுடியோ வளாகம் தமிழ்நாட்டின் முக்கியப் பத்திரிகையாளர்களால் நிரம்பிவழிந்தது. உடனடியாக எம்.ஜி.ஆர் தரப்பில் இருந்து அறிக்கை தயாரானது.

தர்மத்தின் வாழ்வுதனை சூது கவ்வும். ஆனால் தர்மம் மறுபடியும் வெல்லும். நிச்சயம் இதில் நான் வெற்றிபெறுவேன். உண்மைகளை உலகத்துக்குச் சொல்வேன். இந்த ரீதியில் அந்த அறிக்கை இருந்தது.

கருணாநிதியும் செய்தியாளர்களிடம் பேசினார்.

பதினைந்து லட்சம் உறுப்பினர்களையும் பதினெட்டாயிரம் கிளைகளையும் கொண்ட கழகம் இது. என்னுடைய இருபத்தியேழு ஆண்டுகால நண்பரான அவரையோ அல்லது என்னையோ காப்பதைவிடக் கழகத்தைக் காப்பாற்றுவதே முக்கியம். கழகத்தில் ஊழல் என்று பொது இடத்தில் பேசிய தற்காக அவரை விலக்கி வைக்கும் நடவடிக்கை எடுக்கப் பட்டுள்ளது.

ஏதோ விபரீதம் நடக்கப்போகிறது என்பது இருதரப்புக்குமே தெரிந்திருந்தது. உடனடியாக முரசொலி மாறன் களத்தில் இறங்கினார். மு. கருணாநிதியின் மருமகன். அதேசமயம் எம்.ஜி.ஆருக்கும் நெருக்கமானவர். திமுகவில் இருந்து எம்.ஜி.ஆர் விலக்கப்படக்கூடாது என்ற எண்ணம் கொண்டவர். ஆகவே, அவரும் நாஞ்சில் மனோகரனும் சென்று எம்.ஜி.ஆரிடம் பேச்சுவார்த்தை நடத்தினர். கழகத்தில் பிளவு வேண்டாம் என்பதை வலியுறுத்தினார்கள். பலன் கிட்டவில்லை.

12 அக்டோபர் 1972. திமுகவின் செயற்குழுவும் பொதுக் குழுவும் தனித்தனியே கூடின. செயற்குழுவில் பேசிய நாஞ்சில் மனோகரன், 'எம்.ஜி.ஆர் பொதுக்கூட்டத்தில் பேசிய கருத்து தவறுதான் என்றாலும் அதற்காக அவர் வருத்தம் தெரிவித்துக் கொள்வதாக இருந்தால் மேல் நடவடிக்கை எடுக்காமல் இருப்பது பற்றி செயற்குழு யோசிக்கவேண்டும்' என்றார்.

கருணாநிதியும் அதற்குச் சம்மதித்தார். வருத்தம் தெரிவிக்க ஒரு நாள் அவகாசம் கொடுத்தது செயற்குழு. இப்போது கருணாநிதி யைச் சந்திக்கச் சென்றார் ஆர். எம். வீரப்பன்.

'சமரசத்துக்கு வழி இருக்கிறதே, ஏன் நடவடிக்கை?' என்று கேட்டார். சமரச முயற்சி வெற்றிபெற்றால் மகிழ்ச்சிதான் என்று சொன்னார் கருணாநிதி. நாஞ்சில் மனோகரன், முரசொலி மாறன், ஆர்.எம். வீரப்பன் மூவரும் எம்.ஜி.ஆரிடம் சென்று பேச்சுவார்த்தை நடத்துவது என்று முடிவுசெய்தனர்.

கருணாநிதி சமரச முயற்சிக்குச் சம்மதம் தெரிவித்தில் ஒரு முக்கியப் பின்னணி இருக்கிறது. அது, பெரியாரின் தலையீடு. திமுகவில் சச்சரவுகள் வலுத்துவிட்டன என்று தெரிந்ததும் பெரியார் அவசரம் அவசரமாகக் காரியத்தில் இறங்கினார்.

பெரியாரின் அழைப்பின்பேரில் அவரைச் சந்தித்துப் பேசினார் எம்.ஜி.ஆர்.

'நீங்கள் பொறுப்பான பதவியில் இருக்கிறீர்கள். கட்சிக்கும் ஆட்சிக்கும் கேடு வராமல் காப்பாற்ற வேண்டியது உங்கள் கடமையல்லவா?' என்றார் பெரியார்.

'என் மீது தவறு இல்லை. திமுக தலைமைதான் சரியாக நடந்து கொள்ளவில்லை' என்றார் எம்.ஜி.ஆர்.

'கட்சிக் கட்டுப்பாடு மற்றும் ஆட்சியின் நலன் கருதி நீங்கள் சொன்னதை வாபஸ் பெற்று வருத்தம் தெரிவிப்பது நல்லது.'

'நண்பர்களுடன் கலந்துபேசி ஆலோசித்து முடிவு செய்கிறேன்.'

சந்திப்பு முடிந்தது. பெரியாரிடம் விடைபெற்றுப் புறப்பட்டார் எம்.ஜி.ஆர்.

பிறகு முதலமைச்சர் கருணாநிதியும் அவருடைய அமைச்சர்கள் நெடுஞ்செழியன், ராஜாராம் உள்ளிட்டோரும் பெரியாரைச் சந்திப்பதற்காக வந்தனர். மத்திய அரசு பெரியாருக்கு வழங்கிய தாமிரப்பட்டய விருதை அவரிடம் கொடுப்பதற்காக வந்திருந்தனர்.

'எம்.ஜி.ஆரிடம் பேசினேன். கட்சி ஒற்றுமை, ஆட்சி நலன் ஆகியவற்றைக் கருத்தில்கொண்டு கட்சி பிளவுபடாமல் பார்த்துக் கொள்ளுங்கள்.'

பெரியாரின் யோசனையை ஏற்றுக்கொள்வதாகச் சொல்லி விட்டுப் புறப்பட்டார் கருணாநிதி.

சென்னை தியாகராய நகரில் இருக்கும் எம்.ஜி.ஆரின் அலுவல கத்தில் பேச்சுவார்த்தை தொடங்கியது. நடந்தது. நீண்டது. என்ன நடந்துகொண்டிருக்கிறது? முடிவு கிட்டுமா? ஒன்றும் புரிய வில்லை. ஒருவழியாக, திமுக தலைமைக்குக் கடிதம் ஒன்றை எழுத எம்.ஜி.ஆர் ஒப்புக்கொண்டார். (வருத்தம் தெரிவித்துக் கடிதம் என்கிறார் கருணாநிதி. ஒப்பந்தத்துக்கான வரைவு என் கிறார் ஆர். எம். வீரப்பன்.) பேச்சுவார்த்தையைப் பிற்பகலில் தொடரலாம் என்று முடிவானது.

இதற்கிடையே திமுக செயற்குழுவில் தீர்மானம் நிறைவேற்றப் பட்டது.

> கழக நலனுக்காக எம்.ஜி.ஆர் அவர்கள் வருத்தம் தெரிவித்து, கழகப் பணியில் ஈடுபட வாய்ப்பு அளித்தும்கூட அவர் அதனைப் பயன்படுத்திக் கொள்ளாதது வருந்தத்தக்கதாகும். எனவே, அவர் கழகத்தின் ஒழுங்குமுறைகள் குலையும் அளவுக்கு நடந்துகொண்டதற்காக பொதுச்செயலாளர் அவர் மீது கழகச் சட்டதிட்ட விதி 31-ன்படி எடுத்துள்ள நடவடிக் கையை இந்தச் செயற்குழு ஒருமனதாக ஏற்றுக்கொண்டு, இந்தத் தீர்மானத்தைப் பொதுக்குழுவுக்குப் பரிந்துரை செய்கிறது.

பிற்பகலில் பேசிக்கொள்ளலாம் என்றுதானே முடிவுசெய்யப் பட்டது? பிறகு எதற்காக திமுக செயற்குழு எம்.ஜி.ஆர் மீதான நடவடிக்கையை ஏற்றுக்கொண்டு பொதுக்குழுவுக்கு அனுப்பியது?

இந்த இடத்தில் இரண்டு முக்கியமான, ஒன்றுக்கொன்று முரணான கருத்துகள் கவனம் பெறுகின்றன.

இது தொடர்பான கருணாநிதியின் விளக்கம் இதோ:

எம்.ஜி.ஆரிடம் நாஞ்சில் மனோகரனும் முரசொலி மாறனும் பேசிக்கொண்டிருந்தபோது தொலைபேசி அழைப்பு வந்தது. எம்.ஜி.ஆர் பேசினார். எதிர்முனையில் யார் என்று தெரிய வில்லை. பேசி முடித்து ரிசீவரை வைத்த எம்.ஜி.ஆர், 'நடந்தது நடந்ததுதான். மறுபரிசீலனைக்கு இடமில்லை' என்று சொல்லி விட்டார். இந்த விஷயத்தை செயற்குழுவில் மனோகரனும் மாறனும் தெரிவித்தார்கள். அதன்பிறகே நடவடிக்கை எடுக்கப் பட்டது.

ஆர்.எம். வீரப்பனின் கருத்து என்ன?

பிற்பகலில் பேச்சுவார்த்தை தொடரும் என்றதும் ஆர்.எம்.வீக்கு சந்தோஷம். வீட்டுக்குச் சென்றுவிட்டார். தொலைபேசி அழைத்தது. எடுத்தார். எதிர்முனையில் எம்.ஜி.ஆர். 'நம்முடைய ரசிகர்கள் பயங்கரமாக தாக்கப்படுகிறார்கள். இந்த நிலையில் பேச்சுவார்த்தை எதுவும் வேண்டாம். ஒப்பந்தமும் வேண்டாம். பிற்பகல் பேச்சுவார்த்தை எதுவும் வேண்டாம் என்று மாறனுக்குத் தகவல் சொல்லிவிடுங்கள்.'

எம்.ஜி.ஆர் மீது ஒழுங்கு நடவடிக்கை எடுக்க செயற்குழு நிறைவேற்றிய தீர்மானம் பொதுக்குழுவில் வாக்கெடுப்புக்கு விடப்பட்டது. மொத்த பொதுக்குழு உறுப்பினர்கள் 310 பேர். அன்றைய கூட்டத்தில் கலந்துகொண்ட உறுப்பினர்களின் எண்ணிக்கை 277. தீர்மானம் ஒருமனதாக நிறைவேற்றப்பட்டது. எம்.ஜி.ஆர் திராவிட முன்னேற்றக் கழகத்தில் இருந்து முற்றிலு மாக நீக்கப்பட்டார்!

முற்றுப்புள்ளி என்றுதான் நினைத்தார்கள்; உண்மையில் அது கால்கோள் விழா!

12. பாயசம் சாப்பிடுங்கள்!

*ம*தியம் ஒருமணி. சத்யா ஸ்டுடியோவில் இருந்தார் எம்.ஜி.ஆர். நீக்கப்பட்ட செய்தியைப் பத்திரிகையாளர்கள் அவரிடம் சொன்னார்கள். அதிர்ச்சியில் உறைந்துபோய் உட்காருவார் என்றுதான் எல்லோருமே எதிர்பார்த்தனர். ஆனால் எம்.ஜி.ஆர். முகத்தில் புன்னகை.

'பாயசம் சாப்பிடுங்கள்!'

அதிர்ச்சியில் இருந்த பத்திரிகையாளர்களுக்கு மீண்டும் ஒரு அதிர்ச்சியைக் கொடுத்தார்.

'இன்று எனக்கு மகிழ்ச்சியூட்டும் நாள்.'

அதுதான் எம்.ஜி.ஆர்.

அடுத்து செய்ய வேண்டிய காரியங்கள் பற்றி சிந்திக்கத் தொடங் கினார். தமிழ்நாடு முழுக்க எம்.ஜி.ஆர் ரசிகர்கள் தாக்கப்படு வதாக எம்.ஜி.ஆருக்குத் தகவல்கள் வந்துகொண்டிருந்தன. எங்கு பார்த்தாலும் ரகளை. கலவரம். கல்வீச்சு. மறியல். கடை உடைப்பு. எம்.ஜி.ஆரின் ரசிகர்கள் தகாத காரியங்களில் ஈடுபடு வதாகச் சொன்னார் முதலமைச்சர் கருணாநிதி. திமுகவினரின் வன்முறைத் தாக்குதலுக்குத் தன்னுடைய ரசிகர்கள் இரையாவ தாக வருத்தப்பட்டார் எம்.ஜி.ஆர்.

கை உடைந்த, மண்டை உடைந்த தொண்டர்கள் எம்.ஜி.ஆரிடம் அழைத்துவரப்பட்டனர். அவர்களைப் பார்க்கப் பார்க்க

அவருடைய வருத்தம் ஆத்திரமாக உருமாறியது. ஆவேசம் கொண்டவராகப் பேசினார்.

என்னுடைய ரசிகர்களை அடிக்கிறார்கள். எனக்கு ஆதரவளிக்கும் திமுக நண்பர்களையும் தாக்குகிறார்கள். காலிகளைக் கொண்டு தாக்கும் அளவுக்கு இவர்கள் என்ன குற்றம் செய்து விட்டார்கள்? 'நாங்கள்தான் வாக்கு கேட்டோம். நாங்கள்தான் வாக்களித்தோம். அதனால்தான் அதிகாரத்தில் அமர்ந்துள்ளீர்கள். இப்போது உங்கள் மீதும் உங்கள் கட்சியினர் மீதும் ஊழல் குற்றச்சாட்டு எழுந்துள்ளது. அது உண்மையல்ல என்று நிரூபியுங்கள்' என்றுதானே கேட்டார்கள். பாதிக்கப்பட்டவர்கள் என்னிடம் வந்து கதறுகிறார்கள். தாய்மார்கள் வந்து அழுகிறார்கள். அவர்களுடைய உணர்வுகளை என்னால் புரிந்து கொள்ள முடிகிறது. ஒன்றை மட்டும் சொல்லிக் கொள்கிறேன். பாதிக்கப்பட்ட தாய்மார்கள் போராட்டத்தில் இறங்கும் பட்சத்தில் இத்தகைய கொடுமைகள் ஒருமணிநேரம் கூட நடைபெற முடியாது.

கட்சியில் இருந்து நீக்கப்பட்டுவிட்டார். ஆனாலும் ரசிகர்கள் தொடர்ந்து தாக்கப்படும் செய்தி நிற்கவில்லை. அடுத்த ஆயுதத்தை எடுத்தார் எம்.ஜி.ஆர். புதுக்கட்சி. திமுகவுக்கு மாற்றாக (எதிராக) தன்னுடைய ரசிகர்களையும் அபிமானிகளையும் கொண்டு புதிய கட்சியைத் தொடங்குவது என்று முடிவுசெய்தார்.

17 அக்டோபர் 1972. அண்ணா திராவிட முன்னேற்றக் கழகம் உருவானது. லாரியில் ரசிகர்கள். ரயிலில் ரசிகர்கள். பேருந்தில் ரசிகர்கள். எங்கு பார்த்தாலும் ஒரே கோஷம்.

எம்.ஜி.ஆர் வாழ்க! கருணாநிதி ஒழிக!

அண்ணா உருவாக்கிய திராவிட முன்னேற்றக் கழகத்தில் செங்குத்தான பிளவு ஏற்பட்டுள்ளது என்றன ஊடகங்கள். ரசிகர்கள் சாரை சாரையாக வந்து எம்.ஜி.ஆரைப் பார்த்தனர். கைகுலுக்கினார். கை அசைத்தார். சிரித்தார். புகைப்படம் எடுத்துக்கொண்டார். மாநிலம் முழுவதும் எம்.ஜி.ஆர் அலை வீசிக்கொண்டிருந்தது.

அப்போது திமுக வசம் இருந்த சட்டமன்ற, நாடாளுமன்ற உறுப்பினர்கள் பலரும் எம்.ஜி.ஆருடன் நெருக்கமாக இருந்தவர்கள். ஆனாலும் அவர்களில் எவரும் எம்.ஜி.ஆரைச் சந்திக்க

வரவில்லை. அதைப் பற்றி எம்.ஜி.ஆர் துளியும் கவலைப்படவும் இல்லை.

அக்டோபர் 18 அன்று அனகாபுத்தூர் ராமலிங்கத்திடம் இருந்து எம்.ஜி.ஆர் ரசிகர்களுக்கு அறிக்கை ஒன்று வந்து சேர்ந்தது. அவர் எம்.ஜி.ஆர் ரசிகர் மன்ற செயற்குழுத் தலைவர். ரசிகர் மன்ற நிர்வாகிகள் தங்கள் மன்றங்களை 'அண்ணா திமுக' என்று மாற்றிக்கொள்ளுங்கள்.

ரசிகர்கள் இன்னும் ஒருபடி மேலே சென்றனர். பெயர்ப் பலகை மாட்டிய கையோடு புதிய கொடி ஒன்றையும் தயார் செய்து பறக்கவிட்டனர். மேலே கறுப்பு. கீழே சிவப்பு. நடுவில் தாமரை. இதுதான் ரசிகர்கள் ஏற்றிய புதுக்கொடி.

எம்.ஜி.ஆர் பத்திரிகையாளர்களைச் சந்திக்கிறார். தகவல் பறந்தது. அண்ணா திராவிட முன்னேற்றக் கழகம் என்ற புதிய கட்சியைத் தொடங்கியிருக்கிறேன். இருபதாயிரம் கிளை களுடன் தொடங்கப்பட்டுள்ளது. இதுதான் உண்மையான திமுக. அண்ணாவின் கொள்கைகளே அதிமுகவின் கொள்கைகள். பேட்டி முடிந்தது.

ரசிகர்கள் உருவாக்கிய கொடி எம்.ஜி.ஆரை ஈர்க்கவில்லை. சினிமா கலை இயக்குனர் அங்கமுத்து வரவழைக்கப்பட்டார். கொடியை வடிவமைத்துத் தரவேண்டியது உங்கள் பொறுப்பு. சந்தோஷமாகத் தலையாட்டிய அங்கமுத்து நேராகச் சென்றது பிரபல ஃபோட்டோகிராஃபர் சுபா சுந்தரத்தின் ஸ்டுடியோவுக்கு.

அண்ணா இருக்கும் புகைப்படங்களைக் கத்தையாக எடுத்துக் கொண்டு எம்.ஜி.ஆரிடம் வந்தார். புரட்டிப் புரட்டிப் பார்த்தார் எம்.ஜி.ஆர். ஒரு படத்தை மட்டும் எடுத்து, 'இதை மட்டும் இருபது பிரிண்ட் போட்டுட்டு வாங்க' என்றார் எம்.ஜி.ஆர். அந்தப் படத்தின் மாதிரிதான் கொடியில் இடம்பிடித்தது.

நடுவில் தாமரை வேண்டாம். அண்ணா இருக்கட்டும் என்றார். பொறிக்கப்பட்டது. ஒவ்வொரு கிராமத்திலும் அதிமுக கொடிகள் ஏற்றப்பட்டன. எங்கெல்லாம் கொடிகள் ஏற்றப்பட்டனவோ அங்கெல்லாம் குழப்பங்களுக்கும் பஞ்சமில்லை. திமுகவினருக் கும் அதிமுகவினருக்கும் இடையே மோதல்கள். கைகலப்புகள்.

இத்தனை கூத்துகளும் நடந்துகொண்டிருக்கும் சமயத்தில் கருணாநிதி என்ன செய்துகொண்டு இருந்தார்? அக்டோபர் 15

118

அன்று சென்னை கடற்கரையில் பொதுக்குழு முடிவுகளை விளக்கு வதற்கு நெடுஞ்செழியன் தலைமையில் கூட்டம் ஏற்பாடாகி யிருந்தது. அதில் கருணாநிதி பேசினார்.

> பதினெட்டாயிரம் கிளைக் கழகச் செயலாளர்களின் கணக்கு களையும் கொண்டுவந்து பொதுக்குழுவில் வைப்பது என்றால் அது எவ்வளவு உயரம் இருக்கும்? அவ்வளவையும் ஆராய்வது என்றால் அது நடக்கின்ற காரியமா? நடை முறைக்கு ஒத்துவரக்கூடிய செயலா? இது எம்.ஜி.ஆருக்கும் நன்கு தெரியும். தெரிந்தும் கேட்டார். ஏன்? அவருடைய எண்ணம் வெளியேறவேண்டும் அல்லது வெளியேற்றப்பட வேண்டும். இரண்டிலே ஒன்றை விரும்பினார்.

புதிய கட்சி தொடங்கி ஒருவாரம் ஆகிவிட்டது. விரைவில் பொதுக்கூட்டம் போடவேண்டும். எங்கே போடுவது? யார் ஏற்பாடு செய்வது? ஆர்.எம். வீரப்பன் களத்தில் இறங்கினார். அண்ணாவின் பிறந்த ஊரான காஞ்சிபுரத்தில் முதல் கூட்டத்துக் கான ஏற்பாடுகள் செய்யப்பட்டன.

அண்ணா திமுகவின் முதல் கூட்டம். எம்.ஜி.ஆர் வருகிறார். வீர உரை ஆற்றப்போகிறார். அக்கம்பக்கத்து ஊர்களுக்கெல்லாம் தகவல் பறந்தது.

இன்னும் சில நிமிடங்களில் கூட்டம் தொடங்கவேண்டும். இல்லாவிட்டால் தொண்டர்களைக் கட்டுப்படுத்த முடியாது என்பது களத்தில் இருந்த வீரப்பனுக்குப் புரிந்தது. ஆனால் எம்.ஜி.ஆரிடம் இருந்து எந்தத் தகவலும் வரவில்லை. இதயத் துடிப்பு அதிகரித்துக்கொண்டிருந்தது வீரப்பனுக்கு. திடீரென தொலைபேசி அழைப்பு. எம்.ஜி.ஆர் இல்லத்தில் இருந்து.

ராமாவரம் தோட்டத்துக்கு விரைந்தார் வீரப்பன். எம்.ஜி.ஆருக்குக் காய்ச்சல். கூட்டத்தை ரத்து செய்துவிடுங்கள். சொன்னவர் எம்.ஜி.ஆரின் மருத்துவர் பி.ஆர். சுப்ரமணியம். இதயத்துடிப்பே நின்றுவிடும்போல இருந்தது வீரப்பனுக்கு. அவமானமாகிப் போய்விடும். எம்.ஜி.ஆரின் வீரத்துக்கு, ஆளுமைக்கு இது ஒரு சவால். கூட்டத்தை நடத்தியே தீரவேண்டும். அறைக்குள் சென்று எம்.ஜி.ஆரிடம் பேசினார்.

பதினைந்து நிமிடங்கள் பேசினால் போதும். ஜமாய்த்துவிடலாம் என்றார் வீரப்பன். தலையசைத்தார் எம்.ஜி.ஆர். ராமாவரம்

தோட்டத்தில் இருந்து புறப்பட்ட எம்.ஜி.ஆரின் கார் காஞ்சிபுரத்துக்குப் பறந்தது. எம்.ஜி.ஆர் பேசினார். கூட்டம் ஆர்ப்பரித்தது. வீரப்பனுக்கு மூச்சு வந்தது.

அக்டோபர் 27. சட்டமன்ற சபாநாயகர் கே. ஏ. மதியழகனுக்கு திடீரென்று ஒரு சலனம். இத்தனை எழுச்சி இருக்கிறதே எம்.ஜி.ஆர் பக்கம். ஏன் அங்கே போய்விடக்கூடாது? எம்.ஜி.ஆர் - மதியழகன் சந்திப்பு நடந்தது. ஆனால் திமுகவை விட்டு அவர் வெளியேறவில்லை.

அடுத்தடுத்து பல முக்கியஸ்தர்கள் எம்.ஜி.ஆரை நேரில் வந்து சந்தித்தனர். ரஷ்யா போயிருந்த இந்திய கம்யூனிஸ்ட் தலைவர் எம். கல்யாணசுந்தரம் சென்னை திரும்பினார். எம்.ஜி.ஆரும் கல்யாணசுந்தரமும் ஆலோசனை நடத்தினர். காங்கிரஸ் மூத்த தலைவர்கள் எம்.ஜி.ஆருடன் தொடர்ந்து தொடர்பில் இருந்தனர்.

அடுத்து எங்கே பொதுக்கூட்டம் நடத்துவது, சுற்றுப்பயணம் எப்போது தொடங்குவது போன்ற விஷயங்களை தனக்கு நெருக்கமானவர்களுடன் விவாதித்தார். இன்னொருபக்கம் கட்சியைப் பதிவு செய்வது, திமுகவுக்கு எதிராக எப்படியெல்லாம் காய்களை நகர்த்துவது போன்ற விஷயங்களை கல்யாணசுந்தரம் மற்றும் காங்கிரஸ்காரர்களுடன் பேசினார். பரபரப்பாக இருந்தது எம்.ஜி.ஆர் முகாம்.

அக்டோபர் 29. சென்னையில் அதிமுக சார்பில் பொதுக்கூட்டத்துக்கு ஏற்பாடு செய்யப்பட்டது. எம்.ஜி.ஆரின் வாழ்க்கையில் முக்கியத்துவம் வாய்ந்த கட்டம் அது. கே.ஏ. கிருஷ்ணசாமி மைக்கைப் பிடித்தார்.

'புரட்சி நடிகர் என்பது துரோகி கொடுத்த பட்டம். இனி அது வேண்டாம். புரட்சித் தலைவர் என்று புதுப்பட்டம் கொடுப்போம்!'

> அக்டோபர் 31. பத்திரிகையாளர்களைச் சந்தித்தார் எம்.ஜி.ஆர். திமுக அமைச்சரவைமீது ஊழல் குற்றச்சாட்டுகள் அடங்கிய பட்டியல் ஒன்றை மாநில ஆளுநரிடம் தரப்போகிறேன். நவம்பர் 7-ம் தேதிக்குள் நடவடிக்கை எடுக்கப்படவேண்டும். இல்லாவிட்டால் தமிழ்நாடு முழுவதும் அண்ணா வழியில் ஹர்த்தால் நடத்தப்படும். இந்தியாவில் எந்தவொரு மாநிலமாக இருந்தாலும் அந்த மாநில அமைச்சரவைமீது ஊழல்

குற்றச்சாட்டு சுமத்தப்பட்டால் அதுபற்றி நீதி விசாரணை நடத்தும் அதிகாரம் மத்திய அரசுக்குத்தான் இருக்கிறது.

ஏப்ரல் மாதத்தில் ஊழலற்ற ஆட்சி, மாநில சுயாட்சியை அடைந்தே தீருவோம், தமிழக அரசைக் காப்போம் என்றவர் ஆறே மாதத்தில் எல்லாவற்றையும் புரட்டிப் போட்டார்.

திமுக அமைச்சரவை மீது ஊழல் பட்டியலைத் தயார் செய்யும் பணியில் ஈடுபட்டிருந்தார் எம்.ஜி.ஆர். ஒத்தாசைக்கு எம். கல்யாணசுந்தரம். இரவு பகலாக வேலைகள் நடந்தன. இறுதியாக முதலமைச்சர் கருணாநிதி மற்றும் அவருடைய அமைச்சரவை சகாக்கள் சிலர் மீது ஊழல் பட்டியல் தயாரானது.

4 நவம்பர் 1972 அன்று தமிழ்நாடு ஆளுநர் கே.கே. ஷாவிடம் பட்டியல் ஒப்படைக்கப்பட்டது. ஜனாதிபதிக்கு அனுப்பப்படும் என்று எம்.ஜி.ஆர் எதிர்பார்த்தார். ஆனால் ஆளுநரோ, அரசியல் சட்டப்படி முதலமைச்சரிடமே அனுப்ப முடியும் என்று அதிர்ச்சி வைத்தியம் கொடுத்தார். பட்டியலைத் திரும்பப் பெற்றுக் கொண்டு வந்துவிட்டார் எம்.ஜி.ஆர். நீங்கள் கொடுக்கவில்லை என்றால் நானே கொடுக்கிறேன். பட்டியலுடன் டெல்லிக்குப் புறப்பட்டார் எம்.ஜி.ஆர். அதே விமானத்தில் எம். கல்யாண சுந்தரம்.

நவம்பர் 6. குடியரசுத் தலைவர் வி.வி. கிரி எம்.ஜி.ஆரை வரவேற்றார். கைவசம் அவர் கொண்டுவந்த பட்டியலை வாங்கிக்கொண்டார். விடைபெற்றார் எம்.ஜி.ஆர்.

வாசலில் செய்தியாளர்களைச் சந்தித்தார் எம்.ஜி.ஆர். ஒரு பத்திரிகையாளர் கேட்டார்.

'தமிழ்நாட்டில் உங்களுக்கு எவ்வளவு ஆதரவு?'

'100க்கு 999 பேர்'

கல்யாணசுந்தரம், எம்.ஜி.ஆர் இருவரும் கொடுத்த குற்றப் பட்டியல்கள் பிரதமர் இந்திரா காந்திக்கு அனுப்பப்பட்டன. எம்.ஜி.ஆருக்குத் திருப்தி இல்லை. நடவடிக்கை எடுப்பார்களா? பட்டியலால் பலன் இருக்குமா? ஆனது ஆகட்டும், நாம் நம் வேலையைக் கவனிப்போம் என்று சொல்லிவிட்டார்.

மீண்டும் ஆளுநரைச் சந்திக்கச் சென்றார் எம்.ஜி.ஆர். சென்னை யில் ஊர்வலம் நடத்த அனுமதி வேண்டும் என்பதுதான்

கோரிக்கை. எதற்காக? சட்டமன்றத்தைக் கலைக்கவேண்டும் என்றா? இல்லை. திமுக ஆட்சி கலைக்கப்பட வேண்டும் என்பதை வலியுறுத்தியா? அதுவும் இல்லை. கருணாநிதி முதல்வர் பதவியில் நீடிக்கக்கூடாது என்பதை மக்களிடம் முன் வைக்க. அனுமதி கிடைத்தது. நவம்பர் 10 அன்று சென்னையில் பிரும்மாண்டமான ஊர்வலம் நடந்தேறியது.

நவம்பர் 13 அன்று தமிழ்நாடு சட்டமன்றம் கூடியது. சபாநாயகர் மதியழகன் எம்.ஜி.ஆர் பக்கம் சாய்ந்துவிட்ட நிலையில் சபையில் என்ன நடக்கப் போகிறது என்பது மர்மமாக இருந்தது. சபை நடவடிக்கைகள் தொடங்கின.

எம்.ஜி.ஆர் எழுந்தார். 'இன்றைய அமைச்சரவை தங்களுடைய கட்சியின் நம்பிக்கையையும் இழந்து, மக்கள் நம்பிக்கையையும் இழந்துவிட்டது. இந்த நிலையில் இந்த அமைச்சரவை நீடிப்பது சட்டவிதி ஒழுங்குமுறைகளுக்கு உட்பட்டதா?'

சபாநாயகர் பேசினார். 'முதலமைச்சர் பெரிய மனது வைத்து பொதுமக்களைச் சந்தித்து அவர்கள் ஆதரவைப் பெறவேண்டும். சட்டசபையைக் கலைக்கும்படி ஆளுநருக்கு முதலமைச்சர் பரிந்துரை செய்யவேண்டும். இது என்னுடைய யோசனை. மக்களை இன்றே சந்திக்கிறீர்களா என்று எம்.ஜி.ஆர் கேட்கிறார். அதற்கு முதலமைச்சர் ஏதேனும் பதில் சொல்ல விரும்பு கிறாரா?'

சபாநாயகரைத் தன்பக்கம் திருப்பிக்கொண்டு எம்.ஜி.ஆர் ஆடும் அரசியல் ஆட்டத்தை கருணாநிதி ரசிக்கவில்லை. பதிலளிக்க வும் இல்லை. டிசம்பர் 5-ம் தேதிக்கு அவை ஒத்திவைக்கப் பட்டது. கிடைத்த கால அவகாசத்தைக் கட்சி வளர்க்கும் காரியத் துக்குப் பயன்படுத்திக் கொண்டார் எம்.ஜி.ஆர்.

13. மாயத் தேவர்

தொண்டர்களுக்கு ஓயாமல் வேலை கொடுத்துக் கொண்டிருக்க வேண்டும். அதுதான் கட்சியை உயிர்ப்புடன் வைத்திருக்கும். எம்.ஜி.ஆர் புதிதாகக் கற்றுக்கொண்டிருந்த பாடம்.

திமுக அரசைக் கண்டித்து நவம்பர் 15 அன்று முழு அடைப்புக்கு அழைப்பு விடுத்தார். கடைகள் மூடப்பட்டன. ஆட்டோ ரிக்ஷாக் கள் ஓடவில்லை. எம்.ஜி.ஆர் எதிர்பார்த்தது அதைத்தான்.

அடுத்து மற்றுமொரு விநோதமான போராட்டம். 'திமுக சட்ட மன்ற உறுப்பினர்களின் வீடுகளுக்குச் செல்லுங்கள். பதவி விலக வேண்டும் என்று அவர்களைக் கேளுங்கள். அல்லது நடப்பு அமைச்சரவையைப் பதவி நீக்கம் செய்யுமாறு சொல்லுங்கள்.' எம்.ஜி.ஆர் சொன்னதைச் செய்தனர் அதிமுகவினர்.

ஆளுநரின் உதவியுடன் புதிய கூட்டத்தொடர் அறிவிக்கப் பட்டது. மதியழகனுக்கு எதிராக நம்பிக்கையில்லாத் தீர்மானம் தயாராக இருந்தது. அதேபோல எம்.ஜி.ஆரும் திமுக அரசு மீது நம்பிக்கையில்லாத் தீர்மானத்தைக் கொடுத்திருந்தார். டிசம்பர் 2 அன்று சபை கூடியது.

சபாநாயகர் மதியழகன் அரசு மீதான நம்பிக்கையில்லாத் தீர்மானத்தை எடுத்துக்கொண்டார். எம்.ஜி.ஆரைப் பேச அழைத் தார். தயாராக இருந்த எம்.ஜி.ஆர் பேசத் தொடங்கினார். ஆனால் மைக் வேலை செய்யவில்லை. அதனால் என்ன? பேச்சை நிறுத்தவே இல்லை. தொடர்ந்து பேசினார்.

நாவலர் நெடுஞ்செழியன் பேச எழுந்தார். அவருடைய மைக் வேலை செய்தது. ஆகவே அவர் பேசுவது எல்லோருக்குமே கேட்டது.

> அவையின் முன்னால் தற்போதைய சபாநாயகர் பதவியில் இருந்து அகற்றப்படவேண்டும் என்றுகூறும் தீர்மானம் உள்ளது. அவையின் 185 உறுப்பினர்களின் நம்பிக்கையை இழந்துவிட்ட ஒரு சபாநாயகர் இந்த அவைக்குத் தலைமை தாங்க முடியாது. இந்த அவையின் நம்பிக்கையைப் பெற்ற ஒருவரே இதன் நடவடிக்கைகளைத் தலைமைத் தாங்கி நடத்திச் செல்லமுடியும். ஆகவே, சபாநாயகர் மீதான நம்பிக்கையில்லாத் தீர்மானத்தை முதலில் எடுத்துக்கொள்ள வேண்டும். இப்போது சபாநாயகராக உள்ளவர் அரசியல் சட்டத்தின் கட்டளைகளின்படி நடக்க மறுக்கிறார். ஆகவே, துணை சபாநாயகர் இந்த அவைக்குத் தலைமைத் தாங்கிட வேண்டும்.

சபாநாயகர் நாற்காலிக்குக் கீழே சட்டசபைச் செயலாளருக்கு அருகில் தனி நாற்காலி போடப்பட்டது. அதில் துணை சபாநாயகர் சீனிவாசன் வந்து உட்கார்ந்தார். சபாநாயகர் மீதான நம்பிக்கையில்லாத் தீர்மானத்தை குரல் வாக்கெடுப்பு மூலம் நிறைவேற்றியதாக அறிவித்தார்.

இத்தனையும் நடந்துகொண்டிருக்கும்போது ஒலி வழங்கப் படாத மைக்கில் விடாப்பிடியாகப் பேசிக்கொண்டே இருந்தார் எம்.ஜி.ஆர். சபை ஒத்திவைக்கப்படுவதாக மதியம் இரண்டு மணிக்கு மதியழகன் அறிவித்தபிறகுதான் பேச்சை நிறுத்தினார்.

பிறகு மூன்று மணிவரை துணை சபாநாயகர் சீனிவாசன் சபையை நடத்தினார். பிறகு சபை ஒத்திவைக்கப்பட்டது.

‘சட்டசபையில் ஜனநாயகம் கொலை செய்யப்பட்டுவிட்டது. செத்த சபையில் நான் நுழைய மாட்டேன்’ - செய்தியாளர்களிடம் சொல்லிவிட்டுப் புறப்பட்டார் எம்.ஜி.ஆர்.

•

அடிபட்ட புலியாக உறுமிக்கொண்டிருந்தார் எம்.ஜி.ஆர். எத்தனை போராட்டங்கள் நடத்திவிட்டோம். எவ்வளவு பெரிய ஊர்வலத்தை நடத்திவிட்டோம். மாடாக உழைத்து குற்றப் பட்டியல் தயார் செய்தோம். கிண்டிக்கும் டெல்லிக்கும்

யாத்திரை போனோம். சபாநாயகரே கையில் இருந்தும்
கருணாநிதி ஆட்சியை அசைக்க முடியவில்லையே!

தன்னை, தன்னுடைய பலத்தை நிரூபிக்கச் சரியான வாய்ப்பைத்
தேடிக்கொண்டிருந்தார் எம்.ஜி.ஆர். வாகாக வந்தது அந்த
இடைத்தேர்தல். திண்டுக்கல் தொகுதியின் நாடாளுமன்ற
உறுப்பினராக இருந்த திமுகவைச் சேர்ந்த ராஜாங்கம் மரண
மடைந்துவிடவே, அந்தத் தொகுதிக்கு மே மாதத்தில் இடைத்
தேர்தல் நடத்தப்படும் என்று அறிவிக்கப்பட்டது. துள்ளி எழுந்து
நின்றார் எம்.ஜி.ஆர். திண்டுக்கல்லில் அதிமுக நிற்கும் என்று
அறிவித்தார்.

மொத்தம் இரண்டு சவால்கள் இருந்தன எம்.ஜி.ஆருக்கு. ஒன்று,
படப்பிடிப்பு முடிந்து இன்னமும் வெளிவராமல் இருக்கும்
'உலகம் சுற்றும் வாலிபன்' படத்தை வெளியிடுவது. இன்
னொன்று, திண்டுக்கல்லில் வெற்றிபெறுவது. முதல் விஷயம்
சவாலே அல்ல, சுலபத்தில் முடிந்துவிடலாம் என்று நினைத்தார்.
ஆனால் சவால் மதுரை முத்துவிடம் இருந்து வந்தது.

'உலகம் சுற்றும் வாலிபன் படம் வெளிவராது. வந்தால் ஓடாது.
ஓடினால் சேலை கட்டிக்கொள்கிறேன்.'

வாய்ச்சொல் வீரர் என்று முத்துவை அலட்சியம் செய்ய
எம்.ஜி.ஆர் விரும்பவில்லை. அவர் செயல்வீரர் என்பது
அவருக்கு நன்றாகவே தெரியும். கட்சியின் உயர்மட்ட நிர்வாகி
களே எம்.ஜி.ஆருடன் மோதுவதற்குத் தயாராக இல்லாத சூழலில்
மாவட்டப் பொறுப்பில் இருந்துகொண்டு எம்.ஜி.ஆரைத் தூக்கி
எறிவேன் என்று பேசியவர். ஆகவே, எச்சரிக்கையாகவும் இருக்க
வேண்டும். சவாலையும் முறியடிக்கவேண்டும். விஷயத்தைப்
பக்குவமாகக் கையாண்டார் எம்.ஜி.ஆர்.

அதிமுகவின் முதல் வேட்பாளர் யார்? கட்சிக்குள் பலத்த
போட்டி இருந்தது. கட்சியின் கொள்கை பரப்புச் செயலாளரான
எஸ்.டி. சோமசுந்தரத்தின் விருப்பம் சேடப்பட்டி முத்தையா.
ஆனால் ஆர்.எம். வீரப்பனோ மாயத்தேவர் என்ற வழக்கறிஞரைத்
தான் நிறுத்தவேண்டும் என்று வலியுறுத்தினார். வீரப்பனே
ஜெயித்தார். மாயத்தேவர் திண்டுக்கல் வேட்பாளராக அறிவிக்கப்
பட்டார். காரணம் வெளிப்படையானது. திண்டுக்கல்லில்
முக்குலத்தோர் அதிகம். போதாது?

125

நாஞ்சில் மனோகரன் இப்போது எம்.ஜி.ஆர் முகாமுக்குத் தாவியிருந்தார். அவர் தலைமையில் மாயத்தேவர் ஊர்வலமாகச் சென்று வேட்பு மனு தாக்கல் செய்தார். திமுக சார்பில் பொன். முத்துராமலிங்கம் நிறுத்தப்பட்டிருந்தார். மார்க்சிஸ்ட் கம்யூனிஸ்ட் கட்சியின் வேட்பாளராக சங்கரய்யா அறிவிக்கப் பட்டிருந்தார். ஆனால் பி. ராமமூர்த்திக்கும் எம்.ஜி.ஆருக்கும் நடந்த சந்திப்புக்குப்பிறகு சங்கரய்யா மனுவை வாபஸ் பெற்றுக் கொண்டார். ஸ்தாபன காங்கிரஸ் சார்பில் என்.எஸ்.வி. சித்தன்.

எம்.ஜி.ஆர் தன்னுடைய ஒட்டுமொத்த உழைப்பையும் ஒன்று திரட்டிப் பிரசாரம் செய்தார். பணப் புழக்கத்துக்குக் கேட்கவே வேண்டாம். கருணாநிதிக்கும் இது கௌரவப் பிரச்னை. அவர் தரப்பில் இருந்தும் உழைப்பு பலமாக இருந்தது. தேர்தல் வேலைகள் ஒருபக்கம் நடந்துகொண்டிருக்க, 'உலகம் சுற்றும் வாலிப'னை வெளியிடுவதற்கான வேலைகளிலும் எம்.ஜி.ஆர் தன்னை ஈடுபடுத்திக்கொண்டிருந்தார்.

எல்லாம் தயார். விளம்பரம் செய்யவேண்டியதுதான் பாக்கி. திரைப்படத்துக்கு சுவரொட்டியைத் தவிர பெரிய விளம்பரம் எதுவாக இருக்கமுடியும்? ஆனால் சுவரொட்டிகளை ஒட்டவே முடியவில்லை. மதுரை முத்துவின் கைங்கர்யம். அப்படியே ஒட்டினாலும் அடுத்த சில நொடிகளில் கிழித்தெறியப்பட்டன. பலத்த நெருக்கடிகளுக்கு மத்தியில் எந்தவொரு விளம்பரமும் இல்லாமல் உலகம் சுற்றும் வாலிபன் வெள்ளித்திரையில் தோன்றினான். சக்சஸ்... சக்சஸ்... இதுதான் படத்தில் எம்.ஜி.ஆர் பேசிய முதல் வசனம்.

அதேபோல படமும் சக்சஸ். வெளியில் எதிர்ப்புகளைச் சந்தித்த உலகம் சுற்றும் வாலிபன் தியேட்டருக்குள் உற்சாகமாக வலம் வந்தான். ரசிகர்கள் அத்தனைபேரும் மதுரை முத்துவை நோக்கித் திரும்பினர். படம் ஓடிவிட்டால் சேலை கட்டிக்கொள்வதாகச் சவால் விட்டவர் அல்லவா? கையில் இருந்த காசுகளைப் போட்டு ஆளாளுக்கு சேலைகள் வாங்கி முத்துவின் வீட்டுக்கு பார்சல் அனுப்பினர். ரசிகர்கள் மத்தியில் எழுச்சி அலை. தியேட்டர்களில் ரசிகர்களாகப் படத்தைக் கொண்டாடியவர்கள் வெளியே வந்து தொண்டர்களாக மாறி களப்பணி செய்தனர்.

உலகம் சுற்றும் வாலிபனின் வெற்றி திண்டுக்கல் வெற்றிக்கான முன்னறிவிப்பு என்றனர்.

அதுதான் நடந்தது. தியேட்டரில் டிக்கெட் வாங்க முண்டியடித்த மக்கள் வாக்குச்சாவடியிலும் அதே நடைமுறையைப் பின் பற்றினர். கிட்டத்தட்ட ஐந்து லட்சம் வாக்குகள் பதிவாகின. மாயத்தேவர் 2,60,930 வாக்குகளைப் பெற்று வெற்றி பெற்றிருந் தார். மாயத்தேவர் என்றால் எம்.ஜி.ஆர்.

வெற்றி கொடுத்த சந்தோஷத்தைக் காட்டிலும் திமுக வேட் பாளர் பொன். முத்துராமலிங்கம் மூன்றாவது இடத்துக்குத் தள்ளப்பட்ட செய்தி எம்.ஜி.ஆரை குதூகலிக்கச் செய்தது. ஸ்தாபன காங்கிரஸின் சித்தன் இரண்டாவது இடத்துக்கு வந்திருந்தார். சந்தித்த முதல் களத்திலேயே கருணாநிதியை வீழ்த்தி ஆட்டத்துக்குத் தாயம் போட்டுவிட்டார் எம்.ஜி.ஆர்.

14. இந்திரா போற்றி!

நினைத்துப் பார்க்கவே பூரிப்பாக இருந்தது எம்.ஜி.ஆருக்கு. கட்சி ஆரம்பித்து ஒரு வருடம்கூட ஒழுங்காகப் பூர்த்தி ஆக வில்லை. அதற்குள் அதிமுகவுக்கு முதலமைச்சர் வாய்ப்பு! தமிழ்நாட்டில் அல்ல; யூனியன் பிரதேசமான புதுச்சேரியில்.

நடந்துமுடிந்த தேர்தலில் மொத்தமுள்ள முப்பது இடங்களில் அதிமுக பன்னிரண்டு இடங்களைக் கைப்பற்றியது. இந்திரா காங்கிரஸுக்கு ஏழு, ஸ்தாபன காங்கிரஸ் ஐந்து, திமுகவுக்கும் இந்திய கம்யூனிஸ்ட் கட்சிக்கும் தலா இரண்டு மட்டுமே. மார்க்சிஸ்ட் கம்யூனிஸ்டுக்கு ஒன்று. திமுக ஆதரவு சுயேச்சை ஒருவரும் வெற்றி பெற்றிருந்தார்.

அரசியல்ரீதியில் எப்போதுமே குழப்பத்தின் விளைநிலமாக இருக்கும் பிராந்தியம் புதுச்சேரி. எந்தத் தனிக்கட்சிக்கும் ஆட்சி அமைக்கும் அளவுக்குப் பெரும்பான்மை இல்லை. தனிப் பெருங்கட்சி எம்.ஜி.ஆர் உருவாக்கிய அதிமுக. அதற்கு இந்திய கம்யூனிஸ்ட் கட்சியின் ஆதரவு இருக்கிறது. மார்க்சிஸ்டும் ஆதரவளித்தால் ஆட்சி அமைத்துவிடலாம்.

நாஞ்சில் மனோகரனைத் தூது அனுப்பினார் எம்.ஜி.ஆர். ஆதரவு கிடைத்துவிட்டது. புதுச்சேரியில் அதிமுக ஆட்சி அமைத்தது. எஸ். ராமசாமி என்பவர் அதிமுக சார்பில் முதலமைச்சரானார். ஆனால் சட்டமன்றத்தில் பெரும்பான்மை நிரூபிக்கப்பட வில்லை. அதற்கு பதினாறு எம்.எல்.ஏக்களின் ஆதரவு தேவை.

இருப்பதோ பதினைந்து. அதில் ஒருவர் சபாநாயகராகி விட்டால், பலம் பதினான்காகக் குறைந்துவிடும்.

துளியும் யோசிக்கவில்லை. டெல்லி புறப்பட்டார் எம்.ஜி.ஆர். கூடவே, நாஞ்சில் மனோகரன். பிரதமர் இந்திராவைச் சந்தித்து புதுச்சேரியில் ஆதரவு தரவேண்டும் என்று கோரினார். வலிய வந்து வலையில் விழுகிறாரே எம்.ஜி.ஆர் என்று நினைத்தார் இந்திரா. புதுச்சேரியில் அதிமுக ஆட்சி கவிழாது. அதற்கு நான் உத்தரவாதம் தருகிறேன். நீங்கள் எனக்கொரு உதவி செய்ய வேண்டும். பக்குவமாகக் காய் நகர்த்தினார் இந்திரா. அதை எம்.ஜி.ஆரும் ஓரளவுக்குப் புரிந்துகொண்டார்.

'அசோக் லேலண்ட் அதிபர் ரங்கநாதன் தமிழ்நாட்டில் இருந்து மாநிலங்களவைக்குப் போட்டியிடுகிறார். சுயேச்சைதான். ஆனால் அவருக்கு நான் ஆதரவளிக்கிறேன். நீங்களும் ஆதரவு தர முடியுமா?'

'ஆகட்டும்' என்று சொல்லிவிட்டு மாநிலங்கள் அவைக்கான தன் வேட்பாளரை வாபஸ் பெற்றார் எம்.ஜி.ஆர். ரங்கநாதன் மாநிலங்கள் அவைக்குச் சென்றுவிட்டார். ஆனால் புதுச்சேரி பஞ்சாயத்து இன்னமும் முடியவில்லை. அதற்காகக் காத்துக் கொண்டிருந்தார் எம்.ஜி.ஆர்.

சட்டமன்றத்தில் வாக்கெடுப்பு நடத்தப்பட்டது. அதிமுக அரசுக்கு ஆதரவாக பதினான்கு வாக்குகள் விழுந்தன. எதிராக பதினைந்து வாக்குகள். எப்படி? திமுக, இந்திரா காங்கிரஸ், ஸ்தாபன காங்கிரஸ், சுயேச்சை என அனைவருமே ஆட்சிக்கு எதிராக வாக்களித்திருந்தனர். கடைசிநேரத்தில் எம்.ஜி.ஆரைக் கைகழுவப்பட்டிருந்தார் என்பது தெரியவந்தது.

அதிமுகவின் முதலமைச்சர் கனவு இருபது தினங்களில் கலைந்தது. உறைந்துபோய் உட்கார்ந்தார் எம்.ஜி.ஆர். ஆனாலும் காங்கிரஸைக் குறைசொல்லி இந்திராவைப் பகைத்துக்கொள்ள எம்.ஜி.ஆர் விரும்பவில்லை.

●

ரேபரேலி மக்களவைத் தொகுதி. இந்திரா காந்தியை நாடாளு மன்றத்துக்குத் தேர்வு செய்து அனுப்பிவைத்திருந்த தொகுதி. 1971 தேர்தலில் சுமார் ஒரு லட்சம் வாக்குகள் வித்தியாசத்தில்

129

எதிர்க்கட்சி வேட்பாளர் ராஜ் நாராயணனைத் தோற்கடித்திருந் தார். பிரதமராகவும் ஆகியிருந்தார். ஆனால் அவர் வெற்றி பெற்றது செல்லாது என்று நீதிமன்றத்தில் வழக்கு தொடர்ந் திருந்தார் ராஜ் நாராயணன். தோல்வி அடையும் வேட்பாளர் வழக்கமாகச் செய்யக்கூடிய காரியம்தான். இந்திராவும் அப்படித் தான் நினைத்தார். பிரச்னை அங்கேதான் ஆரம்பித்தது.

அரசு ஊழியரைத் தேர்தல் பணிகளுக்குப் பயன்படுத்தியது, அரசுக்குச் சொந்தமான இடங்களைத் தேர்தல் பிரசாரத்துக்குப் பயன்படுத்தியது என்று ஆறு குற்றச்சாட்டுகளை முன்வைத்து தேர்தல் வழக்கைத் தொடர்ந்திருந்தார் ராஜ் நாராயணன். பல மாதங்கள் தொடர்ந்த வழக்குக்குப்பின் அலகாபாத் நீதிமன்றம் தீர்ப்பளித்தது.

'இந்திரா காந்தியின் வெற்றி செல்லாது. அடுத்த ஆறு ஆண்டு களுக்கு இந்திரா காந்தி தேர்தலில் போட்டியிட முடியாது.'

கொந்தளித்துப் போய்விட்டனர் காங்கிரஸ்காரர்கள். மேல் முறையீட்டுக்காக உச்ச நீதிமன்றம் சென்றார் இந்திரா காந்தி. உச்ச நீதிமன்றம் சில சலுகைகளை வழங்கியது. இந்திரா காந்தி தொடர்ந்து பிரதமராக இருக்கலாம். ஆனால் நாடாளுமன்றத்தில் வாக்கெடுப்பின்போது வாக்களிக்க முடியாது. ஆனாலும் சிக்கல்கள் தீரவில்லை. இந்திரா ராஜினாமா செய்யவேண்டும் என்று எதிர்க்கட்சிகள் போராட்டத்தில் குதித்தன. பல மாநிலங் களில் முளைத்திருந்த ஊழல் பிரச்னைகள், விலைவாசி ஏற்றம், வேலையில்லாத் திண்டாட்டம் ஆகியவற்றுடன் இந்திரா காந்தியின் தேர்தல் பிரச்னையையும் கையில் எடுத்தனர் ஜெயப் பிரகாஷ் நாராயணன், மொரார்ஜி தேசாய் ஆகியோர்.

சமாளிக்கவே முடியாது என்ற நிலை ஏற்பட்டபோது இந்திரா எடுத்த ஆயுதம், எமர்ஜென்சி. நாட்டில் ஆயுதக் கலகம் தூண்டப் படுகிறது என்றுகூறி நெருக்கடி நிலையைப் பிரகடனம் செய்ய ஏற்பாடு செய்தார். குடியரசுத் தலைவர் ஃபக்ருதீன் அலி அகமது நாட்டில் நெருக்கடி நிலை அமல்படுத்தப்பட்டுள்ளதாக அறிவித் தார். இந்தியா இருளை நோக்கிப் புறப்பட்டிருக்கிறது என்று எதிர்க்கட்சிகள் அனைத்துமே கண்டனம் தெரிவித்தன. நாடு முழுக்க அடக்குமுறைகள் ஏவப்பட்டன. எதிர்க்கட்சிகளைச் சேர்ந்தவர்கள் தேடித்தேடிக் கைது செய்யப்பட்டனர். பத்திரிகை களுக்குக் கடுமையான தணிக்கை முறை அமல்படுத்தப்பட்டது.

இந்தியாவின் பெரும்பாலான எதிர்க்கட்சிகள் எமர்ஜென்சியை எதிர்த்து போராடிக்கொண்டிருந்த சமயத்தில் எம்.ஜி.ஆரின் நிலைப்பாடு என்ன?

ஜூன் மாத இறுதியில் நெருக்கடி நிலை அமல்படுத்தப்பட்டது. ஜூலையில் அதிமுக செயற்குழுவைக் கூட்டினார் எம்.ஜி.ஆர். நெருக்கடி நிலை கொண்டுவந்ததற்கு அதிமுகவின் ஆதரவு உண்டு. பிரதமரின் பொருளாதாரத் திட்டங்களை அதிமுக வரவேற்கிறது.

தீர்மானத்தை நிறைவேற்றிய சூடு அடங்குவதற்குள் டெல்லிக்கு விமானம் ஏறினார் எம்.ஜி.ஆர். ஜூலை 16 அன்று பிரதமர் இந்திராவைச் சந்தித்து தீர்மானத்தின் பிரதி ஒன்றையும் கொடுத்து தன்னுடைய நிலைப்பாட்டைப் பளிச்சென்று புரியவைத்தார்.

ஜனவரி 31, 1976. இந்திய அரசியலமைப்புச் சட்டம் 356-வது பிரிவின் கீழ் கருணாநிதி தலைமையிலான திமுக அரசு டிஸ்மிஸ் செய்யப்பட்டது. சட்டமன்றமும் கலைக்கப்பட்டது. அதிமுக வினர் மத்தியில் உற்சாகம் ஊற்றெடுத்தது. முக்கியமாக, எம்.ஜி.ஆருக்கு.

'திமுக அரசு விலக்கப்பட்டது தைரியமான நடவடிக்கை. ஜன நாயகத்தைப் பாதுகாக்க பிரதமர் இந்திரா காந்திக்கு அதிமுகவின் முழு ஆதரவும் உண்டு.'

விரைவில் தேர்தல். அடுத்தது ஆட்சி. வண்ணமயமான எதிர் காலத்தை நோக்கி நகர்ந்துகொண்டிருக்கிறோம் என்ற நம்பிக்கையில் எம்.ஜி.ஆர் இப்படிப் பேசினார்.

திடுதிப்பென திமுக அரசை ஏன் கலைக்கவேண்டும்? பின்னணி யில் எம்.ஜி.ஆர் இருந்தாரா? இல்லை. கருணாநிதிதான் காரணம். நெருக்கடி நிலை அமலில் இருந்தபோது இந்தியாவின் இரண்டு மாநிலங்களில் மட்டும்தான் காங்கிரஸ் அல்லாத அரசுகள் இருந்தன. ஒன்று, குஜராத்தில். அங்கே ஸ்தாபன காங்கிரஸ் ஆட்சியில் இருந்தது. இரண்டாவது, தமிழ்நாட்டில். திமுக ஆட்சி.

நெருக்கடி நிலை கொண்டுவந்ததற்கு முதல் கண்டனத் தீர்மானத்தை நிறைவேற்றியது திராவிட முன்னேற்றக் கழகம் தான். 'பிரதமர் இந்திரா காந்தி நடைமுறைப்படுத்தும் காரியங்கள்

ஜனநாயக ஒளியை அறவே அழித்து, நாட்டைச் சர்வாதிகார இருளில் ஆழ்த்தும்வண்ணம் அமைந்து வருவதுகண்டு திமுக செயற்குழு தன்னுடைய வேதனையைத் தெரிவித்துக்கொள் கிறது. இது சர்வாதிகாரத்தின் தொடக்கவிழா. அவசர நிலைப் பிரகடனத்தை உடனடியாகத் திரும்பப் பெறவேண்டும்.' இது தான் அந்தத் தீர்மானத்தின் உள்ளடக்கம். போதாது?

பிப்ரவரி 3 1976. திமுக அமைச்சரவைமீது விசாரணை நடத்த உச்ச நீதிமன்ற நீதிபதி சர்க்காரியா தலைமையில் விசாரணை கமிஷன் ஒன்றை மத்திய அரசு நியமித்தது. எதற்காக இந்தத் திடீர் நடவடிக்கை? மத்திய உள்துறை இணை அமைச்சர் ஓம் மேத்தா விடம் இருந்து விளக்கம் வந்தது.

'1972 நவம்பரில் அதிமுக தலைவர் எம்.ஜி. ராமச்சந்திரன் திமுக அமைச்சரவை மீதான புகார்கள் அடங்கிய பட்டியலை மத்திய அரசிடம் கொடுத்தார். மொத்தம் 54 புகார்கள். அதில் முதலமைச்சர் கருணாநிதிக்கு எதிராக 27. மற்ற அமைச்சர் களுக்கு எதிராக 13. பொதுவான புகார்கள் 14. இவற்றின்மீது நீதிபதி சர்க்காரியா விசாரணை நடத்துவார்.'

இரட்டை வெற்றி கிடைத்தது போல இருந்தது எம்.ஜி.ஆருக்கு. ஆட்சிக் கலைப்புக் கொண்டாட்டத்தில் இருந்தே அவர் இன்னும் மீளவில்லை. அதற்குள் விசாரணை கமிஷன் அறிவிப்பா? இந்திரா காந்திக்கு நன்றி சொல்ல வார்த்தைகளைத் தேடிக் கொண்டிருந்தார் எம்.ஜி.ஆர். எப்போது தேர்தல் என்று கேட்டார். இப்போதைக்கு இல்லை என்று சொல்லிவிட்டது டெல்லி. வெறுத்துப் போய்விட்டார் எம்.ஜி.ஆர்.

அப்போது புதிய நபர் ஒருவர் எம்.ஜி.ஆருக்கு அறிமுகம் ஆனார். பெயர், கே. மோகன்தாஸ். குற்றப் புலனாய்வுத்துறை டி.ஐ.ஜி. டெல்லியில் பணியாற்றிக் கொண்டிருந்த அவரை சர்க்காரியா கமிஷனுக்கு உதவிசெய்வதற்காக தமிழ்நாட்டுக்கு அனுப்பி யிருந்தனர். விசாரணைக்கு ஆஜராக வரும்போது எம்.ஜி.ஆருக்கும் மோகன்தாஸுக்கும் நல்ல பழக்கம் ஏற்பட்டது. தேர்தல் இல்லை என்று ஆனதும் கமிஷனாவது கைகொடுக்குமா என்று நினைத்தார் எம்.ஜி.ஆர். அதனால் சர்க்காரியா கமிஷனுக்கு நல்ல ஒத்துழைப்பைக் கொடுத்தார். தன்னுடைய குற்றச்சாட்டு கள் கமிஷனில் எடுபடுமா என்ற சந்தேகத்தை மோகன்தாஸிடம் அடிக்கடி எழுப்பிக்கொண்டிருந்தார்.

தினம் ஒரு குண்டு டெல்லியில் இருந்து வீசப்பட்டுவந்த நேரம் அது. மாநிலக் கட்சிகளைத் தடை செய்யும் உத்தேசம் மத்திய அரசுக்கு இருக்கிறது என்ற குண்டும் அப்படித்தான் வந்தது. திடுக்கிட்டுப் போனார் எம்.ஜி.ஆர். அவசரகதியில் கட்சியின் பெயரை மாற்றினார். இனி அதிமுக, அனைத்திந்திய அண்ணா திராவிட முன்னேற்றக் கழகம் என்று அழைக்கப்படும் என்று அறிவித்தார். சட்டரீதியான சடங்குகளுக்கும் ஏற்பாடு செய்தார். அப்பாடா!

எப்போது அன்னை இந்திரா அருள்புரிவார் என்று காத்துக் கொண்டிருந்தார் எம்.ஜி.ஆர். மார்ச் மாதத்தில் நாடாளுமன்றத் தேர்தல் நடத்தப்படும் என்று அறிவிப்பு வெளியானது. இந்தியா வில் உள்ள அனைத்து எதிர்க்கட்சிகளும் ஆனந்தக் கூத்தாடிய போது எம்.ஜி.ஆர் வருத்தத்தில் மூழ்கினார். சட்டமன்றத்துக்கும் தேர்தல் வரும் என்ற அவருடைய எதிர்பார்ப்பில் மண் விழுந்தது. ஆனாலும் தட்டிவிட்டுக்கொண்டு நாடாளுமன்றத் தேர்தலுக்குத் தயாரானார்.

அதிமுகவின் கொள்கை என்ன என்ற கேள்வி முக்கிய எதிர்க் கட்சிகளால் எழுப்பப்பட்டபோது எம்.ஜி.ஆர் சொன்னார்: 'அண்ணாயிசம்'.

133

அறிஞர் அண்ணா உயிரோடு இருந்தபோது எப்படி எல்லாம் ஆட்சி நடத்தவேண்டும் என்று விரும்பினாரோ, அதை நடை முறையில் செயல்படுத்த விரும்புவதுதான் அண்ணாயிசம். அவரது கொள்கைகளைக் காப்பாற்ற, சாதியற்ற, சமதர்ம, பகுத்தறிவு சமுதாயத்தை ஜனநாயக வழியில் நிறைவேற்ற உழைப்பதுதான் அண்ணாயிசம்.

பொருளாதாரத்தில் தாழ்ந்த எல்லா சமுதாயத்தினரும், எல்லாத் தரப்பினரும் எவ்விதப் பாகுபாடும் இல்லாமல் அனைத்தும் பெற்று சமதர்மச் சமுதாயத்தின் பலம் பொருந்திய உறுப்புகளாக அமையவேண்டும் என்பதுதான் அண்ணாயிசம்.

அண்ணாயிசத்தை மனத்தில் ஏந்திக்கொண்டு இந்திரா காங்கிரஸுடன் கூட்டணி அமைக்க முற்பட்டார் எம்.ஜி.ஆர். கூட்டணியில் யாருக்கு எத்தனைத் தொகுதிகளை ஒதுக்குவது என்பது குறித்துப் பேசினார். எம்.ஜி.ஆர் என்றால் அவருடைய பிரதிநிதிகளான நாஞ்சில் மனோகரனும் ஆர்.எம். வீரப்பனும். மக்களவைத் தேர்தலில் மூன்றில் இரண்டு பங்கு காங்கிரஸ் கட்சிக்கு. ஒரு பங்கு அதிமுகவுக்கு. சட்டமன்றத் தேர்தலில் மூன்றில் இரண்டு பங்கு அதிமுகவுக்கு. ஒருபங்கு காங்கிரஸ் கட்சிக்கு.

ஆனால், பேச்சுவார்த்தைகளின் முடிவில் அதிமுகவுக்கு இருபது தொகுதிகள், இந்திரா காங்கிரஸுக்கு பதினாறு, தேசிய அளவில் எமர்ஜென்ஸிக்கு நேசக்கரம் நீட்டிய இந்திய கம்யூனிஸ்ட் கட்சிக்கு மூன்று தொகுதிகள் என்று முடிவானது. எதிரணியில் இருந்த திமுகவுக்கு 19 இடங்கள், ஜனதா கட்சிக்கு 18 இடங்கள், மார்க்சிஸ்ட் கம்யூனிஸ்ட் கட்சிக்கு 2 இடங்கள்.

தேசிய அளவிலான தேர்தல். ஆனாலும் பிராந்திய அரசியலையே எம்.ஜி.ஆர் முன்வைத்தார். கருணாநிதி என்ற ஒற்றை எதிரியைக் குறிவைத்தே அவருடைய பிரசாரம் இருந்தது. ஊழல். வன்முறை. சட்டம் ஒழுங்கு சீர்கேடு. சர்க்காரியா கமிஷன். ஒன்றுவிடாமல் எழுதிவைத்துக் கொண்டு பேசினார். ஆனால் எதிர்முகாமோ நெருக்கடி நிலையை மட்டுமே தேர்தல் பிரச்னையாக முன்வைத்தது. சர்வாதிகாரத்துக்குச் சவுக்கடி கொடுங்கள் என்றார் கருணாநிதி.

தேசிய அளவில் கடுமையான சவாலை எதிர்கொண்டது காங்கிரஸ் கட்சி. ஜனதா என்ற பெயரில் பல கட்சிகள் ஒருங்கிணைந்து

தேர்தலை எதிர்கொண்டனர். இந்திரா எதிர்ப்பு வாக்குகளைக் கச்சிதமாகக் கைப்பற்றும் காரியத்தில் ஈடுபட்டிருந்தனர். ஆனால் தமிழ்நாட்டில் இந்திராவுக்கு எந்தப் பிரச்னையும் இல்லை. எல்லாவற்றையும் எம்.ஜி.ஆர் பார்த்துக்கொண்டார்.

எல்லாவற்றையும் எம்.ஜி.ஆர் பார்த்துக்கொண்டதால் எல்லோரும் எம்.ஜி.ஆரையே பார்த்திருந்தனர். தமிழ்நாட்டில் அஇஅதிமுக - இந்திரா காங்கிரஸ் கூட்டணி அபார வெற்றியைப் பெற்றது. அஇஅதிமுகவுக்கு பதினெட்டு இடங்களில் வெற்றி. இந்திரா காங்கிரஸுக்கு 14 இடங்களில் வெற்றி. திண்டுக்கல் என்ற ஒற்றைக் களத்தில் வெற்றி பெற்றிருந்த எம்.ஜி.ஆர் இப்போது தமிழ்நாடு என்ற மிகப்பெரிய களத்தில் கருணாநிதியை வீழ்த்தி யிருந்தார். அந்தத் தேர்தலில் திமுகவுக்குக் கிடைத்த இடம் ஒன்றே ஒன்றுதான்!

எம்.ஜி.ஆர் உற்சாக வெள்ளத்தில் மிதந்தபோது இந்திரா சோகக் கடலில் மூழ்கியிருந்தார். இந்திரா காங்கிரஸைத் தோளில் தூக்கிக்கொண்டு சுமக்க தமிழ்நாட்டில் எம்.ஜி.ஆர் இருந்தார். ஆனால் மற்ற மாநிலங்களில் எதிர்ப்பு அலை கடுமையாக வீசியிருந்தது. அதற்கான பலனை ஜனதா கட்சி அறுவடை செய்திருந்தது. மொரார்ஜி தேசாய் பிரதமராகியிருந்தார். ரே பரேலி தொகுதியில் இந்திரா தோல்வி. அமேதி தொகுதியில் சஞ்சய் காந்தி தோல்வி.

நாடாளுமன்றத் தேர்தல் முடிந்துவிட்டது. அடுத்து தமிழ்நாடு சட்டமன்றம்.

15. 1977

பாலுக்கும் காவலாக இருக்கவேண்டும். பூனைக்கும் தோழனாக இருக்கவேண்டும். பக்குவமாகக் காய் நகர்த்தினார் எம்.ஜி.ஆர். மத்தியில் மொரார்ஜி தேசாய் பிரதமராக இருந்தார். ஆனால் அவருடைய ஜனதா கட்சிக்கோ தமிழ்நாட்டில் செல்வாக்கு இல்லை. இந்திராவோ அதிகார வட்டத்துக்கு வெளியே இருந்தார். ஆனால் அவருடைய கட்சிக்குத் தமிழ்நாட்டில் ஓரளவுக்கு பலம் உண்டு.

இருவரையும் பகைத்துக்கொள்ள அவருக்கு விருப்பமில்லை. சட்டென்று டெல்லிக்கு ஒரு விசிட் அடித்தார் எம்.ஜி.ஆர். மொரார்ஜி அரசுக்கு அஇஅதிமுக நிபந்தனையற்ற ஆதரவு தரும் என்று சொல்லி பூங்கொத்து கொடுத்துவிட்டுத் திரும்பினார். இதை கருணாநிதி ரசிக்கவில்லை. உண்மையில் டெல்லியில் ஏற்பட்ட ஆட்சி மாற்றம் தங்கள்மீதான சர்க்காரியா விசாரணையை முடக்கிவைக்கும் என்றுதான் திமுகவினர் நம்பினர்.

ஆனால் மொரார்ஜியோ சட்டம் தன் கடமையைச் செய்யும் என்று சொல்லிவிட்டார். இத்தனைக்கும் கருணாநிதிக்கு உதவவேண்டும் என்று மொரார்ஜியை ஜெயப்பிரகாஷ் நாராயணனே கேட்டுக் கொண்டிருந்தார். ஆனாலும் மொரார்ஜி கண்டுகொள்ளவில்லை. அவருடைய கண்ணுக்கு எம்.ஜி.ஆர் வசம் இருந்த பத்தொன்பது எம்.பிக்களே தெரிந்தனர். கருணாநிதி வசம் இருந்த ஒற்றை சீட் அவருக்கு என்ன பலனைக் கொடுத்துவிடப் போகிறது? ஆகவே, அலட்சியம் காட்டிவிட்டார்.

திடீரென எம்.ஜி.ஆரிடம் இருந்து அறிக்கை ஒன்று வெளி யானது.

நமது வீடுகள்தோறும், அலுவலகங்கள் எங்கனும் அமரர் அண்ணாவின் கொடி பறக்கட்டும். ஆம்! நமது உடலிலும் அண்ணாவின் உருவம் பொறித்த கொடி பளிச்சிடவேண்டும். நாம் இந்தக் கொடியின்கீழ்தான் இருப்போம். இது நமது கொள்கைக்கொடி என்று உறுதிகொண்டுவிட்ட எனது ரத்தத் தின் ரத்தமான ஒவ்வொரு உடன்பிறப்பும் தனது உடலில் அண்ணாவின் படம் பொறித்த நமது கொடியைப் பச்சை குத்திக் கொள்ளவேண்டும். கட்சிக் கட்டுப்பாட்டையும் பதவி ஆசை கொள்ளாமல் கட்சியின் முடிவுக்குத் தலைவணங்கி செயல்படும் தன்மையும் கொண்ட அமரர் அண்ணாவின் தம்பி, தங்கைகள் அண்ணா திமுக கொடியைப் பச்சை குத்திக்கொள்வோம். நம்மை யார் கண்டாலும் நாம் யாருடைய தம்பிகள், நாம் எந்தக் கொள்கைக்குச் சொந்தக் காரர்கள், நாம் எப்படிப்பட்ட பாச உணர்வும் உடன்பிறப்பு உணர்வும் உள்ளவர்கள் என்பதை நாடு உணரட்டும்.

நியாயமாகத் தொண்டர்களுக்கு எம்.ஜி.ஆர் மீது கோபம்தான் வரவேண்டும். இத்தனை ஆர்வத்துடன் உழைக்கிறோம். இத்தனை காசு செலவுசெய்து கட்சி வளர்க்கிறோம். கொடி ஏற்றுகிறோம். கூட்டம் நடத்துகிறோம். ஆனால் நம்மை சந்தேகப்படுகிறாரே என்று ஆத்திரப்பட்டிருக்க வேண்டும். ஆனால் தொண்டர்களுக்கு உற்சாகம் பீறிட்டுக்கொண்டுவந்தது. போட்டி போட்டுக்கொண்டு பச்சை குத்திக் கொண்டனர். அதுதான் எம்.ஜி.ஆர். அதிலும் அண்ணா பிறந்தநாளான 16 செப்டெம்பர் 1976 அன்று எம்.ஜி.ஆர் தானே பச்சை குத்திக் கொண்டபிறகு அந்த வேகம் மேலும் அதிகரித்தது.

தொண்டர்கள் ஆர்வத்துடன் பச்சை குத்திக் கொண்டபோது தலைவர்கள் மத்தியில் சலசலப்பு. ஆர்.எம்.வீரப்பனுக்குப் பிடிக்கவில்லை. நேரடியாகவே சொல்லிவிட்டார். டாக்டர் ஹண்டே, கோவை செழியன் போன்றோருக்கும் பிடிக்க வில்லை. எதிர்த்தனர். விவகாரம் முற்றியது.

பச்சை குத்துவது தொடர்பாக பிறகு எம்.ஜி.ஆரே விளக்கம் கொடுத்தார்.

பச்சை குத்திக்கொள்வது என்பது என்னுடைய ஆசை. விருப்பம் இருப்பவர்கள் செய்துகொள்ளலாம். பச்சை குத்திக் கொள்ளாதவர்கள் கழகக் கொள்கையில் இருந்து விலகி விட்டவர்கள் என்றோ, அண்ணாவின் கொள்கையை விரும் பாதவர்கள் என்றோ, பச்சை குத்திக் கொள்ளாதவர்கள் அஇஅதிமுகவில் எந்தப் பதவியிலும் இருக்கத் தகுதியில்லாத வர்கள் என்று நினைக்கவோ, கூறவோ இடமில்லை.

எல்லாமே கூடிவந்தது எம்.ஜி.ஆருக்கு. ஜூன் 1977-ல் சட்ட மன்றத் தேர்தல் அறிவிக்கப்பட்டது. கடந்த காலங்களில் திமுக எந்த மாதிரியான முடிவை எடுக்கிறது என்பதைப் பொருத்தே எம்.ஜி.ஆர் தன்னுடைய பாதையைத் தேர்வு செய்தார். எமர்ஜென்சிக்கு கருணாநிதி எதிர்ப்பு என்றால் எம்.ஜி.ஆர் ஆதரவு. மாநில சுயாட்சி வேண்டும் என்று கருணாநிதி சொன்னால் எம்.ஜி.ஆரோ ஒரே இந்தியா என்றார்.

தற்போது நிலைமை மாறியிருந்தது. திமுக தவிர இந்திரா காங்கிரஸ், ஜனதா, இந்திய கம்யூனிஸ்ட், மார்க்சிஸ்ட் கம்யூனிஸ்ட் போன்ற கட்சிகள் எப்படி அசைகின்றன என்பதை வைத்தே அடுத்த கட்டத்தைத் தீர்மானிக்க எம்.ஜி.ஆர் முடிவு செய்தார். திமுகவை உதாசீனம் செய்தது ஜனதா. திமுகவுக்கோ இந்திரா காங்கிரஸுடன் சேர்வதற்கு வாய்ப்பு இல்லை. இருந்த ஒரே வாய்ப்பு, மார்க்சிஸ்ட் கம்யூனிஸ்ட் கட்சி.

ஆனால் மார்க்சிஸ்ட் கட்சியோ முதலில் ஜனதாவுடன் பேச்சு வார்த்தை நடத்தியது. ஆனால் திமுகவையே அலட்சியம் செய்துவிட்ட ஜனதா, மார்க்சிஸ்டை மட்டும் மதித்துவிடுமா? சொற்ப தொகுதிகளைத்தான் தரமுடியும் என்றது. அதை ஏற்காத மார்க்சிஸ்ட், அதே நேரம் திமுக பக்கம் போகவும் விரும்ப வில்லை. ஆக, மார்க்சிஸ்ட் தனித்து நின்றது. அதே சமயம் கூட்டணிக்கான கதவுகளைத் திறந்தே வைத்திருந்தது.

இதுதான் சமயம் என்று களத்தில் இறங்கினார் எம்.ஜி.ஆர். காங்கிரஸ் கட்சியுடன் கூட்டணி அமைத்தால் மொரார்ஜி கோபித்துக்கொள்வார். அதற்காக மொரார்ஜியின் ஜனதாவுட னும் அணி அமைக்கமுடியாது. நிதானமாக யோசித்தார். மின்னல் வேகத்தில் செயல்பட்டார். அதிமுக - மார்க்சிஸ்ட் கம்யூனிஸ்ட் கட்சி கூட்டணி பிறந்தது. ஏற்கெனவே எம்.ஜி.ஆருடன்

ஏற்பட்ட மனத்தாங்கல் காரணமாக இந்திய கம்யூனிஸ்டு அதிமுக அணியிலிருந்து விலகியிருந்தது.

கூட்டல், கழித்தல் கணக்குகள் எல்லாம் முடிந்தன. பழைய எமர்ஜென்சி பாசத்தில் இந்திரா காங்கிரஸும் இந்திய கம்யூனிஸ்டும் அணி அமைத்தன. திமுகவும் ஜனதாவும் தனித் தனியே தேர்தலைச் சந்தித்தன.

வேட்பாளர் தேர்வில் கவனம் செலுத்தினார் எம்.ஜி.ஆர். 'இவர் நல்லவர்', 'அவருக்கு செல்ஜாக்கு உண்டு' என்று ஆளாளுக்கு பரிந்துரை செய்தனர். எஸ்.டி. சோமசுந்தரம் சில நபர்களைச் சிபாரிசு செய்தார். ஆர்.எம்.வீரப்பன் தன் பங்குக்குச் சில நபர்களைச் சிபாரிசு செய்தார். ஒருவழியாக வேட்பாளர் பட்டியல் அறிவிக்கப்பட்டது. பின்னாளில் பிரபலமடைந்த பொன்னையன், திருநாவுக்கரசு, முத்துசாமி போன்றவர்கள் அப்போது அறிமுகமானவர்கள்தாம்.

கடந்த நாடாளுமன்றத் தேர்தலில் பாடிய அதே பல்லவியைத் தான் எம்.ஜி.ஆர் இப்போதும் பாடினார். ஊழலுக்கு ஓய்வு கொடுங்கள். வன்முறைக்கு விடைகொடுங்கள். சட்டவிரோதி களுக்குச் சாவு மணி அடியுங்கள். இந்த ரீதியில்தான் பேசினார். அடிக்கடி சர்க்காரியா கமிஷனை இழுத்துக்கொண்டார். அவருடைய கூட்டணிக் கட்சியான மார்க்சிஸ்ட் கம்யூனிஸ்ட் கட்சியும் எம்.ஜி.ஆரின் குற்றச்சாட்டுகளை வழிமொழிந்து கொண்டிருந்தது. கடந்த தேர்தலில் எம்.ஜி.ஆர் என்ற பூவோடு இணைந்த காங்கிரஸ் நாறும் மணந்ததல்லவா! அதைப்போலவே இந்தமுறை மார்க்சிஸ்ட் பக்கம் காற்றடித்தது.

திமுகவுடன் பிரதான கட்சிகள் எதுவும் கூட்டணி அமைக்க வில்லை. திராவிடர் கழகம் தார்மிக ஆதரவைக் கொடுத்தது. மணலி கந்தசாமி தலைமையிலான தமிழ்நாடு கம்யூனிஸ்ட் கட்சி திமுகவுக்கு ஆதரவாக இருந்தது. திமுக தன் பலம் என்று நம்பியது, தன் தொண்டர்கள், பேனா, மைக் மற்றும் மிசா கைதிகளாகச் சிறையில் அடைக்கப்பட்டு வெளியே வந்திருந்த நாற்பது வேட்பாளர்கள். 'கழக மாமணிகள் வெற்றி பெற்றிட ஓயாது உழைத்திட வாராய் என் உடன்பிறப்பே! உன் உழைப்பில் தான் இருக்கிறது கழகத்தின் வெற்றி. உன்னைத்தான் நம்பியிருக் கிறது இந்தக் கழகம்!' என்றார் கருணாநிதி.

15 ஜூன் 1977. தேர்தல் முடிவுகள் எம்.ஜி.ஆரை கோபுரத்தில் அமரவைத்திருந்தன. அதிமுக - மார்க்சிஸ்ட் கூட்டணி சக்கை போடு போட்டிருந்தது. அதிமுகவுக்கு மட்டும் 130 தொகுதிகள். மார்க்சிஸ்ட் கம்யூனிஸ்டுக்கு 12. அந்தக் கூட்டணியில் இடம் பெற்ற யூனியன் முஸ்லிம் லீக் ஒரு தொகுதியில் வெற்றி பெற்றிருந்தது.

வேரோடும் வேரடி மண்ணோடும் பிடுங்கி எறியப்படும் என்று எம்.ஜி.ஆர் ஆதரவாளர்கள் சூளுரைத்தது போலவெல்லாம் நடக்கவில்லை. திராவிட முன்னேற்றக் கழகம் தன்னுடைய சொந்த பலத்தில் 48 இடங்களில் வெற்றி பெற்றிருந்தது. ஊழல் புகார்கள், விசாரணைக் கமிஷன், பத்திரிகை விமரிசனங்கள், எம்.ஜி.ஆரின் எதிர்ப்பு இப்படி எல்லாவற்றையும் மீறி திமுக 48 இடங்களைப் பிடித்திருப்பது அக்கட்சியின் கடுமையான உழைப்புக்குக் கிடைத்த வெற்றி என்று எழுதியது துக்ளக்!

எம்.ஜி.ஆர் உருவாக்கிய அண்ணா திராவிட முன்னேற்றக் கழகம், தான் பிறந்த ஐந்தே ஆண்டுகளில் ஆட்சியைக் கைப்பற்றி அத்தனை பேரையும் அண்ணாந்து பார்க்கச் செய்தது. 1967-ல் திமுக, சுதந்தரா கட்சி, மார்க்சிஸ்ட் கம்யூனிஸ்ட் கட்சி, நமது கழகம் போன்ற பெரிய கட்சிகளைக் கொண்ட அணியை உருவாக்கி, மொழிப்போராட்ட ஆதரவு அலையையும் கொண்டு தேர்தலைச் சந்தித்த அண்ணாவுக்குக் கிடைத்த தொகுதிகள் 138. ஆனால் திமுகவில் இருந்து தனியே பிரித்துவந்து, மார்க்சிஸ்ட் என்ற ஒற்றைக் கட்சியோடு மட்டும் கூட்டணி அமைத்த எம்.ஜி.ஆருக்கு 130 தொகுதிகள்.

திமுக என்ற மிகப்பெரிய இயக்கத்துக்கு எதிராக சண்டமாருதம் செய்யத் துணிந்ததே ஒரு சாதனை. மிருக பலத்துடன் ஆட்சியில் இருக்கும் ஒரு கட்சியில் இருந்து பிரிந்து, தனிக்கட்சி தொடங்கி, நேற்றுவரை எம்.ஜி.ஆருக்கு விசிலடிக்க மட்டுமே தெரிந்த ரசிகர்களைக் கட்சி அமைப்புக்குள் அழைத்துவந்து, தொண்டர் களாக மாற்றிக் களத்தில் இறக்கிவிட்டது சவாலான காரியம்.

தேசிய அரசியலையும் மாநில அரசியலையும் ஒரே நேரத்தில் எதிர்கொண்டு, சமாளித்து, மெல்ல மெல்ல வெற்றியை நோக்கி நகர்ந்தது பெரிய விஷயம். வெற்றி கிடைத்த சந்தோஷத்தில் தடபுடலாகக் களத்தில் இறங்காமல் யாரோடும் நெருங்கி விடாமல், யாரையும் பகைத்துக் கொள்ளாமல் கூட்டணி

அரசியலை லாகவமாகக் கையாண்டு தற்போது தன்னுடைய
பரம எதிரியான கருணாநிதியை வசமாகத் தோற்கடித்து
ஆட்சியைக் கைப்பற்றியிருக்கிறார்.

வாழ்த்து சொல்வதற்காக ராமாவரம் தோட்டத்துக்கு வந்தவர்
களுக்கு ஆச்சரியம் அடைந்தனர். எம்.ஜி.ஆர் அங்கே இல்லை.
'மீனவ நண்பன்' ஷூட்டிங்குக்காக வாஹினி ஸ்டுடியோவில்
இருக்கிறார் என்றார்கள். காட்சிப்படி எம்.ஜி.ஆர் தண்ணீரில்
இறங்கி நடிக்கவேண்டும். விடிய விடியத் தொப்பலாக
நனைந்தபடியே எம்.ஜி.ஆர் நடித்து முடித்தார். ஷூட்டிங்
முடிந்தது. வாஹினிக்கு விடைகொடுத்தார்.

30 ஜூன் 1977. ராஜ் பவனுக்கு விரைந்தது எம்.ஜி.ஆரின்
வாகனம். ஆளுநர் பிரபுலால் பட்வாரி எம்.ஜி.ஆருக்கு
முதலமைச்சராகப் பதவிப் பிரமாணம் செய்துவைத்தார். பிறகு
மற்ற அமைச்சர்கள் பதவியேற்றுக்கொண்டனர்.

எம்.ஜி. ஆரின் முதல் அமைச்சரவை இதுதான்:

1. எம்.ஜி.ஆர் - காவல்துறை, தொழில்துறை, சுகாதாரம்

2. நாஞ்சில் மனோகரன் - நிதி

3. கே. நாராயணசாமி முதலியார் - சட்டம்

4. ஜி. ஆர். எட்மண்ட் - உணவு

5. எஸ். ராமச்சந்திரன் - பொதுப்பணி

6. எஸ். அரங்கநாயகம் - கல்வி

7. ஆர்.எம். வீரப்பன் - செய்தி

8. பி. சௌந்திரபாண்டியன் - அரிஜன நலம்

9. கே. காளிமுத்து - உள்ளாட்சி

10. எஸ். ராகவானந்தம் - தொழிலாளர் நலம்

11. சி. பொன்னையன் - போக்குவரத்து

12. பி.டி. சரஸ்வதி - சமூக நலம்

13. ஜி. குழந்தைவேலு - விவசாயம்

14. ராஜா முகம்மது - கூட்டுறவு

நுணுக்கமாக நோக்குங்கள். முதலமைச்சர் என்ற முறையில் தன் வசம் எடுத்துக்கொண்ட துறைகளுள் ஒன்று, சுகாதாரம். எம்.ஜி.ஆர் மொழியில் ஹெல்த் மினிஸ்ட்ரி. 1971 தேர்தல் வெற்றிக்குப் பிறகு கருணாநிதியிடம் எம்,ஜி.ஆர் கேட்டது இந்தத் துறையைத்தான். அன்று மறுக்கப்பட்டது! இன்று மடியில்!

16. கண், காது, மோகன்தாஸ்!

என்னுடனே இருந்துவிடுங்கள் என்று சொன்னார் எம்.ஜி.ஆர். பதில் சொல்ல முடியாமல் திணறினார் மோகன்தாஸ். சர்க்காரியா கமிஷன் நியமிக்கப்பட்டபோது புலனாய்வுத்துறை டிஐஜியாக தமிழ்நாட்டுக்கு வந்தவர் அவர். இடைப்பட்ட காலத்தில் எம்.ஜி.ஆருடன் நல்ல நட்பு ஏற்பட்டுவிட்டது. இருவருமே மலையாளிகள். சீக்கிரத்திலேயே நெருங்கி விட்டனர்.

அதைத்தான் தன்னுடைய மறுப்புக்கும் காரணமாகச் சொன்னார் மோகன்தாஸ். தவிரவும், அவருடைய மனைவிக்கு டெல்லிக்குப் போவதில்தான் விருப்பம் என்றார். தொலைபேசியை எடுத்தார் எம்.ஜி.ஆர். மோகன்தாஸின் மனைவியிடம் நேரடியாகப் பேசினார். ரிஸீவரை வைத்தார். டி.ஐ.ஜி சார், நீங்கள் என்னுடன் தான் இருக்கப் போகிறீர்கள். சரியா?

நாட்டின் ஒவ்வொரு அசைவும் தன்னுடைய கவனத்துக்கு வந்து விடவேண்டும். உடனுக்குடன். முடிந்தால் முன்கூட்டியே. இதுதான் அதிகாரிகளுக்கு எம்.ஜி.ஆர் போட்ட முக்கிய உத்தரவு. இதற்காகவே உளவுத்துறைப் பணிகளில் கொஞ்சம் மாற்றங்களைச் செய்யவேண்டியிருந்தது. டெல்லியின் அடுத்த நகர்வு என்ன? கருணாநிதியை இன்று சந்தித்த முக்கியப்புள்ளிகள் யார், யார்? ராமநாதபுரத்தில் கலவரம் செய்ய முயன்றது யார்? ஒவ்வொரு விஷயமும் முதலமைச்சர் என்ற முறையில் தனக்குத் தெரியவேண்டும் என்று விரும்பினார் எம்.ஜி.ஆர்.

காலை ஏழு மணி. சில செய்திகளுடன் அதிகாரிகள் வந்து சந்திப்பார்கள். எல்லாவற்றையும் மௌனமாகக் கேட்டுக்கொள் வார். பிறகு மதியம் ஒரு மணிக்கு இன்னொரு அதிகாரி வருவார். அவர் வசமும் சில செய்திகள் இருக்கும். மாலை ஆறு மணிக்கு ஒரு அதிகாரி வந்து செய்திகள் வாசித்துவிட்டுச் செல்வார். இரவு எட்டு மணிக்கு டெய்லி சிச்சுவேஷன் ரிப்போர்ட் வேறு தரப் படும். இந்திய அளவிலான செய்திகள். அக்கம்பக்கத்து மாநிலச் செய்திகள். தமிழ்நாட்டுச் செய்திகள். மாவட்ட வாரியாக. எல்லாவற்றையும் தெரிந்துகொள்வார். அதை வைத்தே அடுத்தடுத்த உத்தரவுகளைப் பிறப்பித்தார்.

முதலமைச்சராகப் பொறுப்பேற்றதும் மின்னல் வேகத்தில் பணிகளைச் செய்து முடிப்பார். உத்தரவுகளைத் தடாலடியாகப் பிறப்பிப்பார். முடிவுகளை அதிரடியாக எடுப்பார். இப்படித் தான் எம்.ஜி.ஆர் நடந்துகொள்வார் என்று அவருடைய ஆதர வாளர்கள் எதிர்பார்த்தனர். ஆனால் ஆட்சி நிர்வாகம் என்பது அத்தனை எளிதான விஷயம் இல்லை என்பதை எம்.ஜி.ஆர் நன்றாகவே உணர்ந்தார். எதுவுமே அவருக்குப் பழகியதாக இல்லை. அரசியல் வேறு. நிர்வாகம் என்பது வேறு. நிதான மாகத்தான் நகரவேண்டும்.

> 'அனைத்திந்திய அண்ணா திராவிட முன்னேற்றக் கழகம் ஆட்சிப் பொறுப்பை ஏற்றுக்கொண்ட ஜுன் 30-ம் நாள் தமிழ்ப் பெருங்குடி மக்களுக்கு எழுச்சியும் மகிழ்ச்சியும் தந்த நாளாகப் பொன்னெழுத்துக்களில் பொறிக்கப்படும் என்பதில் ஐயமில்லை. அன்று சென்னையில் மாமாங்கமெனப் புரண் டோடிய மக்களின் பெருங்கூட்டத்தையும் அவர்களது முகத்தில் சுடர்விட்ட நம்பிக்கை ஒளியையும் உள்ளத்தில் பொங்கிப் பெருகிய பேரார்வத்தையும் கண்டபோது, ஏழை மக்களிடம் எம்.ஜி.ஆர் பெற்றுள்ள செல்வாக்கு எத்தகையது என்பது இதுவரை புரியாதவர்களுக்கும் ஓரளவு புரிந்திருக்கும்.'

எம்.ஜி.ஆர் பதவியேற்ற பத்தாவது நாளில் வெளியான ஆனந்த விகடனின் தலையங்கம் இப்படித்தான் எழுதப்பட்டிருந்தது. மக்களின் பேராதரவோடு ஊடகங்களின் அபரிமிதமான ஆதரவும் சேர்ந்துகொண்டது.

அண்ணா காலத்தில் இருந்தே எதிர்க்கட்சி அரசியலில் பழுத்த அனுபவம் கொண்டவர் கருணாநிதி. இப்போது எம்.ஜி.ஆர்

ஆட்சியில் எதிர்க்கட்சித் தலைவர். தன்னுடைய அனுபவத்தைக் கொண்டு எம்.ஜி.ஆருக்கு நெருக்கடி கொடுக்கத் தன்னுடைய தோழர்களுடன் தயாராக இருந்தார் அவர்.

சட்டமன்றம் கூடிய முதல் நாளன்றே தாக்குதலைத் தொடங்கி விட்டார் கருணாநிதி. மறைந்த தியாகி பொன்னம்பல நாடாருக்கு சபை இரங்கல் தெரிவிக்கவில்லை. நிகழ்ச்சி நிரலிலும் அது இடம்பெறவில்லை. கருணாநிதி எழுந்து சுட்டிக்காட்டி, வலியுறுத்தியபிறகே இரங்கல் தெரிவிக்கப்பட்டது.

மதுவிலக்கு ஒத்திவைப்பு பற்றிய விவாதம் எழுந்தபோது கோவையில் நடைபெற்ற திமுக பொதுக்குழுவில் மதுவிலக்கை ஒத்திவைப்பதன் அவசியம் குறித்து ஒரு மணி நேரத்துக்கும் மேலாக எம்.ஜி.ஆர் பேசியதை நினைவூட்டினார் கருணாநிதி. எம்.ஜி.ஆரிடம் இருந்து பதில் எதுவும் வரவில்லை. சமாளிக்க முடியுமா என்ற கேள்வி அவருக்குள் எழுந்தது. அதனால்தானோ என்னவோ, 'மொழிக்கொள்கையில் அதிமுகவும் திமுகவும் இரட்டைக்குழல் துப்பாக்கியாக இருப்போம்' என்றார்.

ஆகஸ்ட் 23, 1977. திமுக தலைமைக் கழகத்தில் இருந்து அறிவிப்பு ஒன்று வெளியானது.

'இலங்கையில் தமிழர்களுக்கு எதிராகத் தாங்க முடியாத கொடுமைகள் நடக்கின்றன. தமிழர்கள் வேட்டையாடப்படு கிறார்கள். வன்முறை, கற்பழிப்பு போன்ற கொடுமைகளைத் தாங்க முடியாமல் தவிக்கின்றனர். ஆகவே, இலங்கைத் தமிழர்களுக்கு ஆதரவு தெரிவிக்கும் நோக்கத்துடன் ஆகஸ்டு 24 அன்று சென்னை அண்ணா சாலையில் இருக்கும் அண்ணா சிலையில் இருந்து பேரணி நடத்தப்படும் என்றும் இலங்கை துணை ஹை கமிஷனர் அலுவலகம் சென்று முறையீடு செய்வது என்றும் அன்றைய தினம் சென்னையில் கடையடைப்பு நடத்துவது என்றும் முடிவாகியுள்ளது.'

திடீர் பேரணியை சமாளிப்பது எம்.ஜி.ஆருக்கு சவாலாக இருந்தது. சுமார் ஐந்து லட்சம் பேர் அந்தப் பேரணியில் கலந்து கொண்டனர். இலங்கை பிரச்னை குறித்து சட்டமன்றத்தில் பேசவேண்டும் என்று அஇஅதிமுக அரசுக்கு நெருக்கடி கொடுத் தார் கருணாநிதி. தயங்கித் தயங்கித் தீர்மானம் ஒன்று சட்ட மன்றத்தில் நிறைவேற்றப்பட்டது.

இதற்கிடையே அஇஅதிமுகவுக்குள் முக்கியத் தலைவர் ஒருவர் நுழைந்திருந்தார். ஆம். திமுகவின் பொதுச்செயலாளராக இருந்து, கருணாநிதியுடன் ஏற்பட்ட கருத்து வேறுபாடு காரண மாக மக்கள் திமுக என்ற புதிய கட்சியைத் தொடங்கியிருந்த நாவலர் நெடுஞ்செழியன். ஏப்ரல் 24, 1977-ல் தொடங்கிய கட்சியை செப்டம்பர் 18-ல் அதிமுகவில் இணைப்பதாக அறிவித்தார். அவருடன் ராசாராம், மாதவன் போன்றோரும் அஇஅதிமுகவுடன் இணைந்தனர்.

அடுத்த பிரச்னை, இந்திரா காந்தியின் வடிவத்தில் வந்தது. 1977 அக்டோபர் மாதத்தில் இந்திரா காந்தி தமிழ்நாட்டில் இரண்டு நாள் சுற்றுப்பயணம் செய்ய இருப்பதாகச் செய்தி வெளியானது. நெருக்கடி நிலையின்போது தேள்கொடுக்கு போலச் செயல் பட்ட இந்திராவுக்கு இப்போது பதிலடி கொடுக்கத் தயாரானது திமுக. கறுப்புக்கொடி. இதுதான் திமுக எடுத்த ஆயுதம். இந்திரா எங்கு செல்கிறாரோ அங்கெல்லாம் திமுகவினர் கறுப்புக்கொடி காட்டுவார்கள்.

‘சிறையில் பிணமான சிங்கம் சிட்டிபாபுவை நினைத்துக் கண்ணீர் விட்டவாறு, கழகத்தூண் சாத்தூர் பாலகிருஷ்ணனை எண்ணிப் பெருமூச்சு விட்டவாறு, தமிழினத்து மக்கள் தங்கள் கரங்களில் கறுப்புக் கொடி பிடித்து, இந்திராவின் செயல்களுக்கு எதிர்ப் பினைத் தெரிவிப்பர்.’ கருணாநிதியின் பேச்சு எம்.ஜி.ஆர் அரசுக்குப் புதிய நெருக்கடியை உருவாக்கியது. போதாக் குறைக்கு திமுகவோடு திராவிடர் கழகமும் சேர்ந்துகொண்டது.

●

தமிழகம் வரும் இந்திராவைப் பத்திரமாகத் திருப்பி அனுப்ப வேண்டும். தகாத காரியம் ஏதும் நடந்துவிட்டால் பல பிரச்னை களை எதிர்கொள்ள வேண்டியிருக்கும். பாதுகாப்பு ஏற்பாடு களைப் பலப்படுத்த உத்தரவிட்டார் எம்.ஜி.ஆர். 29ம் தேதி சென்னை விமான நிலையத்தில் இந்திரா வந்து இறங்கிய நொடி யில் இருந்தே கறுப்புக்கொடி போராட்டம் தொடங்கியது. இந்திராவின் முகத்துக்கு எதிரே ஒரு திமுக உடன்பிறப்பு கறுப்புக்கொடியை நீட்டினார். நிலைமையை சமாளிக்க போராட்டக்காரர்களைக் கைது செய்தது எம்.ஜி.ஆர் அரசு.

மதுரையிலும் கறுப்புக்கொடியுடன் தயாராக இருந்தனர் திமுகவினர். போராட்டத்துக்குத் தடை விதிக்கப்பட்டுள்ளதாகக்

காவல்துறையினர் கூறினர். தடையை மீறுவோம் என்று
சொல்லிப் புறப்பட்டனர் திமுகவினர். பகல் ஒருமணி அளவில்
மதுரை விமான நிலையத்தில் இருந்து திறந்த காரில் புறப்பட்டார்
இந்திரா காந்தி.

திடீரென அந்த இடத்தில் வன்முறை வெடித்தது. காங்கிரஸ்
தொண்டர்களுக்கும் திமுகவினருக்கும் இடையே மோதல்.
களமிறங்கியது காவல்துறை. தடியடி. கண்ணீர்ப்புகை. இந்திரா
காந்தியின் கார்மீது கற்கள் வீசப்பட்டன. கையில் கட்டைகளுடன்
வந்த சிலர் இந்திரா காந்தியின் வாகனத்தை அடித்து நொறுக்
கினர். அப்போது அந்தக் காரில் இந்திரா காந்தியோடு பழ.
நெடுமாறன், மூப்பனார் உள்ளிட்டோர் இருந்தனர். சுதாரித்துக்
கொண்ட நெடுமாறன், இந்திராவை அப்படியே சீட்டுக்கு அடியில்
தள்ளி, துணியைப் போட்டுப் போர்த்திவிட்டார். தாக்குதலில்
இருந்து தப்பினார் இந்திரா. இல்லாவிட்டால் எம்.ஜி.ஆர்
பயந்தது நடந்திருக்கும்.

சென்னையில் கறுப்புக்கொடி காட்டத் தடை விதிக்கப்பட்டது.
மீறுவோம் என்றார் கருணாநிதி. துப்பாக்கியைத் தூக்கியது
காவல்துறை. கருணாநிதி கைது செய்யப்பட்டார். வன்முறை,
சூறையாடல், கொலை முயற்சி போன்ற பிரிவுகளில் வழக்கு
தொடரப்பட்டது. ஒருவழியாக டெல்லிக்கு விமானம் ஏறினார்
இந்திரா. பெருமூச்சு விட்டார் எம்.ஜி.ஆர்.

●

நிர்வாக விஷயத்தில் தான் ஒரு கண்டிப்பான நபர் என்பதைத்
தன்னுடைய கட்சிக்காரர்களுக்கு வெளிப்படுத்த விரும்பினார்
எம்.ஜி.ஆர். குறிப்பாக, சட்டமன்ற, நாடாளுமன்ற உறுப்பினர்
களுக்கு.

அவருக்கு வேலை கொடுங்கள், இவருக்கு இடமாற்றம் தேவை,
இன்னொருவருக்குப் பதவி உயர்வு வேண்டும் என்று எந்த ஒரு
எம்.எல்.ஏவும் அதிகாரிகளை வற்புறுத்தக்கூடாது. அமைச்சர்கள்
தங்களுடைய உதவியாளர்களைத் தேர்ந்தெடுக்கும் விஷயத்தில்
கவனமாக இருக்கவேண்டும். பணத்தாசை கொண்டவர்களை
அருகிலேயே சேர்க்கக்கூடாது. இப்படி ஏகப்பட்ட கெடுபிடிகள்.
அத்தனையும் வாய்மொழி உத்தரவுகள். எம்.எல்.ஏக்களுக்கு
மூச்சுவிடுவதற்கே சிரமமாக இருந்தது.

தப்பித்தவறி ஏதேனும் நடந்துவிட்டால் அது உடனடியாக முதலமைச்சரின் கவனத்துக்குச் சென்றது. எப்படி என்று புரியாமல் தவித்தனர். இருட்டறை ரகசியங்கள் எம்.ஜி.ஆர் அறையில் பகிரங்கமாவதற்கு யார் காரணம் என்றே தெரிய வில்லை. பிறகு ஒருவழியாகக் கண்டுபிடித்து விட்டனர். எல்லா வற்றுக்கும் அந்த மீசைக்காரர்தான் காரணம் என்று புலம்பித் தள்ளினர். அந்த நபர், உளவுத்துறைத் தலைவர் மோகன்தாஸ் ஐ.பி.எஸ்.

எம்.ஜி.ஆருக்குக் கண்களாகவும் காதுகளாகவும் இருப்பவர் மோகன்தாஸ்தான். அவர் கண்ணுக்குப் புலப்படும் எந்தவொரு விஷயமும் எம்.ஜி.ஆருக்குத் தெரிந்துவிடும். அவர் காதில் விழும் அனைத்து சங்கதிகளும் எம்.ஜி.ஆரிடம் கொண்டு செல்லப்படும். இதுதான் அன்று இருந்த நிலை.

டிசம்பர் 1977-ல் அதிமுக நிர்வாகக்குழு கூடியது. கட்சியின் எம்.எல்.ஏக்கள் கூட்டமும் நடந்தது. எம்.ஜி.ஆர் முன்னிலை யில் அத்தனை எம்.எல்.ஏக்களும் அதிருப்தி ராகம் பாடினர். 'தலைவரே, வெற்றுப் பதவியில் எங்களை வைத்துள்ளீர்களே. அதிகாரிகள் எங்களைச் சுத்தமாக மதிக்கவில்லை. அடிப்படை விஷயங்களுக்காகக்கூட அதிகாரிகளைச் சந்திக்க முடிய வில்லை. பேச முடிவதில்லை. அலட்சியப்படுத்துகிறார்கள்.

148

கேட்டால் எம்.ஜி.ஆர் என்கிறார்கள். ஏதாவது வழி செய்யுங்கள்.' கெஞ்சிக்கூத்தாடும் அளவுக்கு கெடுபிடிகள் இருந்தது எம்.ஜி.ஆர் ஆட்சியில்.

●

மீண்டும் சினிமாவில் நடிக்கிறேன். 11 பிப்ரவரி 1978 அன்று பாளையங்கோட்டை அரசு விழாவில் பேசும்போது எம்.ஜி.ஆரிடம் இருந்து வந்த அறிவிப்பு இது. நான் நடிக்க ஒப்புக்கொண்ட படங்கள் சில இன்னமும் முடியவடைய வில்லை. அவற்றை முடித்துக்கொடுக்க மீண்டும் நடிக்கப் போகிறேன். அதன்பிறகும் படங்களில் நடிப்பேன்.

அதிகாரிகள், அமைச்சர்கள், பொதுமக்கள் எல்லோருக்குமே ஆச்சரியம். தொடர்ந்து பேசினார் எம்.ஜி.ஆர்.

மேற்கு வங்க முதலமைச்சராக இருந்தவர் டாக்டர் பி.சி. ராய். சிறந்த மருத்துவர். அவர் ஒரு கதவைத் திறந்துகொண்டு நோயாளிகளுக்கு சிகிச்சை அளிப்பார். மறுகதவைத் திறந்து கொண்டு முதல் அமைச்சருக்கு உண்டான வேலைகளைப் பார்ப்பார். அதைப்போலவே நானும் முதல்வராக இருந்து கொண்டே சினிமாவில் நடிப்பேன்.

உடனடி எதிர்வினை இந்திய கம்யூனிஸ்ட் கட்சியின் எம். கல்யாணசுந்தரத்திடம் இருந்து வந்தது. 'பதவியில் இருந்து கொண்டே நடித்தால் அதிகாரத்தைத் தவறாகப் பயன்படுத்தும் நிலை ஏற்படும்.'

உண்மையில் எம்.ஜி.ஆரின் அறிவிப்புப் பின்னணியில் இருந்தவர் கருணாநிதி. அவருடைய கதை, வசனத்தில் 'நெஞ்சுக்கு நீதி' என்ற புதிய படம் தயாராகிக்கொண்டிருப்பதாகச் சில நாள் களுக்குமுன் பத்திரிகைகளில் செய்தி வந்தது. அப்போது எம்.ஜி.ஆருக்கு உதித்ததுதான் சினிமாவில் மறுபிரவேசம் செய்யும் ஐடியா. சொன்னதோடு சரி. அடுத்த கட்ட நடவடிக்கை பற்றி எந்தச் செய்தியும் இல்லை.

●

ஏப்ரல் 1978. எம்.ஜி.ஆர் ஆட்சிக்கு ஒரு பிரச்னை. உபயம்: தமிழ்நாடு விவசாய சங்கத் தலைவர் நாராயணசாமி நாயுடு. மின் கட்டணத்தைக் குறைக்கவேண்டும். விவசாயக் கடன் வசூலை

ஒத்திவைக்க வேண்டும். வரி பாக்கிக்காக சொத்துகளை ஜப்தி செய்யக்கூடாது. மொத்தம் ஒன்பது கோரிக்கைகள். போராட்டம் தொடங்கிவிட்டது. ஏப்ரல் எட்டாம் தேதி நாராயணசாமி நாயுடுவை திண்டுக்கல்லில் கைது செய்தது எம்.ஜி.ஆர் அரசு. போராட்டம் வலுக்கத் தொடங்கியது. சாலை மறியலில் ஈடுபட்டனர் விவசாயிகள். காவல்துறை கண்ணீர்ப்புகைக்குண்டுகளை வீசியது. தடியடிப் பிரயோகமும் நடத்தப்பட்டது.

வேடச்சந்தூரில் போராட்டம் விஸ்வரூம் எடுக்கும் என்று அரசுக்குத் தகவல் சென்றது. ஆயுதம் தாங்கிய காவலர்கள் வரவழைக்கப்பட்டனர். கூடியிருந்த விவசாயிகள்மீது முதலில் கண்ணீர்ப்புகைக்குண்டுகள் வீசப்பட்டன. பதிலுக்குக் கற்களை வீசினர் விவசாயிகள். போதாது? துப்பாக்கியைத் தூக்கிவிட்டது காவல்துறை. காசிப்பாளையம் சுப்ரமணியம், அய்யாகவுண்டன் பட்டி சின்னச்சாமி, விடுதலைப்பட்டி சின்னசாமி, நாவலூர் நாச்சிமுத்து உள்ளிட்ட விவசாயிகள் தோட்டாக்களுக்கு இரையாகினர்.

நிலைமை கட்டுக்கடங்காமல் போகவே ராணுவம் வரவழைக்கப் பட்டது. ஆனாலும் போராட்டம் ஓயவில்லை. கோரிக்கைகளோடு துப்பாக்கிச்சூட்டுக்கான கண்டனமும் சேர்ந்து கொண்டது. சாலை மறியல். கல்வீச்சு. மீண்டும் துப்பாக்கிச்சூடு. திண்டுக்கல் சாணார்பட்டியில் ஆரோக்கியசாமி என்பவர் துப்பாக்கிக் குண்டுக்கு இரையானது 11 ஏப்ரல் 1978 அன்று.

சம்பவம் நடந்த மூன்றாவது நாள் பிரசாத் ஸ்டுடியோவில் இருந்தார் எம்.ஜி.ஆர். பிப்ரவரியில் பாளையங்கோட்டையில் சொன்னதை செயல்வடிவத்துக்குக் கொண்டுவந்திருந்தார். அரசியல் அமைப்புச் சட்டம், அது இது என்று அதிகாரிகளும் அமைச்சர்களும் தடுத்தார்கள். எம்.ஜி.ஆர் விடுவதாக இல்லை.

இறுதியாக, பிரதமர் மொரார்ஜி கோபித்துக்கொண்டால்? இறுதி ஆயுதம் என்று நினைத்து அதைப் பிரயோகம் செய்தனர்.

விறுவிறுவென மொரார்ஜிக்கே கடிதம் எழுதினார் எம்.ஜி.ஆர். வருமானவரி பாக்கி அதிகரித்துவிட்டது. பெரிய தொகை. முதலமைச்சர் வேலையில் கிடைக்கும் சம்பளம் அதற்கு உதவாது. சினிமாவில் நடித்துப் பணத்தைப் புரட்ட இருக் கிறேன். அனுமதி தரவேண்டும்.

'என் அனுமதி அவசியம் இல்லை.' உடனடியாகப் பதில் எழுதினார் மொரார்ஜி.

ஏப்ரல் 14, 1978. பிரசாத் ஸ்டுடியோ களைகட்டியது. நாஞ்சில் மனோகரன் வந்தார். எம்.ஜி.ஆர் வந்தார். தொடக்கவிழா நடந் தேறியது. படப்பிடிப்புகள் நடந்தன. திடீரென நிறுத்தப்பட்டது. அத்தோடு சரி, அதன் பிறகு 'உன்னை விடமாட்டேன்' படம் பற்றிப் பேச்சே இல்லை.

இடைப்பட்ட காலத்தில் எம்.ஜி.ஆர் அரசு நம்பிக்கையில்லாத் தீர்மானம் ஒன்றையும் எதிர்கொண்டது. ஆனால் அது எடுபட வில்லை. எதிர்நீச்சல் போட்டுக்கொண்டுதான் பதவியில் இருக்க வேண்டுமா என்று எம்.ஜி.ஆர் நினைத்தார். தவிர்க்கமுடியாது என்பது புரிந்துவிட்டது. இப்போது எம்.ஜி.ஆர் ஓராண்டு பதவிக் காலத்தை முடித்திருந்தார்.

எம்.ஜி.ஆர் ஆட்சி இதுவரை பிழைத்திருப்பதே ஒரு சாதனை தான் என்றது ஸ்டேட்ஸ்மென் பத்திரிகை.

17. பிஜு பட்நாயக்

இந்திராவுக்கும் எதிரியாகிவிடக்கூடாது. மொரார்ஜிக்கும் நல்ல பிள்ளையாக இருக்கவேண்டும். எம்.ஜி.ஆர் பாடு திண்டாட்ட மாகத்தான் இருந்தது. தன்னுடைய இமேஜுக்கு பாதிப்பு ஏற்படாதவரை மொரார்ஜிக்கு நல்லவராக இருந்தார் எம்.ஜி.ஆர். ஆனால் தன் ஆட்சியில் தமிழ்நாட்டில் நடந்த பிரச்னைக்குத் தீர்வு காண நாடாளுமன்ற உறுப்பினர் குழுவை அனுப்புவதாக மொரார்ஜி சொன்னதும் பொங்கித் தீர்த்துவிட்டார் எம்.ஜி.ஆர்.

விஷயம் இதுதான். 1978 ஜூலை மாதத்தில் விழுப்புரத்தில் தீண்டப்படாத சாதியினருக்கும் மேல்சாதி மக்களுக்கும் இடையே மோதல். இது மெல்ல மெல்ல வளர்ந்து கலவரமாக மாறியது. இறுதியில் தீண்டப்படாத சாதியைச் சேர்ந்த பனிரண்டு பேர் படுகொலை செய்யப்பட்டனர். ஒட்டுமொத்தத் தமிழகத் தையும் உலுக்கிப்போட்டுவிட்டது இந்தக் கொடூரம். விஷயம் டெல்லிக்கும் சென்றது. உபயம்: திமுகவின் ஏ.வி.பி. ஆசைத் தம்பி.

விழுப்புரம் கலவரப் பகுதிகளைப் பார்வையிட எம்.பிக்கள் குழு ஒன்று டெல்லியில் இருந்து அனுப்பப்படும் என்றார் பிரதமர் மொரார்ஜி. அவ்வளவுதான். எம்.ஜி.ஆர் டெல்லிக்குத் தந்தி அடித்துவிட்டார்.

'விழுப்புரம் சம்பவம் தொடர்பாக நீதி விசாரணைக்கு உத்தர விடப்பட்டுள்ளது. இந்த நேரத்தில் எம்.பிக்கள் குழு வந்தால் விசாரணை பாதிக்கப்படும்.'

மொரார்ஜி பின்வாங்கினார்.

இதுதான் காரணமா என்று தெரியாது. ஆனால் எம்.ஜி.ஆருக்கு மொரார்ஜிமீது அதிருப்தி ஏற்பட்டுவிட்டது. அதை வெளிப் படுத்தச் சந்தர்ப்பம் கொடுத்தது கர்நாடக மாநிலத்தின் சிக்மகளூர் தொகுதியில் நடந்த இடைத்தேர்தல். அதில் இந்திராவுக்குத் தன்னுடைய ஆதரவு உண்டு என்று அறிவித்தார் எம்.ஜி.ஆர். அதை எம்.ஜி.ஆர். சொன்னவிதம் எல்லோரையும் பிரமிக்க வைத்தது.

> நெருக்கடி நிலையை அவர் செயல்படுத்தியபோது நாட்டில் கட்டுப்பாடும் ஒழுங்கும் சீராக இருந்தன. தமிழ்நாட்டில் திமுக ஆட்சிக்கு முற்றுப்புள்ளி வைக்கப்பட்டது. இந்திரா காந்தி ஜனநாயகப் பண்பைக் கைவிட்டவரல்ல. இன்னும் ஓராண்டுச் காலம் அவர் ஆட்சியில் இருந்திருக்கலாம் என்ற உரிமை அவருக்கு இருந்தது. ஆனாலும் பொதுத் தேர்தலை அறிவித்தார் இல்லையா? மேலும் ஒழுங்காக, ஜனநாயகப் பண்பு தவறாமல் நடந்த தேர்தல் அது. இந்திரா காந்தியே தோற்றுப்போனது இதற்கு சாட்சி அல்லவா?

இந்திராவை எதிர்த்துப் போட்டியிட்ட வீரேந்திர பாட்டீலுக்கு திமுக ஆதரவளித்தது. இறுதியில் சிக்மகளூரில் வெற்றி பெற்று மீண்டும் நாடாளுமன்றத்துக்குள் நுழைந்திருந்தார் இந்திரா காந்தி.

இந்திராவின் மறுபிரவேசத்தை மொரார்ஜி உள்ளிட்டோரால் ஜீரணிக்கவே முடியவில்லை. முடக்கியே தீரவேண்டும் என்று முடிவுசெய்தனர். காரணம் தேடினர். மாருதி என்ற பதில் கிடைத்தது. சஞ்சய் காந்தியின் மாருதி கார் திட்டம் தொடர்பாக விவரங்கள் கேட்ட நான்கு அதிகாரிகளை இந்திரா வாட்டி வதைத்தார் என்ற குற்றச்சாட்டை ஷா கமிஷன் முன்வைத் திருந்தது. இதுவிஷயமாக வழக்கு ஒன்றும் இந்திரா மீது பதிவாகியிருந்தது.

விசாரிக்கப் போனவர்கள் நாடாளுமன்றத்தின் சார்பாக அனுப்பப்பட்டவர்கள். இதனால் இந்திராமீது சபை உரிமை மீறல் பிரச்னை கொண்டுவரப்பட்டது. மன்னிப்பு கேட்டால் விட்டுவிடலாம் என்று நாடாளுமன்றத்தில் முடிவானது. ஆனால் மன்னிப்பு சாத்தியமில்லை என்று இந்திரா சொல்லிவிட்டதால் அவருடைய பதவி பறிக்கப்பட்டது.

மீண்டும் ஒரு இடைத்தேர்தல். தமிழ்நாட்டில். தஞ்சாவூர் மற்றும் நாகப்பட்டிணம் தொகுதிகள் இடைத்தேர்தலுக்குத் தயாராகின. தஞ்சாவூரில் இந்திரா காந்தி போட்டியிடக்கூடும் என்ற ஊகம் பலமாக இருந்தது. இந்திராவுக்குத் தன்னுடைய ஆதரவு உண்டு என்று சொன்னார் எம்.ஜி.ஆர். திடீரென பிரதமர் மொரார்ஜியிடம் இருந்து அழைப்பு.

'உங்களுக்கு நான் வேண்டுமா? இந்திரா வேண்டுமா? முடிவு செய்யுங்கள்.'

மொரார்ஜி கறாராகக் கேட்டுவிட்டார். வேறு வழியில்லை. இந்திராவை ஆதரிக்கப்போவதில்லை என்று எம்.ஜி.ஆர் சொல்லிவிட்டார். ஆனால் அதை எப்படி இந்திராவுக்குப் புரியவைப்பது? கதையைப் புரட்டிப் போட்டார்.

'தஞ்சாவூர் வேண்டாம். அங்கே பாதுகாப்பு இல்லை. அது திமுக ரௌடிகள் அதிகம் உள்ள இடம். மதுரையில் நடந்த கொலை காரச் செயலை மறந்துவிட முடியுமா?'

இந்திரா பின்வாங்கிவிட்டார். தஞ்சாவூரில் இந்திரா காங்கிரஸ் சார்பில் சிங்காரவேலு நிறுத்தப்பட்டார். திமுக சார்பில் அன்பில் தர்மலிங்கம் நின்றார். ஆனால் அஇஅதிமுக தஞ்சையில் போட்டியிடவில்லை. மாறாக, நாகை தொகுதியில் அஇஅதிமுக வேட்பாளராக மகாலிங்கம் போட்டியிட்டார். திமுக ஆதரவுடன் இந்திய கம்யூனிஸ்ட் வேட்பாளர் முருகையன் போட்டியிட்டார்.

தஞ்சாவூரில் காங்கிரஸ் கட்சிக்கு எம்.ஜி.ஆர் மறைமுக ஆதரவளித்தார். ஆனாலும் காங்கிரஸ்காரர்களுக்கு எம்.ஜி.ஆர் மீதான ஆத்திரம் தீரவில்லை. இந்திரா காந்திக்கு ஆதரவளிப்பதாகச் சொல்லிவிட்டு கடைசி நேரத்தில் கைகழுவிவிட்டார் அல்லவா. 'எம்.ஜிஆரின் துரோகத்தை நாங்கள் மறக்க மாட்டோம். தன்மானம் உள்ள எந்த காங்கிரஸ் தொண்டனும் இந்திராவுக்கு ஏற்பட்ட இழுக்கை மறக்கவே மாட்டான். மறக்கவும் முடியாது' என்றார் தமிழக காங்கிரஸ் தலைவர் ஆர். வி. சாமிநாதன்.

தேர்தல்கள் முடிந்தன. கூட்டிக்கழித்துப் பார்த்ததில் திமுகவுக்கும் அதிமுகவுக்கும்தான் நட்டம். இந்திரா காங்கிரஸும் இந்திய கம்யூனிஸ்டும் ஆளுக்கொரு தொகுதியில் வெற்றிபெற்றன.

டெல்லியில் அரசியல் மாற்றங்கள் அதிவேகத்துடன் நடக்கத் தொடங்கின. ஜனதா கட்சிக்குள் கலகக் குரல்கள் விடாமல்

கேட்டுக்கொண்டே இருந்தன. இந்திரா களத்தில் இறங்கினார். சரண் சிங் போன்றோருக்கு பதவி ஆசை காட்டினார். விளைவு, ஜனதா கட்சி பல கூறுகளாகப் பிரிந்தது. மொரார்ஜி பதவி விலகினார்.

சுறுசுறுப்பானார் எம்.ஜி.ஆர். கைவசம் பதினெட்டு எம்.பிக்கள். டெல்லியில் வித்தை காட்டலாம் அல்லவா? புறப்பட்டார். ஒரே நாளில் டெல்லியில் நட்சத்திரமாக மின்னினார் எம்.ஜி.ஆர். சரண் சிங்கின் ஆட்சிக்கு ஆதரவளிப்பதாகச் சொன்னார். வெற்றிப் புன்னகையுடன் திரும்பினார் எம்.ஜி.ஆர். சரண்சிங் பிரதமராகத் தேர்வு செய்யப்பட்டார்.

1 ஆகஸ்டு 1979 அன்று அஇஅதிமுக, மத்திய அமைச்சரவையில் பங்கேற்கும் என்று அறிவிப்பு வெளியானது. ஆகஸ்டு 19 அன்று பாலா பழனூர், சத்தியவாணி முத்து இருவரும் அஇஅதிமுக சார்பில் அமைச்சர்களாகப் பதவியேற்றனர். மறுநாள் நாடாளு மன்றத்தில் நம்பிக்கை வாக்கு கோரப்போவதாக அறிவித்தார் சரண் சிங்.

இந்திரா காந்திக்கும் சரண் சிங்குக்கும் இடையே கருத்து வேறுபாடு காரணமாக ஆட்சிக்கு அளித்துவந்த ஆதரவை வாபஸ் பெற்றார். நம்பிக்கை வாக்கெடுப்பில் சரண் சிங் ஆட்சிக்கு ஆதரவாக தனது எம்.பிக்கள் வாக்களிக்க மாட்டார்கள் என்று சொல்லிவிட்டார் இந்திரா.

விளைவு, குடியரசுத் தலைவரைச் சந்தித்த சரண் சிங் தனது ராஜினாமா கடிதத்தைக் கொடுத்தார். அதிமுகவின் மத்திய அமைச்சர்கள் கவலையுடன் சென்னை திரும்பினர். சரண் சிங் அரசு காபந்து அரசாக நீடித்தது. அஇஅதிமுக அமைச்சர்களும் காபந்து அரசில் அமைச்சர்களாக நீடித்தனர். நாடாளுமன்றத் துக்குத் தேர்தலும் அறிவிக்கப்பட்டது.

தேர்தல் வேலைகள் தொடங்கின. அஇஅதிமுகவுக்கும் இந்திரா காங்கிரஸுக்கும் இடையே கூட்டணி ஏற்படும் என்ற ஊகங்கள் பத்திரிகைகளில் வந்தன. எம்.ஜி.ஆர் மிகவும் குழம்பிப் போயிருந்தார். கூட்டணி பற்றி செய்தியாளர்கள் கேட்டபோது அதைவிடக் குழப்பமான பதில் ஒன்றைச் சொன்னார்.

'கருணாநிதிமீதும் மற்ற திமுக நண்பர்கள்மீதும் வழக்கு இருந் தாலும், அதிமுக - திமுக தேர்தல் கூட்டு வரக்கூடாது என்பதல்ல.

வாதத்துக்காக நான் இதைச் சொல்கிறேன். மக்களின் உணர்வு
களைக் காலம் எப்படி மாற்றுகிறதோ அதற்கேற்ப கூட்டு
அமையும். கட்சித் தொண்டர்களுக்கு ஒரு எண்ணம் ஏற்பட்டால்
தலைவர்களால் என்ன செய்யமுடியும்?'

ஏதோ அவருடைய மனத்துக்குள் தோன்றியிருக்கிறது. அதை
நேரடியாகச் சொல்லாமல் மென்று விழுங்கி மீதியைச் சொல்லி
விட்டார்.

'திமுக - இந்திரா காங்கிரஸ் கூட்டணிக்கு சாத்தியம் இருக்கிறதா?'
என்று செய்தியாளர்கள் கருணாநிதியிடம் கேள்வி எழுப்பினர்.
'தமிழ்நாட்டில் மக்கள் விரோத சக்தியாக விளங்குகிற
அஇஅதிமுகவை எதிர்க்க இந்திரா காங்கிரஸுடன் தேர்தல் உடன்
பாட்டுக்கு சாத்தியக்கூறுகள் உள்ளன' என்றார் கருணாநிதி.

அவ்வளவுதான். வெடித்துக் கிளம்பிவிட்டார் எம்.ஜி.ஆர். 28
ஆகஸ்டு 1979. காரைக்கால் கூட்டத்தில் கருணாநிதிக்குப் பதிலடி
கொடுத்தார்.

> கருணாநிதி அவர்களே, உங்கள் கட்சித் தொண்டர்களை
> ஊக்கப்படுத்த எதையும் பேசாதீர். இந்திராவுடன் கூட்டு
> சேர்ந்தால் ஒரு சவால் விடுகிறேன். 1977 தேர்தலில் நாங்கள்
> இந்திரா காங்கிரஸுடன் சேர்ந்து பெற்ற இடத்தை நீங்கள்
> பெற முடியுமா? முடியாவிட்டால் உங்கள் பெயரை மாற்றிக்
> கொள்கிறீர்களா? 35 இடங்களை நாங்கள் பெற்றோம். நீங்கள்
> உண்மையான தமிழன் என்றால், உண்மையான திராவிடத்
> தொண்டன் என்றால் அத்தனை இடங்களையும் பிடியுங்கள்.
> மேட்டில் நிறுத்தி மாலை போடுகிறேன். இதை அகங்கார
> மாகச் சொல்லவில்லை. கருணாநிதியால் முடியாதது இது.
> 1971-ல் திமுகவில் 25 எம்.பிக்கள் இருந்தார்கள். ஒருவராவது
> டெல்லியிலே மந்திரியாக முடிந்ததா?

எம்.ஜி.ஆர் சவால் விட்ட அடுத்த வாரம் திமுக - அதிமுக
இரண்டும் இணையப் போகின்றன என்றும் அதற்கான
நடவடிக்கையில் ஜனதா கட்சியின் பிஜு பட்நாயக் ஈடு
பட்டுள்ளார் என்றும் ஒரு செய்தி வெளியானது. இரண்டு கட்சித்
தொண்டர்களுக்கும் ஒரே குழப்பம்.

செய்தியை நிரூபிக்கும் வகையில் பிஜு பட்நாயக் சென்னை
வந்தார். கோபாலபுரத்தில் பிஜு - கருணாநிதி சந்திப்பு நடந்தது.

பிறகு எம்.ஜி.ஆரையும் பிஜு சந்தித்துப் பேசினார். மின்னல் வேகத்தில் காட்சிகள் மாறிக்கொண்டிருந்தன.

13 செப்டெம்பர் 1979. தமிழக அரசியல் வரலாற்றில் முக்கியமான தினம். கீரியும் பாம்புமாக செயல்பட்டுக்கொண்டிருந்த எம்.ஜி.ஆரும் கருணாநிதியும் ஒரே அறையில் சந்தித்தனர். அது சேப்பாக்கம் விருந்தினர் மாளிகை. எம்.ஜி.ஆருடன் நெடுஞ்செழியனும் பண்ரூட்டி ராமச்சந்திரனும் வந்திருந்தனர். கருணாநிதி, பேராசிரியர் அன்பழகனுடன் வந்திருந்தார். சில நிமிடங்கள் எம்.ஜி.ஆரும் கருணாநிதியும் பேசிக்கொண்டனர்.

பிறகு இருவரும் தனியறைக்குச் சென்றனர். இரண்டு கட்சிகளும் இணைந்தபிறகு பொதுவாக திமுக என்றே செயல்படலாம், அண்ணா படம் பொறித்த அஇஅதிமுக கொடியே இனி திமுகவின் கொடியாக இருக்கும் என்பன உள்ளிட்ட விஷயங்கள் பேசப்பட்டன. ஒரு குறிப்பிட்ட தினத்தில் இரண்டு கழகங்களின் செயற்குழு, பொதுக்குழுக்கள் வெவ்வேறு இடங்களில் கூடி, இணைப்புத் தீர்மானத்தை நிறைவேற்றிவிடலாம் என முடிவானது.

அறையில் இருந்து வெளியே வந்ததும் செய்தியாளர்கள், புகைப் படக்காரர்கள் அறைக்குள் அழைக்கப்பட்டனர். வெற்றி முகத் துடன் பிஜு விடைபெற்றார். பத்திரிகைகளுக்கு நல்ல தீனி.

விரைவில் இணைப்பு விழா நடக்கும் என்று ஆரூடங்கள் வந்து கொண்டிருந்தன. அடுத்தது என்ன என்று எல்லோரும் எதிர் பார்த்துக் காத்திருந்தனர். மறுநாள் நடக்க இருந்த வேலூர் கூட்டத்தில் எம்.ஜி.ஆர் பதிலளிப்பார் என்று எதிர்பார்க்கப் பட்டது. ஆனால் எம்.ஜி.ஆர் இணைப்பு பற்றி மூச்சே விட வில்லை.

ஏன் என்று கேட்டார் மோகன்தாஸ்.

'என்னுடைய அன்னை இணைப்பு முயற்சி வேண்டாம் என்று உணர்த்திவிட்டார்.'

இதுதான் எம்.ஜி.ஆர் அளித்த பதில்!

18. பல்கேரியா பால்டிகா!

பல்கேரியா. தமிழ்நாட்டு மக்களுக்கு அதிகம் பழக்கமில்லாத தேசம். ஆனால் 1979ம் ஆண்டின் இறுதியில் இந்த நாட்டைப் பற்றித்தான் தமிழ்நாட்டில் வெளியான பத்திரிகைகள் அதிகம் எழுதிக் கொண்டிருந்தன. பல்கேரியா என்றால் பல்கேரிய நாட்டுக் கப்பல் மற்றும் அது தொடர்பான சர்ச்சைகள்.

செப்டெம்பர் 27, 1979 அன்று சட்டமன்றத்தில் எம்.ஜி.ஆர் அரசின் மீது கண்டனத் தீர்மானம் ஒன்று கொண்டுவரப்பட்டது. அதன் மீது நவம்பர் 3, 1979 அன்று பேசிய கலைஞர், பல்கேரியா கப்பல் பேர விவகாரத்தில் நான்கு கோடி ரூபாய் லஞ்சம் பேசியதாகவும் முன்பணமாக ஒரு கோடி ரூபாயை எம்.ஜி.ஆர் வாங்கியுள்ள தாகவும் குற்றம் சாட்டினார். மேலும், இதுவிஷயமாக இருபதுக் கும் மேற்பட்ட எழுத்துப்பூர்வமான ஆதாரங்களையும் கடிதங் களையும் சபையில் எடுத்துவைத்தார். அவற்றின் நகல்கள் அவையில் இருந்தவர்களுக்கும் செய்தியாளர்களுக்கும் தரப் பட்டன.

சட்டமன்றத்திலும் வெளியிலும் பரபரப்பு தொற்றிக்கொண்டது. மறுநாள் சட்டமன்றத்தில் பதிலளித்த எம்.ஜி.ஆர், 'எவ்வளவு பலவீனமான இயந்திரத்தை வைத்துக்கொண்டு ஆட்சி நடத்து கிறோம் என்பதற்கு எதிர்கட்சித் தலைவர் சாட்டிய குற்றச் சாட்டுகளே சான்று' என்றார்.

உடனே கருணாநிதி எழுந்தார்.

'கப்பல் பேர ஊழல் பற்றி விசாரிக்க உச்சநீதிமன்ற நீதிபதியை வைத்து விசாரிக்க அரசு தயாரா?'

சம்மதித்தார் எம்.ஜி.ஆர். ஆனால் அப்படியொரு விசாரணை எதுவும் நடைபெறவில்லை. இதனால் கருணாநிதி அடிக்கடி நீதிவிசாரணை பற்றி கேள்வி எழுப்பிக்கொண்டே இருந்தார்.

அதிமுக தரப்பில் மௌனம் மட்டுமே பதிலாக வந்தது. நிலைமை எல்லை மீறியதை அடுத்து அதிமுகவின் முக்கியத் தலைவர் களுள் ஒருவரான நெடுஞ்செழியன் விளக்கம் கொடுக்க முன்வந்தார்.

டிசம்பர் 29, 1979 தேதியிட்ட தன்னுடைய மன்றம் இதழில் ஊழல் கண்ணன் கண்டுபிடித்த ஊழல் என்ற தலைப்பில் பதில் எழுதினார்.

'இந்த நேரத்தில் கலைஞர் அவர்கள் நம்பியிருக்கும் அரசியல் நடவடிக்கை புரட்சித்தலைவர் அவர்களின் மீது பல்கேரிய கப்பல் பேர ஊழல் என்ற கற்பனைக் குற்றச்சாட்டை சுமத்து வது என்பதுதான். பல பொய்யான அடிப்படை ஆதாரமற்ற ஊழல் குற்றச்சாட்டுகளை அடுக்கடுக்காக அழுத்தந்திருத்த மாக சொல்லிக்கொண்டே இருப்பது கலைஞரின் இப்போதைய பழக்கமாக ஆகிவிட்டது.

பூம்புகார் கப்பல் போக்குவரத்து வாரியத்துக்காக பல்கேரிய நாட்டில் கப்பல் வாங்குவதற்கு முயற்சி செய்யப்பட்டு, அதில் நாலு கோடி ரூபாய் லஞ்சம் பேசப்பட்டு, ஒரு கோடி ரூபாயை புரட்சித் தலைவர் எம்.ஜி.ஆர் முன்பணமாகப் பெற்றுக் கொண்டுள்ளார் என்பது கலைஞரின் குற்றச்சாட்டு.

அதன்படி நீதிவிசாரணைக்கு தலைமை நீதிமன்ற நீதிபதி ஒருவரைக் கொண்டு ஏற்பாடு செய்யுமாறு இந்தியாவின் தலைமை அமைச்சர் திரு. சரண் சிங் அவர்களுக்கு புரட்சித் தலைவர் அவர்கள் கடிதமும் எழுதிவிட்டார்.

இந்த நிலையில் நீதி விசாரணை எங்கே, எங்கே என்று கலைஞர் அவர்கள் புரட்சித்தலைவரை நாள்தோறும் கேட்டுக் கொண்டே இருக்கிறார். கலைஞர் அவர்கள் அவசரப் பட்டால், அவருக்கு அக்கறை இருந்தால் அவர் இந்திய தலைமை அமைச்சரை அணுகி, விசாரணைக்கு விரைவில்

159

ஏற்பாடு செய்யும்படி வற்புறுத்தலாம். அதைவிட்டுவிட்டு கலைஞர் அவர்கள் முச்சந்திக்கு முச்சந்தி நின்று நீதி விசாரணை எங்கே, எங்கே என்று அலறிக் கூக்குரல் இட்டுக் கொண்டு இருப்பதுதான் வேடிக்கையாக இருக்கிறது.

உண்மை நிலை என்னவென்றால் பல்கேரிய நாட்டுடன் கப்பல் வாங்குவதற்கான உடன்படிக்கையே நிறைவேற வில்லை. கப்பலே இன்னமும் வாங்கப்படவில்லை. உடன்படிக்கையே ஏற்படாத நிலையில் வாங்கப்படாத ஒரு கப்பலுக்கு யார் ஒருகோடி லஞ்ச முன்பணம் தருவார்கள்?

கப்பல் வாங்குவதற்கான பேச்சுவார்த்தை பல்கேரிய அரசு, இந்திய அரசு, தமிழ்நாடு அரசு ஆகியவற்றுக்கிடையேதான் நடைபெறுகின்றதேயல்லாமல் எந்த தனிப்பட்ட இடைத் தரகரும் இதில் ஈடுபடவே இல்லை. மேலும், பல்கேரிய நாடு ஒரு சமதர்ம நாடு. அங்கு கப்பல்கள் எல்லாம் சமதர்ம அரசுக்கே சொந்தம். மேலும், இந்திய அரசின் அனுமதி இல்லாமல் எந்தவொரு மாநில அரசோ அல்லது தனி நிறுவனமோ அல்லது தனியார் ஒருவரே வேறு எந்தவொரு நாட்டில் இருந்தும் கப்பலை வாங்கிக்கொண்டு வந்துவிட முடியாது.

கம்யூனிஸ்ட் கட்சி ஆளுகின்ற ஒரு சமதர்ம நாட்டில் எப்படி புரட்சித் தலைவர் எம்.ஜி.ஆர் ரூபாய் நாலு கோடி பேரம் பேசி, ரூபாய் ஒரு கோடி லஞ்சம் வாங்கிவிடமுடியும்? கொடுக்கப்பட்ட லஞ்சத்தை ஒரு சமதர்ம நாடு எந்தக் கணக்கில் இருந்து கொடுக்கும்? அதனை எந்தக் கணக்கில் எழுதிவைக்கும்?

சமதர்ம நாட்டில் ஒருவன் லஞ்சம் கொடுத்தான் என்றோ, அல்லது லஞ்சம் வாங்கினான் என்றோ தெரிந்தால் உடனே அந்த நாட்டின் அரசு அவனை சுட்டுத்தள்ளும் என்பது உலகறிந்த உண்மை.

மேலும், ஒப்புக்காக பல்கேரிய நாட்டுக் கப்பல் பேரத்தில் புரட்சித்தலைவர் அவர்கள் ரூபாய் ஒருகோடி லஞ்சம் வாங்கியதாகவே வைத்துக்கொள்வோம். அந்தப் பணம் பல்கேரிய நாட்டு டாலராகத்தான் இருக்கவேண்டும். இருக்க முடியும். அந்த டாலர்களை ரூபாயாக மாற்றாமல் இந்தியாவில்

செலாவணி ஆக்கமுடியாது. ரூபாயை மாற்றவேண்டும் என்றால் அன்னிய செலாவணி வங்கி ஒன்றில்தான் மாற்றியாகவேண்டும். அப்படி மாற்றும்போது டாலர் வந்தவிதம், மாற்றியவரின் முகவரி முதலியவற்றைக் குறித்துக்கொண்டுதான் வங்கி ரூபாயாகத் தரும். வங்கியின் ஏட்டில் முழு விவரமும் பதிவாகும்போது அந்த லஞ்சப்பணத்தை புரட்சித் தலைவர் எப்படி, எவருக்கும் தெரியாமல் மறைக்கமுடியும்?

அதே கட்டுரையில் கப்பல் பேர ஊழல் தொடர்பாகப் பத்திரிகைகளில் எழுதிய கலைஞர் மற்றும் அதனை வெளியிட்ட முரசொலி மாறன் ஆகியோர் மீது எம்.ஜி.ஆர் மான நஷ்ட வழக்கு தொடர்ந்துள்ளதாகவும் பதிவு செய்துள்ளார் நெடுஞ்செழியன். அதன் பிறகு பல்கேரியா பால்டிகா கப்பல் வாங்கும் முயற்சியே நிறுத்தப்பட்டுவிட்டது.

இதற்கிடையே நாடாளுமன்றத்துக்குத் தேர்தலில் எந்தக் கட்சியுடன் இணைந்து தேர்தலைச் சந்திப்பது என்று ஆலோசித்துக் கொண்டிருந்தார் எம்.ஜி.ஆர்.

ஆனால் அதற்குள் மிகப்பெரிய அரசியல் மாற்றம் ஒன்று அரங்கேறியது. நேற்றுவரை சண்டைக் கோழிகளாகத் திரிந்துகொண்டிருந்த திமுகவும் இந்திரா காங்கிரஸும் திடீரென கூட்டணி அமைத்துக்கொண்டன.

அதிர்ச்சியாகத்தான் இருந்தது எம்.ஜி.ஆருக்கு. எப்படி நடந்தது இந்த அதிசயம்?

நெருக்கடி என்றார்கள். நெருப்பாறு என்றார்கள். ஆட்சியைக் கலைத்துவிட்டார்கள் என்று அலறினார்கள். முகத்துக்கு நேரே கறுப்புக்கொடி காட்டினார்கள். திடுதிப்பென கைகுலுக்கி விட்டார்களே! எல்லாம் நாம் தவறு செய்ததால்தான். ஏன்தான் சரண் சிங் அமைச்சரவையில் சேர்ந்தேமோ என்று எம்.ஜி.ஆர் தலையில் கைவைத்து உட்கார்ந்து விட்டார். அதனால்தான் எம்.ஜி.ஆருக்கும் இந்திராவுக்கும் இடையே மிகப்பெரிய இடைவெளியை உருவாக்கியது. கிடைத்த வாய்ப்பைக் கச்சிதமாகப் பயன்படுத்திக் கொண்டார் கருணாநிதி.

போதாக்குறைக்கு காங்கிரஸ் தரப்பில் இருந்து எம்.ஜி.ஆரைக் கேலி செய்யும் வகையில் விமரிசனம் ஒன்று வந்தது.

‘அதிமுகவைவிட திமுக நம்பிக்கைக்குரிய கட்சி. அஇஅதிமுக வும் அதன் தலைவர் எம்.ஜி. ராமச்சந்திரனும் நம்புவதற்கே முடியாதவர்கள். பிரதமருக்கும் நிதி அமைச்சருக்கும் முன்னால் நடுக்கம் கொள்கிற ஒரு முதலமைச்சர் எம்.ஜி. ராமச்சந்திரன். அவரிடம் சில விவகாரங்கள் இருந்தாகவேண்டும். இல்லாவிட் டால் மத்திய அரசின் முன் இப்படி பலவீனப்பட்டவராக இருக்கமாட்டார். இனிமேல் அஇஅதிமுகவுக்கு கதவைத் திறக்க மாட்டோம்.’

வெறும் புன்னகை மட்டும்தான் பதிலாக வந்தது எம்.ஜி.ஆரிடம் இருந்து. பிறகு ஜனதா கட்சியுடன் கூட்டணி வைத்துக்கொண் டார் எம்.ஜி.ஆர். 24 இடங்களில் அஇஅதிமுக போட்டியிடும். எஞ்சியுள்ள இடங்கள் கூட்டணிக் கட்சிகளுக்கு. அறிவித்து விட்டு பிரசாரத்துக்குக் கிளம்பிவிட்டார். எதிர் முகாமில் திமுக 16 இடங்களில் போட்டியிட்டது. எஞ்சியுள்ள 23 இடங்களில் காங்கிரஸ் நின்றது. புதுச்சேரியிலும் காங்கிரஸே நின்றது. ‘நேருவின் மகளே வருக! நிலையான ஆட்சி தருக!’ என்ற கோஷத்தை முன்வைத்தார் கருணாநிதி.

எல்லாம் நேரம் என்று சிரித்துக்கொண்டார் எம்.ஜி.ஆர். ஜனதா கட்சிக்குத் தமிழ்நாட்டில் எந்தச் செல்வாக்கும் இல்லை என்பது கண்கூடு. இருந்தாலும் சந்தர்ப்பவசத்தால் அதனுடன் கூட்டணி அமைத்துக்கொண்டார் எம்.ஜி.ஆர். அதற்கேற்றபடிதான் தேர்தல் முடிவுகளும் வந்தன. 24 இடங்களில் போட்டியிட்ட அதிமுகவுக்கு வெறும் இரண்டே இடங்கள்தான் கிடைத்தன. மாறாக, காங்கிரஸ் 21 இடங்களில் வென்றது. 16 தொகுதிகளில் போட்டியிட்ட திராவிட முன்னேற்றக் கழகம் அனைத்தையும் கைப்பற்றியிருந்தது. மேட்டில் நிறுத்தி மாலைபோடுவதாக எம்.ஜி.ஆர் சொன்னது கருணாநிதிக்கு நினைவுக்கு வந்திருக்கும். ஏன்? எம்.ஜி.ஆருக்கும் வந்திருக்கக்கூடும்!

தேசிய அளவில் இந்திரா வெற்றி நாயகியாக வலம் வந்தார். ஜனதா கட்சியை வீழ்த்திவிட்டு மீண்டும் பிரதமர் நாற்காலியைக் கைப்பற்றியிருந்தார். அந்த வெற்றியில் தனக்கும் பங்கிருப்பது கருணாநிதியை உற்சாகமாக வைத்திருந்தது.

பிறந்த தினத்தில் இருந்து வெற்றியை மட்டுமே ருசித்துக்கொண் டிருந்த அஇஅதிமுகவுக்கு இது முதல் தோல்வி. முக்கியமான தோல்வியும்கூட. அதுவும் கருணாநிதிக்கு எதிராக. தோல்விக்குக்

காரணம் ஜனதா கட்சியுடனான கூட்டணி என்றோ, இந்திரா - கருணாநிதியின் திடீர் கூட்டணி என்றோ ஒப்புக்கொள்ள எம்.ஜி.ஆர் தயாராக இல்லை. அதைத்தாண்டியும் சில காரணிகள் இருக்கின்றன. கண்டுபிடிக்கவேண்டும் என்றார். அஇஅதிமுகவின் சட்டமன்ற உறுப்பினர்கள் கூட்டம் நடை பெற்றது. ஒவ்வொருவரிடமும் பேசினார் எம்.ஜி.ஆர். பல விஷயங்கள் பட்டியலிடப்பட்டன.

1. மதுவிலக்கை அமல்படுத்துவதில் காட்டிய கெடுபிடி.

2. விவசாயிகள் போராட்டத்தைக் கையாண்ட விதம்

3. அரசு ஊழியர்கள், என்.ஜி.ஓக்கள் போராட்டம்

4. விலைவாசி உயர்வு

5. மக்கள் பிரதிநிதிகள் - அதிகாரிகள் இடையேயான பனிப்போர்

எல்லாவற்றையும் கவனிக்கவேண்டும். சரிசெய்யவேண்டும். அமைச்சர்கள், அதிகாரிகள் உஷார்படுத்தப்பட்டனர். மின்னல் வேகத்தில் சில காரியங்கள் நடைபெற்றன.

பிற்படுத்தப்பட்டோர் சலுகைகளைப் பெற ஆண்டு வருமானம் ஒன்பதாயிரம் ரூபாய்க்குக் குறைவாக இருக்கவேண்டும் என்ற ஆணை திரும்பப்பெறப்படுவதாக அறிவிக்கப்பட்டது. அவர் களுக்கு வழங்கப்பட்ட இட ஒதுக்கீடு சதவிகிதம் 31ல் இருந்து 50ஆக உயர்த்தப்பட்டது.

மது அருந்த நாற்பது வயது ஆகியிருக்கவேண்டும் என்ற விதி தளர்த்தப்பட்டது. முப்பது வயது என்று ஆனது. அதற்கான மருத்துவச் சான்றிதழ் தேவையில்லை என்று சொல்லப்பட்டது. தனியார் விடுதிகள் அல்லது ஹோட்டல் அறைகளில் மது அருந்தினால் காவல்துறை இனிமேல் நடவடிக்கை எடுக்காது என்று அறிவிக்கப்பட்டது. எம்.ஜி.ஆர் நீண்ட கொண்டை ஊசி வளைவில் பயணம் தொடங்கினார்.

அதற்குள் அஇஅதிமுகவில் இருந்து சிலர் வெளியேற முடிவு செய்தனர். தோல்வியின் அதிர்ச்சியைத் தாங்கிக்கொள்ளும் பக்குவம் இல்லாதவர்கள் வெளியேறுவது கட்சிக்குத்தான் நல்லது என்று சொல்லிவிட்டார் எம்.ஜி.ஆர்.

திடீரென தேசிய அரசியலில் ஒரு பரபரப்பு. சில மாநில அரசுகளை இந்திரா தலைமையிலான மத்திய அரசு கலைக்க

முடிவு செய்துள்ளது என்ற செய்தி மெல்லக் கசிந்தது. விருட்டென
விமானம் ஏறினார் எம்.ஜி.ஆர். ஆனால் இந்திராவைச் சந்திக்க
முடியாமல் வெறுங்கையுடன் சென்னை திரும்பவேண்டி
இருந்தது.

திமுக சுறுசுறுப்பானது. காயம் பட்ட இடத்தில் ஓங்கி அடிக்க
முடிவு செய்தது. அஇஅதிமுக அரசின் ஊழல்கள், அதிகார
துஷ்பிரயோகங்கள் என்று எம்.ஜி.ஆர் பாணியிலேயே குற்றப்
பட்டியல் ஒன்றைத் தயார் செய்து கூட்டணிக் கட்சிகள் புடைசூழ
ஆளுநரிடம் சென்று ஒப்படைத்தது.

புயல் வீசத் தொடங்கியது. பிப்ரவரி 17, 1980 அன்று தமிழ்
நாட்டையும் தாக்கியது. இந்தியா முழுவதுமாக ஒன்பது மாநில
அரசுகள் கலைக்கப்பட்டன. அதில் தமிழ்நாட்டில் அறுதிப்
பெரும்பான்மையுடன் ஆட்சியில் இருந்த எம்.ஜி.ஆர் அரசும்
தகர்க்கப்பட்டது. நாடாளுமன்றத் தோல்வியில் இருந்து மீள்
வதற்குள் அடுத்த நெருக்கடி எம்.ஜி.ஆர் மீது திணிக்கப்பட்டது.

எதையும் சமாளிப்பேன் என்றார் எம்.ஜி.ஆர்.

தேர்தல் வேலைகள் தொடங்கின. தேர்தல் வேலைகளுக்காக
உயர்மட்டக்குழு ஒன்று உருவாக்கப்பட்டது. கட்சியின்
முக்கியஸ்தர்கள் பெரும்பாலானோர் அந்தக் குழுவில்
இடம்பெற்றனர். நாஞ்சில் மனோகரனைத் தவிர. தவறு நடந்து
விட்டது என்று சொல்லி, பிறகு மீண்டும் அவருடைய பெயர்
சேர்க்கப்பட்டது. இது அவரை ஆத்திரப்படுத்தியது. அஇஅதிமுக
விலிருந்து விலகி திமுகவில் மீண்டும் ஐக்கியமானார்.

நாஞ்சில் மனோகரனின் விலகல் எம்.ஜி.ஆருக்கு மிகப்பெரிய
பின்னடைவாகக் கருதப்பட்டது. டெல்லியில் நல்ல செல்வாக்கு
உடையவர். இந்திரா போன்ற தலைவர்களுடன் நேரடியாகத்
தொடர்புகொண்டு பேசும் அளவுக்கு நல்ல தொடர்பு வட்டம்
இருந்தது அவருக்கு. டெல்லியில் நடந்த பல முக்கியப் பேச்சு
வார்த்தைகளுக்கு நாஞ்சில் மனோகரன் இல்லாமல் எம்.ஜி.ஆர்
புறப்படவே மாட்டார்.

எம்.ஜி.ஆர் கூட்டணி அமைக்கும் வேலையை ஆரம்பித்தார்.
இந்திய கம்யூனிஸ்ட் கட்சி, காந்தி காமராஜ் தேசிய காங்கிரஸ்,
காமராஜ் காங்கிரஸ் ஆகிய கட்சிகள் அஇஅதிமுக அணியில்
இணைந்தன. தொகுதிகள் பிரிக்கப்பட்டன. அஇஅதிமுகவுக்கு

168. இந்திய கம்யூனிஸ்ட் கட்சிக்கு 16. கா.கா.தே.காவுக்கு 12. காமராஜ் காங்கிரஸுக்கு 7. மேலும் சில உதிரிகளுக்கும் தொகுதிகள் ஒதுக்கப்பட்டிருந்தன.

வேட்பாளர்கள் தேர்வை வழக்கம்போலவே கச்சிதமாக முடித்து விட்டு களத்தில் இறங்கினார் எம்.ஜி.ஆர். அதில் முக்கியமானது வலம்புரி ஜானை புரசைவாக்கத்தில் நிறுத்தியது. 'பேராசிரியர் அன்பழகனை எதிர்த்தா?' என்று அதிர்ச்சியாகக் கேட்டார் வலம்புரி ஜான்.

எம்.ஜி.ஆர் சிரித்தார். 'நான் பார்த்துக்கொள்கிறேன். நீங்கள் போட்டியிட்டால் அன்பழகன் புரசைவாக்கத்திலேயே முடங்கி விடுவார். மற்ற தொகுதிகளுக்குப் பிரசாரம் செய்யமாட்டார். எனக்கு அது போதும்.'

நெருக்கடிகள் இருந்தபோதும் வியூகம் வகுப்பதில் தெளிவாக இருந்தார் எம்.ஜி.ஆர். மக்களால் தேர்ந்தெடுக்கப்பட்ட அரசை அரசியல் காரணங்களுக்காக அநியாயமாகக் கலைத்துவிட்ட தற்குத் தகுந்த நியாயம் வழங்கவேண்டும் என்றார். என்ன தவறு செய்துவிட்டோம் என்று எங்கள் ஆட்சியைக் கலைத்தார்கள் என்று மக்களைப் பார்த்துக் கேட்டார்.

அகில இந்திய வானொலியில் அஇஅதிமுகவின் தேர்தல் பிரசாரம், மக்களை உருக்கும் வகையில் இருந்தது. உரையைத் தயார் செய்தவர் ஆர். எம். வீரப்பன். 'நாங்கள் என்ன தவறு செய்தோம்?' என்பதுதான் அதன் தலைப்பு. முதலில் எம்.ஜி.ஆரே வானொலியில் பேசுவதாக இருந்தது. பிறகு வீரப்பனே பேசினார்.

எம்.ஜி.ஆர் ஆட்சியில் நடந்த சாதனைகளைப் பட்டியலிட்டு, 'இது தவறா? இது தவறா?' என்று கேட்டது மக்கள் மத்தியில் நல்ல அதிர்வுகளை ஏற்படுத்தியது. 'நாங்கள் என்ன தவறு செய்தோம்? தமிழ் மக்களே, நாடாளுமன்றத் தேர்தலில் நீங்கள் அளித்த தீர்ப்பு தவறு என்றால், அதை இப்போது திருத்தி எழுதுங்கள். அஇஅதிமுகவுக்கு வாக்களியுங்கள்.'

எதிர் முகாம் பலம் பொருந்தியது போலத் தோற்றமளித்தாலும் அதில் நிறைய குழப்பங்கள் உருவாகிக் கொண்டிருந்தன. திமுகவும் காங்கிரஸும் தலா 109 தொகுதிகளில் போட்டி யிடுவது என முடிவு செய்யப்பட்டது. இரு கட்சிகளும் சம

எண்ணிக்கையில் போட்டியிட்டால் யாருக்கு முதலமைச்சர் பதவி என்பதுதான் ஆதாரக்கேள்வி.

இந்திராவோ, கருணாநிதி முதல்வராவதில் பிரச்னை இல்லை என்று சொல்லிவிட்டார். ஆனால் காங்கிரஸின் ஆர். வெங்கட ராமன் வேறு வகையில் பேசினார். 'சரிசமமாகப் போட்டியிடு கிறோம். யாருக்கு அதிக இடங்களில் வெற்றி கிடைக்கிறதோ அவர்களுக்குத்தான் உரிமை இருக்கிறது. எனவே தேர்தலுக்குப் பிறகுதான் முதலமைச்சர் பதவி பற்றி முடிவு செய்யப்படும்' என்றார். அந்த இடத்தில்தான் திமுக - காங்கிரஸ் உறவில் விரிசல் விழுந்தது. போதாக்குறைக்கு காங்கிரஸ் வேட்பாளர் தேர்விலும் சிக்கல்கள் எழுந்தன.

இந்தக் குழப்பங்கள் எம்.ஜி.ஆரை உற்சாகம் கொள்ளவைத்தன. தன் பிரசாரத்தை மேலும் வேகப்படுத்தினார். அவருடைய ஆவேச உரைகள் மக்கள் மத்தியில் நல்ல அனுதாபத்தை ஏற்படுத்தின. தனக்கிருந்த நெருக்கடிகள் எல்லாம் காங்கிரஸ் - திமுக அணியில் ஏற்பட்டுள்ள உரசல்களால் தகர்க்கப்பட்டு விட்டது போல உணர்ந்தார் எம்.ஜி.ஆர்.

அதுதான் நடந்தது.

தேர்தல் முடிவுகள் வெளியாகின. அமோக ஆதரவுடன் தன் முதலமைச்சர் நாற்காலியை மீண்டும் கைப்பற்றினார் எம்.ஜி.ஆர். குழப்பங்களுடன் தேர்தலை எதிர்கொண்ட திமுக - காங்கிரஸ் கூட்டணி தோல்வியைச் சந்தித்தது. 38 இடங்களில் மட்டுமே திமுகவுக்கு வெற்றி கிடைத்தது. காங்கிரஸுக்கு 30 தொகுதிகள் கிடைத்தன. முஸ்லிம் லீகுக்கு ஒரு இடம் கிடைத்தது.

இந்திரா, கருணாநிதி என்ற இரண்டு வலிமை பொருந்திய சக்திகளை எதிர்த்துக் களம் கண்டு பெற்ற வெற்றி எம்.ஜி.ஆர் என்ற ஆளுமை எந்த அளவுக்குத் தமிழ்நாட்டில் அழுத்தந்திருத்த மாக வேரூன்றியிருக்கிறது என்பதற்கு சத்திய சாட்சி. ஊடகங்கள் எந்த அளவுக்கு எம்.ஜி.ஆருக்குப் பக்கபலமாக இருந்துள்ளன என்பதற்கு விகடனின் தலையங்கம் துல்லியமான உதாரணம்:

அதிமுகவுக்குக் கிடைத்திருக்கும் இந்த மகத்தான வெற்றி எம்.ஜி.ஆரின்மீது மக்கள் கொண்டுள்ள அன்புக்கும்

மதிப்புக்கும் அடையாளமாகும். அவரது நாணயமான, நேர்மையான, லஞ்ச ஊழலற்ற ஆட்சிக்கு மக்கள் வழங்கிய நற்சான்றிதழாகும். எதிர்க்கட்சிகள் எம்.ஜி.ஆர் ஆட்சியின்மீது அபாண்டமான லஞ்ச ஊழல் குற்றச்சாட்டுகளை அடுக்கிய தைக் கேட்டு, 'அதையெல்லாம் நம்ப நாங்கள் தயாரா யில்லை. அவரைப் பற்றி எங்களுக்குத் தெரியும்' என்று தமிழ் மக்கள் கூறுவது போல் அமைந்திருக்கிறது தேர்தல் முடிவு.

மாநிலத்தில் எம்.ஜி.ஆர்! மத்தியில் இந்திரா!

என்ன செய்யப் போகிறார் எம்.ஜி.ஆர்? அல்லது இந்திரா?

19. எரிசாராயம்!

தனித் தெலுங்கானா என்ற கோரிக்கையை முன்வைத்து ஆந்திராவில் பெரிய அளவில் போராட்டங்களை நடத்தி மத்திய, மாநில அரசுகளுக்குக் கடும் நெருக்கடியைக் கொடுத்துக் கொண் டிருந்தனர் நக்சலைட்டுகள். மார்க்சிய - லெனினிய சிந்தனையில் செயல்படும் அந்த இயக்கத்தைப்போல நாட்டின் பல பகுதி களிலும் நக்சல்பாரி இயக்கங்கள் உருவாகி, வீரியத்துடன் இயங்கிக்கொண்டிருந்தன. முக்கியமாக, மேற்கு வங்கம், பிகார் உள்ளிட்ட மாநிலங்களில் அவர்களுடைய செல்வாக்கு மிக அதிகம்.

கிட்டத்தட்ட அதே சித்தாந்தத்தை அடிப்படையாகக் கொண்டு தமிழ்நாட்டின் வட ஆற்காடு, தர்மபுரி மாவட்டங்களில் சில குழுக்கள் செயல்படத் தொடங்கின. காவல் நிலையங்களுக்குத் தீவைப்பது, வெடிகுண்டு வீசுவது போன்ற காரியங்களில் ஈடுபட்டுக்கொண்டிருந்தனர். முளையிலேயே கிள்ளி எறிய வேண்டும் என்று நினைத்தார் எம்.ஜி.ஆர். அந்த வேகத்தைத் தீவிரப்படுத்தும் வகையில் அமைந்தது திருப்பத்தூர் சம்பவம்.

விசாரணைக்காக ஒருவரை திருப்பத்தூர் காவலர்கள் ஜீப்பில் அழைத்துவந்தனர். திடீரென இடுப்பில் மறைத்து வைத்திருந்த வெடிகுண்டை எடுத்து வெடிக்கச் செய்தார் அந்த நபர். மறு நொடி ஜீப்பில் இருந்த அத்தனை பேருமே கொல்லப்பட்டனர். ஜீப் உருத்தெரியாமல் போனது.

உடனடியாக ஆலோசனையில் இறங்கினார் எம்.ஜி.ஆர். கடந்த காலத்தில் நக்சல்பாரிகள் நடத்திவந்த தாக்குதல்கள் எல்லாம் அவருடைய கவனத்துக்குக் கொண்டுவரப்பட்டன. ஒடுக்க வேண்டும். அத்தனை பேரையும். அதுவும் உடனடியாக. உத்தர விட்டார் எம்.ஜி.ஆர். 'ஆபரேஷன் நக்சலைட்' என்று அந்த நடவடிக்கைக்குப் பெயர் வைக்கப்பட்டது. அந்தப் பொறுப்பை இரண்டு முக்கிய அதிகாரிகளிடம் ஒப்படைத்தார் எம்.ஜி.ஆர்.

என். மோகன்தாஸ் மற்றும் தேவாரம்.

காரியத்தில் இறங்கினர் இருவரும். தேடுதல் வேட்டை தொடங்கியது. இரவு பகலாக தமிழ்நாடு காவல்துறை நடத்திய தாக்குதலில் நக்சலைட்டுகளுக்குப் பலத்த சேதம். பத்து நாள் களுக்கு அந்தப் பகுதியில் என்ன நடக்கிறது என்றே தெரிய வில்லை. துப்பாக்கித் தோட்டாக்கள் பறந்து கொண்டிருந்தன. கைதுகள் நிற்கவே இல்லை. நக்சலைட்டுகள் துவளும்வரை தாக்குதல் தொடர்ந்தது. அதன்பிறகுதான் ஓரளவுக்கு செய்திகள் வரத் தொடங்கின.

மனித உரிமை இயக்கங்கள் குரல் எழுப்பத் தொடங்கின. தமிழ் நாடு காவல்துறை எல்லை மீறி நடந்துகொள்கிறது, வன்முறை யைப் பிரயோகிக்கிறது, மனித உரிமைகள் நசுக்கப்படுகின்றன என்று ஆளாளுக்கு விமரிசனம் செய்தனர். ஆனாலும் காவல் துறையின் நடவடிக்கைகள் நிறுத்தப்படவில்லை. தொடர்ந்தன. இருபது நாள்களில் நக்சலைட்டுகள் வேரோடும் வேரடி மண்ணோடும் பிடுங்கப்பட்டுவிட்டதாக அறிவித்தது தமிழக அரசு.

காவல்துறையினருக்கு அளவுக்கு மீறிய சுதந்தரம் வழங்கப் பட்டது; எம்.ஜி.ஆர் அவர்களுடைய அத்துமீறல்களைத் துளியும் கண்டுகொள்ளவில்லை என்ற விமரிசனங்கள் எழுந்தாலும் அதைப் பற்றி அவர் துளியும் அலட்டிக்கொள்ளவில்லை. 'எந்த நக்சலைட்டையும் கொல்லவேண்டும் என்பது அரசின் நோக்கம் அல்ல; தன்னைக் கொல்லவரும் பசுவையும் கொல்லலாம் என்பதை ஏற்றுக்கொள்ளும்போது கைது செய்ய வரும் போலீஸாரை சுடுவதையும் வெளிநாட்டுத் துப்பாக்கி வைத்திருப் பதையும் ஏற்றுக்கொள்ள முடியுமா? எனக்குச் சட்டம் ஒழுங்கு தான் முக்கியம்' என்று சொல்லிவிட்டார். நக்சலைட்டுகள் இன்று பல மாநிலங்களில் வளர்ந்துவிட்ட போதும் தமிழ்நாட்டில்

பெரிய அளவில் வேரூன்ற முடியவில்லை என்றால் அதற்கு எம்.ஜி.ஆர் ஊற்றிய வெந்நீர்தான் காரணம் என்கிறார்கள் எம்.ஜி.ஆர் காலத்து காவல்துறை அதிகாரிகள்.

கிட்டத்தட்ட இதே சமயத்தில்தான் எம்.ஜி.ஆருக்கு தமிழ்நாட்டின் தலைநகரை மாற்றவேண்டும் என்ற யோசனை வந்திருந்தது. சென்னைக்குப் பதிலாக மாநிலத்தின் மையத்தில் இருக்கும் திருச்சிக்குத் தலைநகரை மாற்றிவிடலாம் என்றார் எம்.ஜி.ஆர். எதிர்பார்த்தது போலவே எதிர்க்கட்சிகளிடம் இருந்து எதிர்ப்பு.

'எது தலைநகரமாக இருக்கவேண்டும் என்று மக்கள் கருதுகிறார் களோ அது தலைநகராக இருக்கும். தலைநகரம் நாட்டின் மத்தியப் பகுதியில் இருக்கவேண்டும். அமெரிக்காவில் முதலில் தலைநகர் எங்கிருந்தது? இப்போது எங்கு மாற்றப்பட்டிருக் கிறது? எதைச் சொன்னாலும் மக்கள் கருத்தை அறிந்தே செயல் படுத்துவோம். தலைநகர் மாறினால் பல மாடிக் கட்டடங்கள் கட்டி இருப்பவர்களுக்கு ஆத்திரம் வரும். தலைநகர் மாறினால், தான் கட்டியுள்ள பல மாடிக் கட்டடத்தின் மதிப்பு குறைந்து விடுமே என்று கருதுவார்கள். மாற்றத்தைப் பற்றி மக்கள்தான் முடிவு செய்யவேண்டும். மாற்றம் வேண்டுமா, வேண்டாமா என்பதை மக்கள் நன்றாகப் புரிந்துகொண்டபிறகு வாக்கெடுப்பு நடத்தலாம். முன்பு தமிழ்நாட்டில் உச்ச நீதிமன்றத்தின் பிரிவு இருக்கவேண்டும் என்றேன். அப்போது அதைக் கேலி பேசினார்கள். கருத்து வேறுபாடுகள் வருவதால் சொல்லும் யோசனை தவறு என்று சொல்லக்கூடாது' என்று அண்ணா நாளேட்டில் விளக்கம் கொடுத்தார் எம்.ஜி.ஆர். அதன்பிறகு அந்தத் திட்டம் முடங்கிவிட்டது.

●

மதுரையில் நடக்க இருந்த உலகத் தமிழ் மாநாடு. அடுத்து, எம்.ஜி.ஆரின் கவனம் குவிந்தது இதன்மீதுதான். செய்தித்துறை அமைச்சராக இருந்த ஆர்.எம். வீரப்பனிடம்தான் முழுப்பொறுப் பையும் ஒப்படைத்திருந்தார் எம்.ஜி.ஆர். உற்சாகமாகக் களத்தில் இறங்கினார் வீரப்பன். ஒத்தாசைக்கு ஔவை நடராசன், சிலம்பொலி செல்லப்பன் ஆகியோர் வந்தனர். தடபுடலாக ஏற்பாடுகள் நடந்துகொண்டிருந்தன. அழைப்புகள் யார் யாருக் கெல்லாம் அனுப்பப்படவேண்டும் என்பது குறித்து விவாதம் நடந்தது.

தமிழுக்குள் அரசியல் நுழைந்தது. எதிர்க்கட்சித் தலைவரான கருணாநிதிக்குக் கடிதம் மூலமாக வந்தது அழைப்பு. அதில் கருணாநிதியையும் அன்பழகனையும் மாநாட்டுக்கு நியமிக்கப் பட்டுள்ள துணைத்தலைவர்கள் பட்டியலில் இணைத்திருந்தனர். உடனடியாக கருணாநிதியிடம் இருந்து எதிர்வினை வந்து சேர்ந்தது. 'உலகத் தமிழ் மாநாட்டில் திமுக கலந்துகொள்ளாது.'

பிரதமர் இந்திரா காந்தி அந்த மாநாட்டில் கலந்துகொள்ள வேண்டும் என்று எம்.ஜி.ஆர் விரும்பினார். டெல்லிக்குத் தகவல் சென்றது. முதலில் இந்திரா ஆர்வம் காட்டவில்லை.

பிறகு ஒப்புக்கொண்டார். இடைவெளியை நிரப்பிவிட்ட சந்தோஷம் எம்.ஜி.ஆர் முகத்தில் தென்பட்டது.

மாநாட்டில் முக்கியமானவை கலை நிகழ்ச்சிகள். நாட்டியம், பாடல், பட்டிமன்றம் என்று பல அரங்கேற இருந்தன. அப்போது புதிய அறிவிப்பு ஒன்று வெளியானது. 'காவிரி தந்த கலைச் செல்வி' என்ற நாட்டிய நாடகம் உலகத் தமிழ் மாநாட்டில் இடம்பெறும். அதை நடத்த இருந்தவர், ஜெயலலிதா. திரைப் படங்களில் நடிப்பது குறைந்துபோன சமயத்தில் நாட்டிய நாடகத்தில் மும்முரமாக இருந்தார் ஜெயலலிதா.

அரசியலின் தொடர்பு எல்லையில் இருந்து வெகுதூரத்துக்குச் சென்றுவிட்ட அவரை மீண்டும் வெளிச்சத்துக்கு அழைத்து வந்திருந்தார் வீரப்பன். இத்தனைக்கும் ஆர்.எம்.வீரப்பன் - ஜெயலலிதா இருவருமே எதிரும் புதிருமானவர்கள். ரிக்ஷாக் காரன், உலகம் சுற்றும் வாலிபன் போன்ற படங்களில் ஜெய லலிதா நடிக்காமல் இருக்க பல பகீரத முயற்சிகளைச் செய்தார் வீரப்பன். அந்த முயற்சிகளின் பலனாகவே ரிக்ஷாக்காரனில் மஞ்சுளாவும், உலகம் சுற்றும் வாலிபனில் சந்திரகலாவும் நடித்தனர். ஆனாலும் இப்போது ஆர்.எம்.வீரப்பன் எல்லா வற்றையும் மறந்திருந்தார். அவருக்கு அப்போது இருந்த ஒரே இலக்கு, எம்.ஜி.ஆரைச் சந்தோஷப்படுத்துவது. அதற்காகவே ஒவ்வொரு விஷயத்தையும் பார்த்துப் பார்த்து செய்தார். ஜெய லலிதாவை அழைத்ததன் பின்னணியும் அதுவே.

மாநாட்டுக்குப் பிரதமர் இந்திரா வந்தார். மக்கள் கூட்டம் ஆர்ப் பரித்தது. மைக்கைப் பிடித்த இந்திரா, உலகத் தமிழ் மாநாட்டில் கலந்துகொள்ள வந்ததன் பின்னணியில் எந்த அரசியலும் கிடையாது என்று சொல்லிவிட்டு இலக்கியம் பற்றிப் பேசினார்.

புறப்பட்டுவிட்டார். மாநாடு பிரும்மாண்டமாக நடந்து முடிந்தது. எம்.ஜி.ஆருக்கு சந்தோஷம். அதைக்காட்டிலும் ஆர்.எம். வீரப்பனுக்கு அதிக சந்தோஷம். இருவரைக் காட்டிலும் இன்னொருவர் கூடுதல் சந்தோஷத்தில் திளைத்தார். அவர், ஜெயலலிதா.

எம்.ஜி.ஆருக்கு இப்போது பத்திரிகை தொடங்கும் ஆசை வந்திருந்தது. மீண்டும் என்றுதான் சொல்லவேண்டும். ஏற்கெனவே தொடங்கிய பத்திரிகையைச் சரிவர நடத்த முடியவில்லை. கருணாநிதிக்கு 'குங்குமம்' பத்திரிகை இருப்பது போலத் தனக்கென்று ஒன்று இருந்தால் நன்றாக இருக்கும் என்று நினைத்தார். வலம்புரி ஜான் நினைவுக்கு வந்தார். அழைத்து வரப்பட்டார். புதிய பத்திரிகை தொடங்குகிறேன். நீங்கள்தான் ஆசிரியர். பத்திரிகையின் பெயர், 'தாய்'. எம்.ஜி.ஆரே சொல்லி விட்டபிறகு மறுபேச்சு ஏது? ஆகட்டும் என்று சொல்லிவிட்டார் வலம்புரி ஜான்.

தாய் நிர்வாகப் பொறுப்பு, ஜானகி - எம்.ஜி.ஆரின் வளர்ப்புப் பிள்ளை அப்பு என்கிற ரவீந்திரனிடம் ஒப்படைக்கப்பட்டது. பத்திரிகை தொடர்ந்து வெளிவர ஆரம்பித்தது.

ஊழலுக்கு எதிரான ஆட்சி என்றுதான் எம்.ஜி.ஆர் ஆட்சியை எல்லோருமே புகழ்ந்து கொண்டிருந்தார்கள். ஆனால் அவருடைய ஆட்சியிலும் ஊழல் ஊடுருவிவிடும் என்பதற்குச் சாட்சியமாக அமைந்தது எரிசாராய ஊழல். வெளிக்கொண்டு வந்தவர்கள் பத்திரிகைகளே. தமிழ்நாட்டுப் பத்திரிகைகள் அல்ல; கேரள மாநிலப் பத்திரிகைகள்!

அடையாளம் தெரியாத சில முக்கிய நபர்கள் அந்தரங்கமாகச் செய்த சில உத்திகள் மூலம் சுத்திகரிக்கப்பட்ட சாராயம் வெளி மாநிலங்களுக்கு இடம்பெயர்ந்து கொண்டிருக்கிறது. இதில் கோடிக்கணக்கான ரூபாய் புழங்கிக்கொண்டிருக்கிறது. இது தான் அந்தப் பத்திரிகைகள் எழுதிய கட்டுரைகளின் சாரம். எம்.ஜி.ஆர் ஆட்சியில் ஊழல்? சிக்கெனப் பிடித்துக்கொண்டார் கருணாநிதி.

மக்கள் மன்றம், சட்டமன்றம் எல்லாவற்றிலும் சாராய வாடை அடித்தது. மேடைக்கு மேடை எரிசாராய ஊழல் பற்றியே பேசினார்கள். சிக்கலுக்கு மேல் சிக்கல். என்ன செய்வதென்றே

தெரியவில்லை எம்.ஜி.ஆருக்கு. கையைப் பிசைந்துகொண்டார். ரேகையே அழிந்துவிடும் அளவுக்கு. ஓய்வுபெற்ற நீதிபதி கைலாசம் தலைமையில் கமிஷன் ஒன்று அமைக்கப்பட்டு, சாராயப் பரிவர்த்தனை குறித்து விசாரிக்கும் என்று சொல்லி விட்டார் எம்.ஜி.ஆர்.

திருப்தி ஏற்படவில்லை. கருணாநிதிக்கு. மற்ற எதிர்க்கட்சி களுக்கு. கைலாசத்துக்கு எதிராகப் போர்க்கொடி தூக்கினர். வெறுத்துப்போன கைலாசம், கமிஷனில் இருந்தே விலகிக் கொண்டார். கைலாசம் இருந்த இடத்துக்கு சதாசிவம் வந்தார். ஆனாலும் விவகாரம் விஸ்வரூபம் எடுக்கவே மத்திய அரசு இந்த விவகாரத்தில் தலையிட்டது. ஒரிசா மாநில உயர் நீதிமன்ற நீதிபதியாக இருந்த எஸ்.கே. ரே என்பவர் தலைமையில் விசாரணை கமிஷன் ஒன்றை மத்திய அரசே நியமித்தது.

இந்த இடத்தில் இன்னொரு அரசியல் விளையாட்டும் நடந் தேறியது. கட்சி தொடங்கிய புதிதில் கருணாநிதிக்கு எதிராக எம்.ஜி.ஆர் தயாரித்துக்கொடுத்த புகார் பட்டியலின் அடிப்படை யில் கருணாநிதி மற்றும் அவருடைய அமைச்சரவை சகாக்கள் மீது விசாரணை நடத்த சர்க்காரியா கமிஷன் நியமிக்கப்பட்டது அல்லவா? அதையொட்டி சில அமைச்சர்கள் மீது குற்றப் புலனாய்வுத் துறை வழக்குகளையும் தொடர்ந்திருந்தது. திடுதிப்பென அந்த வழக்குகளை மத்திய அரசு விலக்கிக் கொண்டது. கேட்டதற்கு, முக்கிய சாட்சிகள் தடம் புரண்டு விட்டார்கள் என்று சொல்லப்பட்டது.

எரிசாராய ஊழல் எம்.ஜி.ஆர் ஆட்சியைக் காவு வாங்கிவிடுமோ என்றுகூட அஇஅதிமுகவினர் அச்சப்பட்டனர். ஆனால் அப்படி யொரு விஷப்பரீட்சைக்கு இந்திரா காந்தி தயாராக இல்லை. பின்னர் சாராய வாடை மெல்ல மெல்லக் குறைந்து மறைந்தே போய்விட்டது. இதன்மூலம் எப்போதெல்லாம் சர்க்காரியா கமிஷன் என்று அதிமுகவினர் கருணாநிதியை விமரிசிக்கிறார் களோ அப்போதெல்லாம் ரே கமிஷன் என்று பதிலடி கொடுக்க திமுகவினருக்கு வாய்ப்பு கிடைத்தது மட்டும்தான் மிச்சம். மற்றபடி எம்.ஜி.ஆரை அசைக்கவே முடியவில்லை.

எம்.ஜி.ஆர் அரசியலுக்கு வந்தபிறகு பல இடைத்தேர்தலைச் சந்திக்கவேண்டியிருந்தது. இப்போது திருப்பத்தூர் தொகுதிக்கு இடைத்தேர்தல். வழக்கம்போல எம்.ஜி.ஆர் என்ன முடிவு

எடுப்பாரோ என்று எல்லோருமே ஆவலுடன் காத்திருந்தனர். வேட்பாளரைத் தேர்வு செய்வதற்காக கட்சியின் ஆட்சிமன்றக் குழுவின் கூட்டம் திருப்பத்தூரில் நடக்க இருந்தது.

கூட்டத்துக்கு ஏற்பாடு செய்தாகிவிட்டதே தவிர எம்.ஜி.ஆர் மனத்துக்குள் பல கணக்குகள் ஓடிக்கொண்டிருந்தன. இடைத் தேர்தல் வந்தால் ஏற்கெனவே அந்தத் தொகுதியில் எந்தக் கட்சி வெற்றி பெற்றதோ அந்தக் கட்சிக்குத் தொகுதியை விட்டுக் கொடுத்துவிடவேண்டும் என்ற ஃபார்முலாவை எம்.ஜி.ஆர் கடந்த காலத்தில் பயன்படுத்தியது உண்டு. அதை திருப்பத் தூருக்கும் பயன்படுத்தலாம் என்று நினைத்தார்.

திருப்பத்தூர் தொகுதியில் வெற்றிபெற்ற வேட்பாளர் இந்திரா காங்கிரஸைச் சேர்ந்த வால்மீகி. அந்தத் தொகுதியில் போட்டி யிடாமல் ஒதுங்குவதன்மூலம் உடைந்துபோன காங்கிரஸ் உறவை ஒட்டவைக்க முடியும் என்று நம்பினார் எம்.ஜி.ஆர். அந்தச் செய்தி பத்திரிகைகளிலும் வெளியானது. திமுக தரப் பிலும் கிட்டத்தட்ட அதே நிலைப்பாடு. எங்கள் கூட்டணியில் காங்கிரஸ் வென்ற தொகுதி. அங்கே காங்கிரஸே நிற்கும். அதற்கு எங்கள் ஆதரவு உண்டு.

மாநிலத்தின் இரண்டு பெரிய கட்சிகள் தாமாக முன்வந்து ஆதரவளிக்கிறேன் என்று சொன்னதற்குப் பிறகும் காங்கிரஸ் அமைதியாக இருந்துவிடுமா? திருப்பத்தூரில் காங்கிரஸ் தனித்துப் போட்டியிடும். மற்ற கட்சிகள் அவர்களாக இந்திரா காங்கிரஸை ஆதரிக்க முன்வந்தால் ஏற்றுக்கொள்வோம் என்றார் மத்திய அமைச்சர் ஆர். வெங்கட்ராமன்.

காங்கிரஸ் தலைவர் எம்.பி. சுப்ரமணியமோ இன்னும் பல படிகள் மேலே சென்று பேசினார். 'எங்களுக்கு ஆதரவு கொடுக்க எந்த அரசியல் கட்சி வந்தாலும் வரவேற்போம். ஆனால் எங்கள் கட்சி மேடைகளில் அவர்களை ஏற்றமாட்டோம். அவர்களுடைய கட்சிக் கொடிகூட எங்கள் பிரசார வாகனங்களில் கட்டப்படாது' என்றார்.

இத்தனை நடந்தபிறகும் எம்.ஜி.ஆர் காங்கிரஸ் வேட்பாளரை ஆதரிக்கும் தன் முடிவை மாற்றிக்கொள்ளவில்லை. நான் உபதேவதைகளைக் கண்டுகொள்ளமாட்டேன்; மூலவரே முக்கியம் என்று சொல்லாமல் சொல்லிவிட்டு, தேர்தலில்

காங்கிரஸ் கட்சி வேட்பாளருக்காகப் பிரசாரம் செய்தார். அந்தத் தேர்தலில் காங்கிரஸ் வெற்றிபெற்றது. ஊர் இரண்டுபட்டால்!

●

24 நவம்பர் 1981. தமிழக அரசியல் அல்லோலகல்லோலப்பட்ட நாள். அரசு நியமித்த விசாரணை கமிஷன் அறிக்கை ஒன்று சட்டமன்றத்தில் வெளியாவதற்குமுன், எதிர்க்கட்சித் தலைவர் மூலம் பத்திரிகைகளில் வெளியானது. திமுக தலைவர் கருணாநிதியின் ஆளுமை எந்த அளவுக்கு ஆட்சி நிர்வாகத்தில் விரவியுள்ளது என்பதற்கு உதாரணமாக இது அமைந்தது. தன்னுடைய ஆட்சிக்கும் நிர்வாகத்துக்கும் விடப்பட்ட சவாலாகவே அதைக் கருதினார் எம்.ஜி.ஆர்.

விஷயம் இதுதான். திருச்செந்தூர் ஆலயத்தில் அறநிலையத் துறை வெரிஃபிகேஷன் ஆபீசராகப் பணியாற்றியவர் சுப்ரமணியப் பிள்ளை. அவருக்கும் ஆளுங்கட்சிப் பிரமுகர் களுக்கும் ஏற்பட்ட விரோதம் காரணமாக நவம்பர் 1980-ல் திருச்செந்தூர் ஆலய வளாகத்தில் இருக்கும் விடுதியில் வைத்துச் கொலை செய்யப்பட்டிருந்தார். ஆனால் தற்கொலை என்று செய்திகள் வெளியாகின.

களத்தில் இறங்கினார் கருணாநிதி. விசாரணை கமிஷன் அமைத்தே தீரவேண்டும் என்று அரசுக்கு நெருக்கடி கொடுத்தார். பதற்றத்தைத் தணிக்கும் வகையில் நீதிபதி சி.ஜெ.ஆர். பால் தலைமையில் விசாரணை கமிஷன் நடத்தப்படும் என்று அறிவித்தார் எம்.ஜி.ஆர். விசாரணைகள் நடந்தன. நடந்தன. நடந்துகொண்டே இருந்தன. ஆனால் அறிக்கை மட்டும் வெளியானபாடில்லை.

திடீரென ஒருநாள் அறிக்கையின் நகல் பத்திரிகைகளில் வெளியானது. உபயம்: கருணாநிதி.

ரத்தம் கொதித்துவிட்டது எம்.ஜி.ஆருக்கு. முரசொலி அலுவலகம், கருணாநிதியின் கோபாலபுரம் இல்லம், கருணாநிதியின் உதவி யாளர் சண்முகநாதனின் இல்லம் ஆகியவற்றில் காவல்துறை யினர் சோதனை செய்யத் தொடங்கினர். முரசொலி செல்வமும் சண்முகநாதனும் கைது செய்யப்பட்டனர்.

சட்டமன்றம் கூடியது. சுப்ரமணியப் பிள்ளையைக் கொலை செய்த குற்றவாளிகள்மீது அரசு விரைந்து நடவடிக்கை

எடுக்கவேண்டும் என்று வலியுறுத்தினார் கருணாநிதி. ஆனால் அறநிலையத் துறை அமைச்சர் ஆர்.எம்.வீரப்பனோ, 'குற்றப் புலனாய்வுத்துறை வழக்கை மீண்டும் விசாரித்தபிறகுதான் குற்றவாளிகள் மீது நடவடிக்கை எடுப்பது பற்றி பரிசீலிக்கப் படும்' என்று சொல்லிவிட்டார். பதிலில் திருப்தியில்லை. வெளி நடப்பு செய்துவிட்டார் கருணாநிதி.

அத்துடன் நிறுத்திக்கொள்ளவில்லை. குற்றவாளிகள்மீது நடவடிக்கை எடுக்கத் தவறிய அரசைக் கண்டிக்கும் வகையில் மதுரையில் இருந்து திருச்செந்தூருக்கு நீதி கேட்டு நெடும் பயணம் செய்ய இருப்பதாக அறிவித்தார் கருணாநிதி. இருநூறு கிலோமீட்டர். 15 பிப்ரவரி 1982 அன்று தொடங்கிய பயணம் 22 பிப்ரவரி 1982 அன்று முடிந்தது.

சட்டமன்றம் கூடியது. ஆளுங்கட்சி உறுப்பினர் ஒருவர் எழுந்தார்.

'கருணாநிதி திருச்செந்தூர் முருகனின் வேலைக் காணவில்லை என்று நடைப்பயணமாக திருச்செந்தூர் கோயிலுக்குச் சென்றார். அவரைப் பார்க்க விரும்பாத முருகன் எங்கள் தலைவர் எம்.ஜி.ஆரின் ராமாவரம் தோட்டத்துக்கே வந்துவிட்டார். அதனால் கருணாநிதி போனபோது திருச்செந்தூர் கோயிலில் முருகன் இல்லை.'

கருணாநிதி எழுந்தார்.

'இதுவரையில் நான் திருச்செந்தூர் கோயிலில் வேல் மட்டுமே காணாமல் போயிற்று என்று எண்ணியிருந்தேன். மாண்புமிகு உறுப்பினர் பேசுவதைப் பார்க்கும்போது முருகன் சிலையும் காணாமல் போயுள்ளது என்று தெரிகிறது.'

எம்.ஜி.ஆருக்கு சிரிப்பை அடக்கமுடியவில்லை.

20. சத்துணவு

சிவகாசியில் நடந்த ஒரு விபத்தைப் பற்றி நேரில் அறிய காரில் போய்க்கொண்டிருந்தேன். தூத்துக்குடி அருகே என்னைப் பார்க்கத் தாய்மார்கள் பலர் வந்தனர். அவர்களது இடுப்பில் குழந்தைகள். நான் காரிலிருந்து இறங்கி, 'காலையில் சாப்பிட்டீங்களா?' என்று கேட்டேன். 'இல்லை' என்று பதில் சொன்னார்கள். 'குழந்தைகள் சாப்பிட்டனவா?' என்று கேட்டேன். 'இல்லை... எங்களுக்குக் காலையில் சமைக்க நேரமில்லை. வேலையை முடித்துக்கொண்டு மாலையில் கூலியை வாங்கிச் சென்றுதான் சமைப்போம். குழந்தைகளும் அப்போதுதான் சாப்பிடும்' என்று அவர்கள் சொன்ன பதில் வேதனை அளித்தது. இனி வேலைக்குப் போகும் தாய்மார்கள் குழந்தைகளைத் தங்களுடன் அழைத்துச் சென்று பட்டினி போடத் தேவையில்லை. அவர்களது ஊரில் அமைக்கப்பட்டிருக்கும் குழந்தைகள் நல நிலையங்களுக்கு அனுப்பிவிட்டு, நிம்மதியாக வேலைக்குச் செல்லலாம். 'என் மகன் அங்கே சாப்பிட்டுக் கொண்டிருப்பான். சுவையான சத்தான உணவு அவனுக்குக் கிடைக்கிறது' என்று மகிழ்ச்சியுடன் வேலையைச் செய்யலாம் அந்தத் தாய்.

18 ஜூலை 1982 அன்று திருச்சியில் சத்துணவுத் திட்டத்தைத் தொடங்கிவைத்த எம்.ஜி.ஆர் பேசிய பேச்சின் ஒருபகுதி இது.

ஆட்சிக்கு வந்ததில் இருந்து எத்தனை சிக்கல்கள். எத்தனை நெருக்கடிகள். எத்தனை சவால்கள். எல்லாவற்றையும் தூக்கிச்

சாப்பிடுவதுபோல ஏதேனும் ஒன்றைச் செய்யவேண்டும். அது காலம் முழுக்க என் பெயரைச் சொல்லவேண்டும். இப்படி அனுதினமும் சிந்திக்கத் தொடங்கினார் எம்.ஜி.ஆர். அப்போது உதித்த திட்டம்தான் சத்துணவுத் திட்டம்.

காமராஜர் காலத்தில் மதிய உணவுத் திட்டம் என்ற பெயரில் செயல்பட்டுக்கொண்டிருந்த திட்டத்தின் மேம்படுத்தப்பட்ட வடிவம்தான் இந்த சத்துணவுத் திட்டம். நல்ல சத்தான காய்கறி களைக் கொண்டு நல்ல முறையில், சுகாதாரமான இடத்தில் வைத்து, சமைத்து ஏழை, எளிய குழந்தைகளுக்குக் கொடுக்க வேண்டும் என்பதுதான் அந்தத் திட்டத்தின் நோக்கம். ஆகவே, செயல்படுத்தவேண்டும் என்று நினைத்தார் எம்.ஜி.ஆர்.

எம்.ஜி.ஆருக்கு நெருக்கமான சில அதிகாரிகளுக்கு அதில் விருப்பமில்லை. அரசின் வருவாயில் மிகப்பெரிய இழப்பை இது ஏற்படுத்திவிடும். மக்களைச் சோம்பேறிகளாக மாற்றி விடும். யாரும் வேலைக்குப் போக மாட்டார்கள். எதற்கெடுத் தாலும் அரசையே அவர்கள் எதிர்பார்ப்பார்கள். இப்போது பிடியை விட்டுவிட்டால் பிறகு பிடிக்கவே முடியாது. இதுதான் அவர்களது வாதம். சாப்பாட்டு நேரத்தில் மட்டுமே பள்ளியில் இருந்துவிட்டு மற்ற நேரத்தில் வேலைக்குப் போய்விடும் ஆபத்தும் இருக்கிறது என்றும் அவர்கள் சொன்னார்கள்.

எதற்கும் அசைந்துகொடுக்கவில்லை எம்.ஜி.ஆர். 1982-83-ம் ஆண்டுக்கான நிதிநிலை அறிக்கையில் நூறுகோடி ரூபாய் செலவு கொண்ட சத்துணவுத் திட்டம் செயல்படுத்தப்படும் என்று அறிவித்தார். மக்கள் மத்தியில் மிகப்பெரிய வரவேற்பைப் பெற்றது இந்தத் திட்டம். ஏழை, எளிய மக்களைத்தான் குறிவைத்தார் எம்.ஜி.ஆர். மிகச் சரியாக இருந்தது அவருடைய இலக்கு. நேற்றுவரை அதிசயப் பிறவியாக நினைத்துவந்த எம்.ஜி.ஆரை கடவுளாக்கி மக்கள் பூஜிக்கத் தொடங்கியது சத்துணவுத் திட்டத்துக்குப் பிறகுதான்.

கிட்டத்தட்ட எழுபது லட்சம் பள்ளிக்குழந்தைகள் சத்துணவுத் திட்டத்தில் சேர்ந்து சாப்பிட்டனர். பதினேழாயிரத்துக்கும் மேற் பட்ட சத்துணவு மையங்கள் திறக்கப்பட்டன. வயதுக்கு ஏற்ற வகையில் சத்துணவில் மாற்றங்கள் இருந்தன. இரண்டு முதல் ஐந்து வயதுள்ள குழந்தைகளுக்கு எண்பது கிராம் அரிசி, பத்து கிராம் பருப்பு, ஏழு கிராம் எண்ணெய் மற்றும் கொஞ்சம்

காய்கறிகள். ஐந்து வயதுக்கு மேற்பட்ட குழந்தைகள் என்றால் நூறு கிராம் அரிசி. அதற்கு ஏற்ற பருப்பு, எண்ணெய், காய்கறிகள். ஒவ்வொன்றையும் பார்த்துப் பார்த்துச் செய்தார் எம்.ஜி.ஆர்.

குழந்தைகளுக்கு சாப்பாடு போனதுபோக, சத்துணவு சமைப்ப தற்கான ஆயாக்கள், பொறுப்பாளர்கள், அமைப்பாளர்கள் என்று பலருக்கும் வேலை கிடைத்தது. நூறு கோடியில் தொடங்கிய திட்டம் விரைவிலேயே இருநூறு கோடிக்கு விரிவுபடுத்தப் பட்டது. கூடுதல் நிதி தேவைப்பட்டபோது பொதுமக்களையே அணுகினார். கருணாநிதி பாணியில், 'நிதி மிகுந்தவர் பொற்குவை தாரீர்! நிதி குறைந்தவர் காசுகள் தாரீர்!' என்றார்.

பணம் படைத்த பலரும் நன்கொடை கொடுத்தனர். எம்.ஜி.ஆர் சொல்லிவிட்டார் என்ற ஒரே காரணத்துக்காக அள்ளிக்கொடுத்த வர்கள் அதிகம். குறிப்பாக கலைத்துறையைச் சேர்ந்தவர்கள் கணிசமான அளவில் தங்கள் பங்களிப்பைச் செய்தனர். திட்டம் வெற்றிப் பாதையில் பயணம் செய்தது. பிரதமர் இந்திரா காந்திக்கு சத்துணவுத் திட்டம் விளக்கப்பட்டது. அவர் மிகவும் சந்தோஷப்பட்டார்.

சத்துணவுத் திட்டத்துக்குக் கிடைத்த வரவேற்பை மேலும் விரிவு படுத்த விரும்பினார் எம்.ஜி.ஆர். விரிவுபடுத்த என்பதைக்காட்டி லும் பிரபலப்படுத்தவே அதிகம் விரும்பினார். வானொலியில் பேசினார். தொலைக்காட்சியில் பேசினார். பொதுக்கூட்ட மேடைகளையும் சத்துணவுத் திட்டத்துக்காகப் பயன்படுத்திக் கொண்டார். எல்லாவற்றுக்கும் தானே போய்க்கொண்டிருக்க முடியாது. ஆனால் தன்னை பிரதிநிதித்துவப்படுத்தும் அளவுக்கு நல்ல அறிமுகமான, பிரபலமான முகத்தைத் தேடினார் எம்.ஜி.ஆர். அப்போது அவருக்கு நினைவுக்கு வந்தவர் ஜெயலலிதா.

சில மாதங்களுக்கு முன்புதான் 4 ஜூன் 1982 அன்று அஇஅதிமுக வில் உறுப்பினராகச் சேர்ந்திருந்தார் ஜெயலலிதா. அவரை வைத்தே சத்துணவை மேடைக்குக் கொண்டுவந்தார் எம்.ஜி.ஆர். மேடைக்கு மேடை சத்துணவுத் திட்டம் பற்றிப் பேசினார் ஜெய லலிதா. 'கலை உலகில் இருந்த எனக்கு அரசியலில் ஆர்வம் வந்ததற்குக் காரணமே எம்.ஜி.ஆர் கொண்டுவந்த சத்துணவுத்

திட்டம்தான்' என்று அவர் சொன்னபோது கூட்டத்திலிருந்து விசில் மழை.

தன்னுடைய பெயரை, புகழை மக்கள் மனத்தில் என்றென்றும் நிலைத்திருக்கச் செய்யும் என்ற எதிர்பார்ப்புடன் எம்.ஜி.ஆர் தொடங்கிய சத்துணவுத் திட்டத்துக்கு எதிர்ப்பும் வராமல் இல்லை. எம்.ஜி.ஆரின் புகழைப் பரப்ப, தக்கவைத்துக் கொள்ள அரசின் பணம் பெரிய அளவில் விரயம் செய்யப் படுவதாக எதிர்க்கட்சிகள் விமரிசனம் செய்யத் தொடங்கின. ஆனாலும் மக்கள் மத்தியில் சத்துணவுத் திட்டத்துக்கு நல்ல வரவேற்பு.

அதை நிரூபிக்கும் வகையில் வந்தது ஒரு இடைத்தேர்தல். 1982 செப்டெம்பரில் பெரியகுளம் நாடாளுமன்றத் தொகுதிக்கு இடைத்தேர்தல் அறிவிக்கப்பட்டது. அந்தத் தொகுதியில் இருந்து திமுக சார்பில் தேர்ந்தெடுக்கப்பட்டிருந்த கம்பம் நடராஜன் மரணம் அடைந்ததை ஒட்டியே இடைத்தேர்தல். முதல் அறிவிப்பு எம்.ஜி.ஆரிடம் இருந்து. பெரியகுளத்தில் அஇஅதிமுக போட்டியிடும். திமுக சார்பிலும் வேட்பாளர் நிறுத்தப்பட்டார்.

பிரசாரம் களைகட்டியது. எம்.ஜி.ஆர் கையில் இப்போது புதிய ஆயுதம். சத்துணவுத் திட்டம். ஏழை, எளிய மக்களின் வயிற்றைக் காய விடாமல் காப்பாற்றிய திட்டம், பிஞ்சுக் குழந்தைகளுக்குப் பொற்காலத்தை உருவாக்கும் திட்டம் என்றெல்லாம் பிரசாரம் செய்யப்பட்டது. எங்கு பார்த்தாலும் சத்துணவு அலை.

அடித்த அலையில் இந்திரா காங்கிரஸ், இந்திய கம்யூனிஸ்ட் கட்சி, மார்க்சிஸ்ட் கம்யூனிஸ்ட் கட்சி, ஜனதா என்று பெரும்பாலான எதிர்க்கட்சிகள் கரைந்துபோயின. எவருக்கும் டெபாசிட் கிடைக்கவில்லை. திமுக இரண்டாம் இடத்துக்கு வந்திருந்தது. அஇஅதிமுக வேட்பாளர் சுமார் 69,000 வாக்குகள் வித்தியாசத்தில் வெற்றிபெற்றார். இல்லை, இல்லை. சத்துணவுத் திட்டம் பெரியகுளத்தில் வெற்றிபெற்றது.

இப்போது மேலும் உற்சாகமாகப் பேசத் தொடங்கியிருந்தார் ஜெயலலிதா. 'சத்துணவுத் திட்டத்தால் பிள்ளைகள் பள்ளிக்குச் சென்றுவிடுவதால், பண்ணையில் மாடு மேய்க்க ஆளில்லை

என்று விவசாயிகள் சங்கத் தலைவர் நாராயணசாமி நாயுடு பேசுகிறார். அடடா.. அவருக்கு எவ்வளவு நல்ல எண்ணம்...' கூட்டம் கைதட்டி ஆர்ப்பரித்தது.

'சத்துணவுத் திட்டத்தைப் பித்தலாட்டம் என்று சொன்ன கம்யூனிஸ்டுக்கு டெபாசிட் காலி. சத்துணவுத் திட்டத்தை எதிர்த்த காங்கிரஸ்காரர்களும் தேர்தலில் டெபாசிட்டைப் பறிகொடுத்தார்கள்.'

ஜெயலலிதாவின் ஒவ்வொரு பேச்சும் எம்.ஜி.ஆரின் கவனத்துக்குச் சென்றது. சத்துணவுத் திட்ட மேற்பார்வைக் குழு உறுப்பினராக நியமிக்கப்பட்டார் ஜெயலலிதா.

மக்கள் மனம் மகிழும் வகையில் சத்துணவுத் திட்டத்தைக் கொண்டுவந்ததால் மாத்திரம் மற்ற பிரச்னைகள் எல்லாம் பெட்டிக்குள் முடங்கிக் கிடந்துவிடுமா என்ன? ஒன்றன்பின் ஒன்றாகச் சில பிரச்னைகள் தொடர்ந்தன. தண்ணீர்ப் பஞ்சம். அடுத்து, மின்சாரப் பற்றாக்குறை. தண்ணீர்ப் பிரச்னைக்குக் காரணம் கர்நாடக மாநிலம். நீர்ப்பாசனத்துக்குத் தரவேண்டிய தண்ணீரில் நிறைய குழப்பங்களைச் செய்தது. இழுத்தடிப்புகள் அதிகம் இருந்தன. பேச்சுவார்த்தை நடத்தியே தீரவேண்டும் என்ற நிலை.

எம்.ஜி.ஆர் பேசவில்லை. அழைப்புவிடுத்தார். 15 அக்டோபர் 1982 அன்று மாநிலம் தழுவிய கடையடைப்பு நடத்தவேண்டும். தமிழக அரசின் முதலமைச்சர் மக்களைப் போராட்டத்துக்கு வருமாறு அழைப்பு விடுத்தார். அதிர்ந்துபோனது மத்திய அரசு. அரசின் கவனத்தை ஈர்க்கவேண்டும் என்றால் பேச்சுவார்த்தையைவிட திடீர்ப் போராட்டம் சுலபமானது என்பது எம்.ஜி.ஆரின் கருத்தாக இருந்தது.

அரிசி, மண்ணெண்ணெய், சர்க்கரை போன்ற அத்தியாவசியப் பண்டங்களுக்கு தேசிய அளவில் பற்றாக்குறை இருந்தது. அதைச் சமாளிக்க மத்திய உணவு வாரியத்தின் சேமிப்பில் இருந்துதான் மாநிலங்களுக்கு மாதா மாதம் பிரித்துக் கொடுக்கப்படும். அதைக்கொண்டுதான் மாநில அரசுகள் விநியோகம் செய்யவேண்டும். பல சமயங்களில் உணவு வாரியம் அளிக்கும் அளவு மாநிலங்களின் தேவைக்குக் குறைவாகவே இருக்கும்.

தமிழ்நாட்டுக்கு அப்படிப் பிரச்னை ஏற்படும்போதெல்லாம் எம்.ஜி.ஆர் நேரடியாக டெல்லி சென்றுவிடுவார். ஒருமுறை பிரச்னை பெரிதாகிவிட்டது. ஆத்திரம் வந்துவிட்டது எம்.ஜி.ஆருக்கு. மத்திய அரசின் அலட்சியப் போக்கைக் கண்டித்து உண்ணாவிரதம் இருக்கப்போவதாக அறிவித்தார். மீண்டும் மத்திய அரசுக்கு சிக்கல். உடனடியாக இறங்கிவந்தது மத்திய அரசு.

பொது விநியோகத்துக்காக மத்திய அரசு விரைவாக அரிசியை ஒதுக்கிக் கொடுத்தது. போதாக்குறைக்கு 1983-84-ம் ஆண்டுக் கான ரூபாய் 845 கோடி ஒதுக்கீட்டுக்கு ஒப்புதல் தந்தபோது, 'தமிழ்நாட்டு நிதிவிவகாரங்களை எம்.ஜி.ஆர் நன்றாகக் கையாளு கிறார். அவர் தலைமையில் அந்த மாநிலம் வருங்காலத்தில் சிறப்பாக உருவாகும்' என்றார் மத்திய திட்டக் கமிஷனின் துணைத்தலைவர் எஸ்.பி. சவாண். ஒருநாள் உண்ணாவிரதத்தில் எம்.ஜி.ஆர் நினைத்ததைச் சாதித்து முடித்திருந்தார்.

எம்.ஜி.ஆரிடம் ஜெயலலிதாவுக்கு நல்ல செல்வாக்கு இருந்தது. ஆனால் அதே அளவுக்கு செல்வாக்கு கட்சிக்குள்ளும் வளர வேண்டும் என்று நினைத்தார். அதற்கான உழைப்பும் அவரிடம் இருந்தது. அசராமல் மேடையேறிக் கொண்டிருந்தார். வாய் வலிக்காமல் பேசிக்கொண்டிருந்தார். வலித்தாலும் பேசிக் கொண்டிருந்தார். திருச்செந்தூர் இடைத்தேர்தலில் அஇஅதிமுக வின் பிரசார பீரங்கியாக செயல்பட்டார் ஜெயலலிதா.

மற்ற இடைத்தேர்தல்களைக் காட்டிலும் திருச்செந்தூர் அரசியல் ரீதியாக முக்கியத்துவம் வாய்ந்தது. காரணம், ஆலய அதிகாரி படுகொலை, பால் கமிஷன் போன்ற விஷயங்களில் எம்.ஜி.ஆருக்கும் கருணாநிதிக்கும் இடையேயான போராட்டம் உச்சத்தில் இருந்தது. பால் கமிஷன் விவகாரத்தை வைத்தே அஇஅதிமுகவை ஒருவழியாக்கிவிடுவது என்று கருணாநிதி முடிவு செய்திருந்தார். கருணாநிதி, அன்பழகன், வை.கோபால் சாமி உள்ளிட்டோர் பலத்த பிரசாரத்தில் ஈடுபட்டனர்.

இந்த இடைத்தேர்தலில் வெற்றி பெறுவதன்மூலம் கருணா நிதிக்குச் சரியான பதிலடி கொடுத்துவிட முடிவெடுத்தார் எம்.ஜி.ஆர்.தேர்தலைக் கவனிக்கும் பொறுப்பை அரங்கநாயகத் திடம் ஒப்படைத்த அவர் பிரசாரத்துக்கு அஇஅதிமுகவின் பிரசார பீரங்கிகளாக ஜெயலலிதாவையும் வலம்புரி ஜானையும்

அனுப்பிவைத்தார். போட்டி கடுமையாக இருந்தது. மிகச் சொற்ப வாக்குகள் வித்தியாசத்தில் அஇஅதிமுக ஜெயித்து விட்டது.

ஆனால் அந்த வெற்றியைக் கொண்டாட முடியவில்லை. காரணம், இலங்கைத் தமிழர்களின் அபயக்குரல் தமிழ்நாட்டையே உலுக்கியெடுத்துக் கொண்டிருந்தது!

21. பாண்டி பஜார்!

எந்தப் பத்திரிகையைத் திறந்தாலும் ஒரே மாதியான செய்திகள் தான். இலங்கையில் தமிழர்கள் கொல்லப்படுகிறார்கள், தாக்கப் படுகிறார்கள், உயிரோடு எரிக்கப்படுகிறார்கள். செய்தியை வாசிக்கும் அனைவரின் கண்களும் குளமாகின. கண்ணுக் கெட்டிய தூரத்தில் இருக்கும் தீவில் தங்களுடைய தமிழ்ச் சொந்தங்கள் தாக்குதலுக்கு ஆளாவது தமிழ்மக்களைப் பெரும் வேதனைக்கு உள்ளாக்கியது.

இலங்கை ராணுவத்துக்கும் அரசுக்கும் எதிராகக் கண்டனக் கணைகள் வீசப்பட்டன. எதிர்ப்புகள் உலகம் தழுவிய அளவில் இருக்கும்போது, தமிழகத்துத் தமிழர்கள் அமைதியாக இருப்ப தற்கு வாய்ப்பே இல்லை. இனப்படுகொலையைத் தடுத்து நிறுத்துங்கள் என்ற கோஷம் வலுக்கத் தொடங்கியது. அண்டை நாட்டில் இருக்கும் தமிழர்கள் தாக்கப்படுவதைத் தடுத்து நிறுத்த வேண்டும் என்று மத்திய அரசுக்கு அரசியல் கட்சிகள் கோரிக்கை வைத்தனர்.

முக்கியமாக ஜூலைக் கலவரத்தைப் பற்றிச் சொல்லவேண்டும். 1983 ஜூலை மாதம். இலங்கை என்ற குட்டித்தீவில் எங்கெல் லாம் தமிழர்கள் வசிக்கிறார்களோ அங்கெல்லாம் திடீர்த் தாக்குதல் தொடங்கியது. களத்தில் இறங்கியவர்கள் சிங்கள வெறியர்கள் மட்டுமல்ல; சிங்களக் காவல்துறை, சிங்கள ராணுவம் என்று அனைவரும் கூட்டுசேர்ந்து நடத்திய கொடூரம்.

தேடித்தேடி அடித்தனர். கூரிய ஆயுதங்களைக் கொண்டு குதறினர். போதாக்குறைக்கு தமிழர் குடியிருப்புகளைத் தீவைத்துக் கொளுத்தினர். கடைகள் உடைத்து நொறுக்கப்பட்டன. ஆண்களுக்கு மட்டும்தான் அடிதடி எல்லாம். தமிழ்ப்பெண்கள் தங்கள் மானத்தையும் காவுகொடுக்க வேண்டியிருந்தது. கும்பல் கும்பலாக வைத்து வன்புணர்ச்சி செய்தனர்.

இதெல்லாம் வெளியே நடந்தவை. இன்னொரு பக்கம் சிறைக்குள்ளும் தமிழர்கள் தாக்குதலுக்கு ஆளாகினர். குறிப்பாக, வெலிக்கடைச் சிறை. அங்கு அடைபட்டிருந்த 72 தமிழ்க் கைதிகள் தாக்கப்பட்டார்கள். ஐம்பத்திமூன்று பேர் பலத்த சித்திரவதைகளுக்குப் பிறகு கொல்லப்பட்டனர். அவர்களில் குட்டிமணி, தங்கதுரை, ஜெகன் ஆகிய முக்கியப் போராளிகளும் அடக்கம்.

ஜூலைக் கலவரம் இந்தியர்களைக் கடுமையாகப் பாதித்தது. குறிப்பாக, தமிழ்நாட்டுத் தமிழர்களை. அரசியல் கட்சிகள் ஆவேசப்பட்டன. திமுக இலங்கைத் தமிழர் பாதுகாப்பு மாநாடு ஒன்றை நடத்தி, தன்னுடைய கண்டனத்தைப் பதிவுசெய்தது. எம்.ஜி.ஆரும் தன் கண்டனத்தைத் தெரிவிக்கும் வகையில் ஒருவார காலம் துக்கம் அனுசரிக்கவேண்டும் என்றார்.

2 ஆகஸ்டு 1983 அன்று மாநிலம் தழுவிய அளவில் முழு அடைப்புக்கும் அழைப்பு விடுத்தார். அவருடைய நோக்கம் இந்திரா காந்தியின் கவனத்தை ஈர்ப்பது. அதன்மூலம் இலங்கை விவகாரத்தில் அவரைத் தலையிட வைப்பது. நினைத்தது நடந்தது. மத்திய அரசு அலுவலகங்களும் அன்றைய தினம் மூடப்படும் என்று அறிவித்தார் இந்திரா காந்தி.

ஈழத் தமிழர் விவகாரத்தில் மத்திய அரசு போதிய அக்கறை செலுத்தவில்லை என்று குற்றம்சாட்டி கருணாநிதியும் அன்பழகனும் தங்களுடைய சட்டமன்ற உறுப்பினர் பதவிகளை ராஜினாமா செய்தனர். இலங்கையில் இந்தியப்படை நுழைந்து தமிழ் ஈழத்தை உருவாக்கித் தருமானால் தமிழகத்தை காங்கிரஸ் கட்சியே ஆளட்டும்; பத்தாண்டு காலத்துக்கு திமுக தேர்தலில் நிற்கக்கூட முயற்சி செய்யாது என்றார் கருணாநிதி.

கொடூரத்தின் உச்சம் என்று கருதப்பட்டும் இந்த ஜூலைக் கலவரத்துக்குப் பிறகுதான் பெரிய அளவில் ஈழத் தமிழர்கள்

தமிழ்நாட்டுக்கு அகதிகளாக இடம்பெயரத் தொடங்கினர். அதேபோல மேற்கு நாடுகள் பலவற்றுக்கும் அபயம் தேடிச் சென்றனர்.

தமிழர் அடிப்படை உரிமைகளைப் பறிக்கக்கூடாது என்பதை வலியுறுத்தி தொடக்கத்தில் இருந்தே ஈழத் தமிழர்கள் ஒன்றி ணைந்து அரசியல் இயக்கங்களை நடத்திவந்தனர். ஆனால் எந்தவிதத் தீர்வும் கிடைக்காமல் இருந்தது தமிழ் இளைஞர்களை ஆத்திரப்படுத்தியது.

தமிழனுக்கென்று தனி நாடு வேண்டும். மிதவாதம் உதவாது. ஆயுதம் கொண்டு போராடவேண்டும். இந்த எண்ணத்துடன் நான்கைந்து தமிழ் இளைஞர்கள் இயக்கங்களைத் தொடங்கினர். போராளி இயக்கங்கள் உருவானது இப்படித்தான்.

முதலில் ஒன்றிரண்டு இயக்கங்கள். பிறகு நாலைந்து. பிறகு பத்துப் பதினைந்து. அங்கொன்றும் இங்கொன்றுமாகச் சில வன் முறைச் செயல்களில் ஈடுபட்டனர். சிங்கள வெறியர்களுக்கும் காவல்துறைக்கும் எதிராக அவர்கள் நடத்திய தாக்குதல்கள் கொலை, வங்கிக் கொள்ளை, துப்பாக்கி, குண்டு என்று மெல்ல மெல்ல விஸ்வரூபம் எடுத்தன. அதிர்ந்துபோன இலங்கை அரசு போராளிகள்மீதும் ஈழத் தமிழர்கள்மீதும் வன்முறையை பிரயோகப்படுத்தியது.

போராளிகள் தமிழ்நாட்டுக்குள் நுழைந்தபோது அவர்களிடம் லட்சியம் இருந்தது. இலக்கு இருந்தது. வீரம் இருந்தது. ஒற்றுமை யைத் தவிர. பல்வேறு குழுக்களாகத்தான் நுழைந்தனர். அப்படித் தான் செயல்படவும் செய்தனர். பிரிந்து கிடந்தால் பரவா யில்லை. உன் வேலை உனக்கு. என் வேலை எனக்கு. ஆனால் யதார்த்தம் அப்படியல்ல; ஒருவரை ஒருவர் எதிரியாகவும் பாவித்துக்கொண்டு செயல்பட்டனர்.

முக்கியமாக, விடுதலைப் புலிகள் இயக்கத்தின் தலைவர் பிரபாகரனும் ப்ளொட் இயக்கத் தலைவர் உமா மகேஸ்வரனும் ஒருவரை ஒருவர் எதிரியாக நினைத்தனர். இலங்கையில் இருந்த போதே அடித்துக்கொண்டனர். தமிழ்நாட்டுக்கு வந்தபிறகும் அப்படித்தான் இருந்தனர். நேரில் பார்த்துக்கொள்ளும் சந்தர்ப்பம் கிடைத்தால் ஒருவரை ஒருவர் கொன்றுவிடவேண்டும் என்பதில் உறுதியாக இருந்தனர். அதற்கான சந்தர்ப்பம் சென்னை தி.நகர்,

பாண்டி பஜாரில் அமைந்தது. அதைப் பிறகு பார்க்கலாம். இப்போது இந்திராவின் உதவிகள் பற்றி.

ஒருபக்கம் இலங்கையில் தமிழர்கள் படுகொலை செய்யப்படு கிறார்கள். தாக்கப்படுகிறார்கள். அதன் காரணமாக அங்கிருக் கும் தமிழர்கள் அகதிகளாக வெளியேறுகிறார்கள். இன்னொரு பக்கம் எம்.ஜி.ஆரும் கருணாநிதியும் போட்டி போட்டுக் கொண்டு இலங்கைத் தமிழர்களை ஆதரிக்கிறார்கள். நம்முடைய பங்களிப்பு என்ன என்று யோசிக்கத் தொடங்கினார் இந்திரா. அப்போது இந்திராவிடம் செல்வாக்கு மிக்க நபர்கள் சிலர், இலங்கை விஷயத்தின் இன்னொரு கோணத்தை அறிமுகம் செய்துவைத்தார்கள்.

இலங்கை அரசுக்கு எதிராக லட்சியத்துடன் போராடிக் கொண் டிருக்கும் பல இளைஞர்கள் இலங்கையில் இருக்கிறார்கள். கணிசமான அளவில் தமிழ்நாட்டிலும் இயங்கிக் கொண்டிருக் கிறார்கள். அவர்களை அழைத்துப் பேசுவோம். அவர்களுக்கு உதவி செய்ய முடிந்தால் செய்வோம். அதன்மூலம் இரண்டு லாபங்கள்.

ஒன்று, தமிழர்களின் ஆதரவு நமக்குக் கிடைக்கும். இன்னொன்று, அண்டை நாடான இலங்கையைத் தட்டி வைக்கவும் குட்டி வைக்கவும் கைக்குள் வைத்திருக்கவும் உதவியாக இருக்கும். குறிப்பாக, திருகோணமலை துறைமுகத்தில் இப்போது அமெரிக்கக் கப்பல்கள் தென்படுகின்றன. ஆசியப் பிராந்தியத் தில் அமெரிக்கா நுழைவது எப்படிப் பார்த்தாலும் இந்தியாவுக்கு எதிரான விஷயம்தான். அதைத் தடுக்கவேண்டியதும் நம்முடைய வேலைதான். அதன் ஒருபகுதியாக தமிழ்ப் போராளிகளுக்கு உதவுவதில் தவறில்லை.

உதவி என்றால் எப்படிப்பட்ட உதவி? இந்திரா கேட்டார்.

ஆயுதங்கள். துப்பாக்கிகள் கொடுப்போம். நம் ராணுவத்தையும் உளவுத்துறை அதிகாரிகளையும் வைத்துப் பயிற்சிகள் கொடுப் போம். மற்றதை அவர்கள் பார்த்துக்கொள்வார்கள்.

யோசனை பிடித்துவிட்டது இந்திராவுக்கு. தலையசைத்து விட்டார். ஆயுதம் தருவதற்கும் பயிற்சி கொடுப்பதற்கும் இந்திய உளவுத்துறை முதலில் தேர்வு செய்தது டெலோ இயக்கத்தைத் தான். தமிழ்நாடு. டெல்லி. கர்நாடகம். இன்னும் சில

இடங்களில் பயிற்சிப் பாசறைகள் அமைக்கப்பட்டன. முக்கிய மாக, உத்தரப் பிரதேச மாநிலம் டேராடூனில். ஒருவருக்கும் தெரியாமல். தமிழக அரசுக்குக்கூடத் தெரியாமல். எம்.ஜி. ஆருக்குத் தெரியாமல். முதலில் டெலோ. பிறகு ஈபிஆர்'எல் எஃப். ப்ளொட். ஈராஸ். விடுதலைப்புலிகளைத் தவிர கிட்டத் தட்ட எல்லோருக்குமே பயிற்சிகள் தரப்பட்டன. போராடித்தான் அந்தப் பயிற்சி முகாம்களில் விடுதலைப் புலிகள் பின்னர் சேர்ந்து கொண்டனர்.

விஷயம் மெல்ல எம்.ஜி.ஆரின் கவனத்துக்கு வந்தது. உபயம்: மோகன்தாஸ். நிமிர்ந்து உட்கார்ந்தார் எம்.ஜி.ஆர். எதற்காக எனக்குத் தெரியாமல் இந்த வேலை நடக்கிறது? அதுவும் தமிழ் நாட்டில்?

யோசித்துக்கொண்டிருந்தபோதுதான் பாண்டி பஜாரில் துப்பாக்கிச் சண்டை என்ற தகவல் எம்.ஜி.ஆருக்குக் கிடைத்தது. இலங்கையைச் சேர்ந்த தமிழ் இளைஞர்கள் மூவர் கைது செய்யப் பட்டிருக்கிறார்கள். அதுவும் ஆயுதங்களுடன். பத்திரிகைகள் அனைத்திலும் பிரபாகரன், முகுந்தன் (உமா மகேஸ்வரன்) கைது பற்றிய செய்திகள் இடம்பிடித்தன. விஷயம் இலங்கை அதிபர் ஜெயவர்த்தனேவுக்கும் சென்றுவிட்டது. எங்களிடம் ஒப்படைத்து விடுங்கள் என்றார் ஜெயவர்த்தனே.

ஜெயவர்த்தனே கேட்கிறார். காரணம் கேட்டால், தீவிரவாதிகள் என்கிறார். பயங்கரமானவர்கள் என்கிறார்கள். என்ன செய்வது?

தமிழகக் காவல்துறை அதிகாரிகள் எம்.ஜி.ஆரிடம் பரபரத்தனர். தமிழ் இளைஞர்கள். அதுவும் ஆயுதங்களுடன். புரிந்துவிட்டது எம்.ஜி.ஆருக்கு. கண்ணசைத்தார். பிரபாகரனும் உமா மகேஸ் வரனும் ஜாமீனில் விடுதலை செய்யப்பட்டனர். அப்போது காவல்துறை அதிகாரிகளைப் பார்த்து எம்.ஜி.ஆர் சொன்னது இதுதான்:

'பையன்கள் விஷயத்துல கொஞ்சம் பார்த்துப் போங்கப்பா!'

22. தம்பி

ஐந்து பேரையும் சந்திக்கவேண்டும் என்றார் எம்.ஜி.ஆர். ஈழத் தமிழர்களுக்காக பத்துக்கும் மேற்பட்ட போராளி இயக்கங்கள் செயல்பட்டுக்கொண்டிருந்தன. இருந்தாலும் ஐந்து இயக்கங்கள் மட்டுமே தீவிரமாகச் செயல்பட்டுக்கொண்டிருந்தன. அவர் களுக்குத்தான் ஆதரவாளர்களும் அதிகம். போராளிகளும் அதிகம்.

தமிழீழ விடுதலைப் புலிகள். டெலோ. ஈ.பி.ஆர்.எல்.எஃப். ப்ளொட். ஈரோஸ். இந்த ஐந்து இயக்கங்கள்தான் பிரதான மானவை. அவர்களைத்தான் எம்.ஜி.ஆர் சந்திக்க விரும்பினார். அழைப்பு விடுக்கப்பட்டது. ரகசியமாக அல்ல; பகிரங்க அழைப்பு.

மறுநாள் காலை தினசரிகளை எம்.ஜி.ஆரின் அழைப்பு ஆக்கிர மித்திருந்தது. போராளி இயக்கத் தலைவர்களுக்கு ஆச்சரியம். முதலமைச்சர் தாமாக விரும்பி அழைக்கிறார். பின்னணி என்னவாக இருக்கும்? பதில் தெரிவதற்குள் அடுத்த அழைப்பு வந்து சேர்ந்தது. இந்தமுறை, கருணாநிதியிடம் இருந்து. எம்.ஜி.ஆர் அழைத்த தினத்துக்கு ஒரு நாள் முன்னதாகவே.

கொஞ்சம் பின்வாங்கினர் போராளி இயக்கத் தலைவர்கள். குறிப்பாக, பிரபாகரன். இரண்டு தலைவர்களும் போட்டி போட்டுக் களம் இறங்கினால் அது நம்முடைய எதிர்காலத்தைப் பாதித்துவிடும். இரண்டு பேருமே அரசியலில் எதிரெதிர்

முகாமைச் சேர்ந்தவர்கள். கலைஞரைச் சந்தித்தால் எம்.ஜி.ஆர் கோபித்துக்கொள்வார். சந்திக்காமல் விட்டால் கலைஞர் கோபித்துக்கொள்வார். வேண்டாம். ஈகோ அரசியலுக்குள் நாம் சிக்கவேண்டாம். கொஞ்சம் பொறுமை காப்போம் என்றார் பிரபாகரன். ஆண்டன் பாலசிங்கத்துக்கும் அதுதான் சரி என்று பட்டது. கிட்டத்தட்ட அதே அலைவரிசையில்தான் ப்ளொட் இயக்கத் தலைவர் உமா மகேஸ்வரனும் சிந்தித்திருந்தார்.

மற்றவர்களுக்கு அப்படித் தோன்றவில்லை. ஈ.பி.ஆர்.எல். எஃப் தலைவர் பத்மநாபா, டெலோவின் சிறீசபாரத்னம், ஈரோஸின் பாலகுமார் ஆகியோர் மட்டும் கருணாநிதியைச் சந்தித்துப் பேசினர். விஷயம் எம்.ஜி.ஆருக்குச் சென்றது. உளவுத்துறை அதிகாரி அலெக்சாண்டரை அழைத்தார். அந்த மூன்று பேரையும் வரவேண்டாம் என்று சொல்லிவிடுங்கள். ஆனால் பிரபாகரனை உடனே வரச்சொல்லுங்கள். பேச வேண்டும். உடனடியாக.

சென்னை அடையாறில் இருந்தது விடுதலைப் புலிகள் இயக்கத் தின் அரசியல் செயலகம். விஷயத்தைச் சொன்னதும் பாலசிங்கத் துக்கு என்ன பதில் சொல்வது என்று தெரியவில்லை. அலெக் சாண்டரை நிமிர்ந்து பார்த்தார். எதற்கும் பிரபாகரனிடம் கேட்டுச் சொல்கிறேனே.

'முதலமைச்சர் காத்துக்கொண்டிருப்பார். ஏமாற்றிவிடவேண் டாம். நீங்கள் முதலமைச்சரையும் தமிழக அரசையும் பகைத்துக் கொண்டால் தமிழ்நாட்டில் செயல்படுவது சிரமம்.' புறப்படத் தயாரானார் அலெக்சாண்டர்.

'உமா மகேஸ்வரனையும் சந்திப்பாரா?'

'ஆம். ஆனால் உங்களுடன் இல்லை. பிறகு.'

●

ஆண்டன் பாலசிங்கம், பேபி சுப்ரமணியம், சங்கர், நித்தியானந்தன் ஆகியோர் எம்.ஜி.ஆர் இல்லத்துக்குள் நுழைந்தனர்.

'பிரபாகரன் வரவில்லையா?' எடுத்த எடுப்பிலேயே கேட்டு விட்டார் எம்.ஜி.ஆர்.

'பயிற்சிப் பாசறைக்குச் சென்றிருக்கிறார். சென்னைக்கு வெகு தொலைவில்.'

'கலைஞரின் அழைப்பை நீங்கள் ஏன் ஏற்கவில்லை?'

'நீங்கள் அழைப்பு விடுத்தபிறகுதான் அவர் அழைத்தார். ஆனால் ஒருநாள் முன்னரே சந்திக்கவேண்டும் என்று சொன்னார். உங்களுடன் போட்டிபோட்டு அரசியல் லாபம் தேட முயற்சி செய்தார். அதனால்தான் தவிர்த்துவிட்டோம்.'

எம்.ஜி.ஆரின் முகத்தில் லேசான புன்னகை. போராளிகள் பிரிந்துசெயல்படுவது பற்றிக் கேட்டார். உமா மகேஸ்வரன் பற்றியும் கேட்டார். விளக்கம் சொன்னார் பாலசிங்கம். நீண்ட நாள்களாகக் கேட்கவேண்டும் என்று நினைத்த கேள்வியை இப்போது கேட்டார் எம்.ஜி.ஆர்.

'நீங்கள் எல்லாம் தீவிரவாதிகள் என்று என் அமைச்சர் ஒருவர் சொன்னார். அது உண்மையா?'

'நாங்கள் புரட்சியாளர்கள். சுதந்தரப் போராளிகள். தமீழழத்தின் சுதந்தரத்துக்காகப் போராடுபவர்கள். எங்களுடைய லட்சிய உறுதிக்குப் பெயர் தீவிரவாதம் அல்ல; விடுதலை வேட்கை.'

மௌனமாகத் தலையசைத்தார் எம்.ஜி.ஆர். எதுவும் பேசவில்லை. பிறகு பேபி சுப்ரமணியம் எழுந்து சில புகைப்படங்களை எம்.ஜி.ஆரிடம் காட்டினார். சிங்களர்கள் தமிழர்களுக்கு எதிராக நடத்திய கொடுமைகளின் சாட்சியங்கள். அதிர்ச்சியாக இருந்தது எம்.ஜி.ஆருக்கு. பேசப்பேச மேலும் பல விஷயங்கள் எம்.ஜி.ஆரின் கவனத்துக்கு வந்தன.

தமிழ்ப் போராளி இயக்கங்களுக்கு மத்திய அரசு ஆயுத உதவியும் ராணுவப் பயிற்சியும் தருகிறது. ஆனால் அந்த ஆயுதங்கள் பயன்பாட்டுக்கு உகந்தவை அல்ல; பழைய ஆயுதங்கள். பயிற்சித் திட்டத்தில்கூட மற்ற போராளி இயக்கங்களுக்குத்தான் முன்னுரிமை. விடுதலைப்புலிகளைக் கொஞ்சம் இளக்காரமாகத்தான் நடத்துகிறார்கள். உண்மையில் தமிழீழம்மீது இந்திய அரசுக்கு அக்கறை இல்லை. தன்னுடைய பூகோள அரசியல் நலனைக் கருத்தில் கொண்டே போராளிகளுக்கு இந்திய அரசு உதவுகிறது. இலங்கை அரசின்மீது தன் ஆதிக்கத்தைத் திணிக்க போராளிகள் பகடைக்காய்களாகப் பயன்படுத்தப்படுகிறார்கள்.

எம்.ஜி.ஆருக்குப் அதெல்லாம் புரிந்தது. ஆனால் விடுதலைப் புலிகளுக்கு ஏன் நிதியுதவி உள்பட எல்லாமே மறுக்கப்படுகிறது என்பது மட்டும் புரியவில்லை. அதற்கும் ஆண்டன் பால சிங்கமே விளக்கம் கொடுத்தார். நாங்கள் இந்திய அரசுக்கு வளைந்துகொடுக்க மாட்டோம் என்பது அவர்களுக்கு நன்றாகத் தெரியும். அவர்களுடைய ரகசியத் திட்டங்களை நிறைவேற்ற நாங்கள் ஒத்துழைக்க மாட்டோம் என்பதும் புரிந்திருக்கிறது. அதுதான் பிரச்னை.

என்ன வேண்டும் உங்களுக்கு?

நிமிர்ந்து பார்த்தார் பாலசிங்கம். எம்.ஜி.ஆர் முகத்தில் அதே புன்னகை. அதில் நம்பிக்கை தெரிந்தது பாலசிங்கத்துக்கு. கேட்டால் கொடுக்கக்கூடியவர் என்பதும் புரிந்தது. துணிச்ச லாகக் கேட்டார்.

'எங்களிடம் இருநூறு போராளிகள் இருக்கிறார்கள். மேலும் பல போராளிகளைச் சேர்க்கவேண்டும். அவர்களுக்குப் பயிற்சி கொடுக்கவேண்டும். ஆயுதங்கள் வாங்கவேண்டும். பண உதவி செய்யவேண்டும்.'

'எவ்வளவு வேண்டும்?'

பாலசிங்கத்துக்குத் தொண்டை வறண்டு விட்டது. உண்மை யாகவே உதவி செய்யப் போகிறாரா? திடீரென்று எவ்வளவு வேண்டும் என்று கேட்டதும் பாலசிங்கத்தால் நம்பமுடிய வில்லை. தடுமாற்றம். மெல்ல சுதாரித்துக்கொண்டார்.

'பெரிய தொகை...'

'அதுசரி, எவ்வளவு வேண்டும். அதைச் சொல்லுங்கள்.'

பாலசிங்கத்தின் தடுமாற்றத்தைப் புரிந்துகொண்டு சங்கர் முன்னே வந்தார்.

'இரண்டு கோடி.'

'அவ்வளவுதானா? நாளைக்கே கொடுத்துவிடுகிறேன்.'

காற்றில் மிதப்பது போல இருந்தது பாலசிங்கத்துக்கு.

‘நாளை இரவு பத்துமணிக்கு வாகனத்துடன் வந்துவிடுங்கள்.’

விடைகொடுத்தார் எம்.ஜி.ஆர். கடவுளைப் பார்ப்பதுபோல இருந்தது பாலசிங்கத்துக்கு. பிரபாகரனை நம்பவைப்பதற்குப் போதும் போதும் என்றாகிவிட்டது அவருக்கு.

•

இரவு மணி பத்து. எம்.ஜி.ஆரின் பரங்கிமலை இல்லத்துக்கு வந்தார் ஆண்டன் பாலசிங்கம். எம்.ஜி.ஆர் வாசலுக்கே வந்து வரவேற்றது பாலசிங்கத்துக்குப் பரவசமாக இருந்தது. வீட்டுக்குள் நுழைந்த எம்.ஜி.ஆரும் பாலசிங்கமும் லிஃப்டில் ஏறினர். மாடிக்கு அழைத்துச் செல்கிறார் என்று நினைத்தார். ஆனால் லிஃப்ட் மேலே போகவில்லை. கீழ் நோக்கி. எங்கே என்று கேட்க நினைப்பதற்குள் லிஃப்ட் நின்றுவிட்டது.

அது ஒரு பாதாள அறை. முழுக்கப் பெட்டிகள். ஒன்றன்மீது ஒன்றாகப் பத்தடி உயரத்துக்கு அடுக்கப்பட்டிருந்தன. அத்தனையும் பணம் என்பது புரிந்துவிட்டது பாலசிங்கத்துக்கு.

அறைக்குள் நுழைந்தனர். அங்கே இரண்டு காவலாளிகள். அவர்களிடம் இரண்டு என்பது போல விரல்களால் சைகை காட்டினார் எம்.ஜி.ஆர். அடுத்த சில நொடிகளில் லிஃப்டுக்குள் ஏழெட்டு பெட்டிகளுக்கும் மேலாக அடுக்கப்பட்டன. திரும்ப எம்.ஜி.ஆரையும் பாலசிங்கத்தையும் ஏற்றிக்கொண்டு லிஃப்ட் எழும்பியது.

பெட்டிகள் அனைத்தும் பாலசிங்கத்தின் வாகனத்தில் அடுக்கப்பட்டன. போலீஸ் பந்தோபஸ்துடன் பாலசிங்கத்தை அனுப்பி விட்டு தூங்கப் போனார் எம்.ஜி.ஆர். நிமிர்ந்து உட்கார்ந்தனர் விடுதலைப் புலிகள்.

இலங்கை அரசால் கடும் அச்சுறுத்தலுக்கு ஆளாகி, இன்னல்களை அனுபவித்து, தமிழகம் கைகொடுக்கும் என்று நம்பிவந்த போது இந்திய அரசால் புறக்கணிக்கப்பட்டு, அவமானத்தால் தலை குனிந்த சமயத்தில் இரண்டு கோடி ரூபாயை அள்ளிக் கொடுத்து அவர்களுடைய தலையையும் முதுகையும் நிமிர்த்து விட்டிருந்தார் எம்.ஜி.ஆர்.

அடுத்த வாரமே எம்.ஜி.ஆரை நேரில் வந்து சந்தித்தார் பிரபாகரன். தன்னை அறிமுகம் செய்துகொண்டார். அவருடைய குடும்பம், போராட்டப் பின்னணி என எல்லாவற்றையும் ஆர்வ மாகக் கேட்டுக்கொண்டார் எம்.ஜி.ஆர். இனிய விருந்தோடு முடிந்தது முதல் சந்திப்பு. விடைகொடுத்தார் எம்.ஜி.ஆர்.

'மீண்டும் சந்திக்கலாம் தம்பி!'

23. கொ.ப.செ

சத்துணவுத் திட்டத்தை பிரபலப்படுத்தும் நோக்கத்துடன் ஜெயலலிதாவைக் கட்சிக்குள் அழைத்துவந்த எம்.ஜி.ஆருக்கு அவரைப் பற்றிய நல்ல செய்திகள் தொடர்ந்து கவனத்துக்கு வந்துகொண்டிருந்தன. கட்சியின் முக்கியப் பிரசாரகராக இருக் கிறார். அவருடைய கூட்டங்களுக்கு மக்கள் அதிக அளவில் திரளுகிறார்கள். மக்களை வசீகரிக்கும் வகையில் பேசுகிறார். இப்படி நிறைய. அந்த மகிழ்ச்சியில் அஇஅதிமுகவின் கொள்கை பரப்புச் செயலாளர் என்ற பதவியை ஜெயலலிதாவுக்குக் கொடுத்தார் எம்.ஜி.ஆர்.

பொறுப்பு கிடைத்த சந்தோஷம் ஜெயலலிதாவை மேலும் உத்வேகப்படுத்தியது. அடுத்தடுத்து மேடைகளில் பேசத் தொடங்கினார். பிரசார சுற்றுப்பயணம் செய்தார். தஞ்சாவூர். புதுக்கோட்டை. ராமநாதபுரம். திருநெல்வேலி. சேலம். தர்மபுரி. தமிழ்நாட்டில் பெரும்பகுதியை வலம்வந்தார் ஜெயலலிதா. செல்லும் இடங்களில் எல்லாம் நல்ல வரவேற்பு. புரியும் வகையில் சொல்லவேண்டும் என்றால் எம்.ஜி.ஆருக்கு அடுத்த மரியாதையைத் தொண்டர்களும் நிர்வாகிகளும் ஜெயலலிதா வுக்குத்தான் தர நினைத்தனர். தந்தனர்.

அனல் தெறிக்கும் பேச்சுகள். புள்ளிவிவரங்கள். உருவகங்கள். உவமானங்கள். எல்லாமே தொண்டர்களை வசீகரித்தன. அத்தனைக்கும் பின்னணியில் இருந்தவர் வலம்புரி ஜான்.

195

‘அம்மு பேசுவதற்கு நீங்கள் எழுதிக்கொடுங்கள்’ என்று எம்.ஜி.ஆரே உத்தரவிட்டிருந்தார். போதாது? பின்னியெடுத்து விட்டார் வலம்புரி ஜான். மாவட்டச் செயலாளர்களும் அமைச்சர்களும் ஜெயலலிதாவின் கார் கதவைத் திறந்துவிடும் அளவுக்கு நிலைமை சென்றது.

கட்சிக்குள் புகைச்சல் தொடங்கிவிட்டது. கட்சி தொடங்கிய நொடியில் இருந்து கூடவே இருக்கும் தங்களைக் காட்டிலும் திடீர் உறுப்பினராக ஆகியிருந்த ஜெயலலிதாவுக்குத் தலைவர் முக்கியத்துவம் கொடுத்திருக்கக்கூடாது. தலைவர்தான் கொடுத்தார். சரி. இந்த மாவட்டச் செயலாளர்களுக்கும் மற்றவர்களுக்கும் எங்கே போனது புத்தி? ஜெயலலிதா என்ற பெயரைக் கேட்டாலே எரிந்துவிழ ஆரம்பித்தனர்.

போதாக்குறைக்கு ஜெயலலிதாவையும் வலம்புரி ஜானையும் நாடாளுமன்ற மாநிலங்கள் அவைக்கு அனுப்பிவைத்தார் எம்.ஜி.ஆர். பற்றிய நெருப்பில் பெட்ரோல் ஊற்றிவிட்டது போல இருந்தது. முக்கியமாக எஸ்.டி. சோமசுந்தரம் போன்றவர்களுக்கு ஜெயலலிதாமீது ஆத்திரம். சிலபேர் உள்ளுக்குள் பொறுமிக்கொண்டிருந்தனர். சிலர் வெளிப்படுத்திவிட்டனர். எஸ்.டி. சோமசுந்தரத்தைப் போல. விளைவு, அவருடைய ஆதரவாளர்கள் சிலருடைய பதவிகள் பிடுங்கப்பட்டன.

எல்லாவற்றுக்கும் காரணம் ஜெயலலிதாதான் என்று சீறினார் எஸ்.டி.எஸ். அவருக்கு இருந்த ஆத்திரத்தில், ‘எம்.ஜி.ஆரே லஞ்சம் வாங்கினார். இல்லை என்றால் அதை மக்கள் முன்னால் நிரூபிக்கட்டும்’ என்று சொல்லும் அளவுக்குச் சென்றது. உச்சகட்டமாக செப்டெம்பர் 1984-ல் எஸ்.டி. சோமசுந்தரம் அமைச்சரவையில் இருந்து நீக்கப்பட்டார்.

விருட்டென அண்ணா திராவிட முன்னேற்றக் கழகம் என்ற புதிய கட்சியைத் தொடங்குவதாக அறிவித்தார்! ஆம். அந்தப் பெயரில்தான். எம்.ஜி.ஆர் தன் கட்சியின் பெயரை எமர்ஜென்சி நேரத்தில் அனைத்திந்திய அண்ணா திராவிட முன்னேற்றக் கழகம் என்று மாற்றியிருந்தார் அல்லவா? அதை இப்போது தனக்குச் சாதகமாகப் பயன்படுத்திக்கொள்ளப் பார்த்தார் எஸ்.டி.எஸ். பிறகு வழக்கு தொடுக்கப்பட்டதால் அந்தப் பெயரை வைத்துக் கொள்ள முடியவில்லை.

எஸ்.டி. சோமசுந்தரத்தின் விலகல் உண்மையிலேயே எம்.ஜி.ஆரை மிகவும் பாதித்தது. சில மாதங்களிலேயே ஜெயலலிதாவை கொள்கை பரப்புச் செயலாளர் பதவியில் இருந்து நீக்கிவிட்டார் எம்.ஜி.ஆர்.

●

திடீரென ஒருநாள் பிரபாகரனும் பாலசிங்கமும் எம்.ஜி.ஆரைச் சந்தித்தனர். பார்த்த மாத்திரத்திலேயே அவர்களுக்கு ஏதோ தலை போகிற அவசரம் என்று புரிந்துவிட்டது எம்.ஜி.ஆருக்கு. விசாரித்தார்.

'அய்யா, நீங்கள் கொடுத்த பணத்தில் நிறைய ஆயுதங்கள் வாங்கினோம். அவற்றை எல்லாம் டேங்கரில் நிரப்பி கப்பல் மூலம் கொண்டுவந்திருக்கிறோம். ஆனால் சென்னை துறை முகத்தில் இருந்து அவற்றை வெளியே எடுக்கமுடியவில்லை. நீங்கள்தான் உதவி செய்யவேண்டும்.'

எம்.ஜி.ஆர் தொலைபேசி ரிசீவரை எடுத்தார். பேசினார். ஒரு பேப்பரில் ஏதோ எழுதினார். அந்த பேப்பரில் துறைமுகத்தில் பணியாற்றும் சுங்கத்துறை உயரதிகாரியின் பெயர் எழுதப்பட் டிருந்தது. நன்றி சொல்லிவிட்டு பிரபாகரனும் பாலசிங்கமும் புறப்பட்டனர்.

அடுத்த சில தினங்களில் ஆயுத டேங்கர் போலீஸ் பாதுகாப்புடன் விடுதலைப்புலிகள் இருப்பிடமான திருவான்மியூருக்கு வந்து சேர்ந்தது. பிரபாகரன் அடைந்த சந்தோஷத்துக்கு அளவே இல்லை. நேரில் போய் நன்றி தெரிவிக்கவேண்டும் என்று விரும்பினார். வரச்சொன்னார் எம்.ஜி.ஆர்.

எம்.ஜி.ஆர் இல்லத்துக்குள் நுழைந்தபோது பிரபாகரன் கையில் துப்பாக்கி. ஏகே 47 ரகம். பரிசாகக் கொடுக்கக் கொண்டு வந்திருந்தார். அதை எப்படி இயக்குவது என்றும் பிரபாகரனே சொல்லிக் கொடுத்தார்.

'தம்பி, உதவி வேண்டும் என்றால் தயங்காமல் கேள். தருகிறேன்' என்றார் எம்.ஜி.ஆர்.

24. ப்ரூக்ளின்

1984 அக்டோபர் மாதத் தொடக்கம். ஒருநாள் நள்ளிரவு எம்.ஜி.ஆருக்கு உடல்நிலை பாதிக்கப்பட்டது. சென்னை அப்போலோ மருத்துவமனைக்கு அழைத்துச் செல்லப்பட்டார். சோதனைகளின் முடிவில் சிறுநீரகம் பாதிக்கப்பட்டிருப்பதாகச் சொன்னார்கள் மருத்துவர்கள். சிகிச்சைகள் தொடங்கின.

இரண்டே நாள்களில் அடுத்த அதிர்ச்சி. பக்கவாதம் தாக்கியிருக் கிறது என்றார்கள். வெளியே செய்தி கசிந்துவிட்டது. தவித்துப் போய்விட்டார்கள் மக்கள். கிராமப் பகுதிகளில் இருந்தெல்லாம் மக்கள் சென்னைக்கு வரத் தொடங்கிவிட்டனர். அப்போலோ மருத்துவ வளாகம் ஜனத்திரளால் நிரம்பிவழிந்தது.

மேன்மேலும் எம்.ஜி.ஆரின் உடல்நிலை பாதிக்கப்படுவது, எல்லோரையும் கவலைகொள்ளச் செய்தது. எம்.ஜி.ஆர் உயிர் பிழைக்கவேண்டும் என்று உண்ணாவிரதங்கள் ஒரு பக்கம். வேண்டுதல்களும் யாகங்களும் அங்கப் பிரதட்சணங்களும் இன்னொரு பக்கம். ஆலயங்கள், மசூதிகள், சர்ச்சுகள் போன்ற வித்தியாசங்கள் தகர்த்தெறியப்பட்டன.

எம்.ஜி.ஆர் உயிர் மீளவேண்டும் என்று அவருடைய ரசிகர்கள் மொட்டை அடித்துக்கொண்டனர். எம்.ஜி.ஆர் சிகிச்சை பெற்று வருகிறார், மெல்ல மெல்ல குணம் அடைந்துவருகிறார் என்ற தகவல் வெளியானபோது சட்டமன்ற உறுப்பினர் ஒருவர் ஆவேசத்துடன் எழுந்து பேசினார். 'சிறுநீரக சிகிச்சைக்குப்

புகழ்பெற்ற ஆஸ்திரேலிய நாட்டு விக்டோரியா மருத்துவ மனையில் எம்.ஜி.ஆருக்கு உடனடியாக சிகிச்சை தரப்பட வேண்டும்' என்றார். அவர், திமுக உறுப்பினர் துரைமுருகன். (துரைமுருகன் மாணவராக இருந்தபோது அவருடைய கல்விச் செலவுகளுக்காக எம்.ஜி.ஆர் நிதி உதவி செய்திருந்தார்.)

நரம்பியல், சிறுநீரகம், இருதயம் என்ற மூன்று உறுப்புகள் பாதிக்கப்பட்டிருந்ததால் அந்தந்தத் துறை சார்ந்த நிபுணர்களை உடனடியாக சென்னைக்கு அழைத்துவர ஏற்பாடுகள் செய்யப் பட்டன. அமைச்சர் பொன்னையன் அதற்கான ஏற்பாடுகளை கவனித்தார்.

ஒட்டுமொத்தத் தமிழகமே கவலைப்பட்டபோது அவருடைய அரசியல் எதிரியான கருணாநிதி தனது கட்சித் தொண்டர்களுக்குக் கடிதம் எழுதினார். தலைப்பு: 'நானும் பிரார்த்தனை செய்கிறேன்.'

'பன்னிரண்டு ஆண்டுப் பகையை நாற்பதாண்டு கால நட்பு பனிக்கட்டிபோலக் கரைத்துவிட்டதற்கு அடையாளம் உங்கள் நோய் பற்றிக் கேள்விப்பட்டவுடன் என் கண்கள் அருவிகளானது தான். பிரார்த்தனை என்பதற்கு வேண்டுகோள் என்றும் ஒரு பொருள் உண்டு. நானும் பிரார்த்தனை செய்கிறேன்.'

கடிதம் எழுதியதோடு திமுக மேடைகளில் எம்.ஜி.ஆர் பற்றியோ அவருடைய நோய் பற்றியோ யாரும் எதுவும் பேசிவிடக்கூடாது என்று கட்சிக்காரர்களுக்கு உத்தரவு போட்டார் கருணாநிதி.

எம்.ஜி.ஆரின் உடல்நிலை சிக்கலான காலகட்டத்தில் இருந்த தால் அவரைப் பார்ப்பதற்குக் கடும் கட்டுப்பாடுகள் விதிக்கப் பட்டன. மனைவி ஜானகியைத்தவிர நெடுஞ்செழியன், ஆர்.எம். வீரப்பன், சுகாதாரத்துறை அமைச்சர் ஹண்டே போன்ற வெகு சிலரே எம்.ஜி.ஆருக்கு அருகில் அனுமதிக்கப்பட்டனர். முக்கிய மாக ஜெயலலிதாவை அருகில் அனுமதிக்கவே இல்லை. எல்லாம் மூத்த தலைவர்களின் சதி என்று கண்டனம் செய்தார் ஜெயலலிதா.

அக்டோபர் பதினாறு அன்று பிரதமர் இந்திரா சென்னை வந்தார். நேராக மருத்துவமனைக்கு வந்து எம்.ஜி.ஆரைப் பார்த்தார். செலவைப் பற்றிக் கவலை வேண்டாம்; உடனடியாக அமெரிக்கா வுக்கு அழைத்துச் செல்லுங்கள் என்று சொல்லிவிட்டார். அதற்கான நடவடிக்கைகளை எடுப்பதற்குள் நிலைமை மேலும் மோசமடைந்தது.

திடீரென பேசும் சக்தியை இழந்தார் எம்.ஜி.ஆர். மூச்சுத் திணறல். மூளைப்பகுதியில் உடனடியாக அறுவை சிகிச்சை செய்யவேண்டும் என்றனர் மருத்துவர்கள். ஆனால் இங்கே இருப்பவர்களால் செய்யமுடியாது. ஜப்பானில் இருக்கும் நரம்பியல் நிபுணர் டாக்டர் கானு வரவேண்டும் என்றனர். டோக்கியோ, சிங்கப்பூர் என்று பல இடங்களிலும் தொடர்பு கொண்டு உதவிகளைப் பெற்று டாக்டர் கானுவை சென்னை அழைத்துவருவதற்குள் தமிழகமே கதிகலங்கிப் போயிருந்தது.

டாக்டர் கானு வந்தார். அவசர சிகிச்சைகள் கொடுக்கப்பட்டன. மூச்சுத்திணறல் குறைந்தது. இனியும் தாமதிக்கவேண்டாம், அமெரிக்க புறப்படலாம் என்றனர் மருத்துவர்கள். எம்.ஜி.ஆரை அழைத்துச் செல்வதற்குத் தனி விமானம் தேவைப்பட்டது. டெல்லியைத் தொடர்பு கொண்டனர் அமைச்சர்கள். பிரதமர் இந்திரா, ஏர் இந்தியா விமானத்தை அனுப்பிவைக்க உத்தர விட்டார்.

அந்த விமானம் எம்.ஜி.ஆரை அழைத்துச் செல்வதற்கு முன் பிரத்யேகமாக மாற்றி அமைக்கப்பட்டது. இருக்கைகள் எல்லாம் அகற்றப்பட்டன. தாராளமான படுக்கைகள் தயார் செய்யப் பட்டன. மருத்துவர்கள், மருந்துகள், உதவியாளர்கள் என்று சிறிய மருத்துவமனையாகவே மாறியிருந்தது விமானம். இன்னும் ஓரிரு தினங்களில் சிகிச்சைக்காக அமெரிக்கா அழைத்துச் செல்லப்படுகிறார் என்று அறிவிக்கப்பட்டது. தமிழக மக்களுக்குக் கொஞ்சம்போல மூச்சு வந்தது.

●

31 அக்டோபர் 1984. காலை மணி 9.30. டெல்லியில் இருக்கும் தன் வீட்டில் இருந்து வெளியே வந்தார் பிரதமர் இந்திரா. அங்கே நின்றிருந்த ஆர்.கே. தவானுடன் புல்தரையில் நடக்கத் தொடங்கினார். எதிரே வந்து நின்றார் பியாந்த் சிங். இந்திராவின் மெய்க்காப்பாளர். கையில் .38 ரிவால்வர் இருந்தது. இந்திராவின் அடி வயிற்றில் மூன்று குண்டுகளைச் செலுத்தினார். சற்று தொலைவில் இருந்த சத்வந்த் சிங் அதற்குள் அங்கே வந்திருந் தார். அவரிடத்தில் ஒரு ஸ்டென் துப்பாக்கி இருந்தது. அதிலிருந்து 30 குண்டுகள் கீழே விழுந்திருந்த இந்திராவின் உடலைச் சல்லடையாகத் துளைத்தன. ரத்த வெள்ளத்தில் விழுந்தார் இந்திரா. அலறித் துடித்தது இந்தியா.

அதிர்ச்சியூட்டும் செய்தி. ஆகவே எம்.ஜி.ஆரிடம் சொல்ல வேண்டாம் என்றனர் மருத்துவர்கள். மருத்துவ சிகிச்சைகளுக்கு உதவிகளைச் செய்தவர் இந்திரா. அவர் கொல்லப்பட்ட செய்தி தெரியாமலேயே அமெரிக்கா புறப்பட்டார் எம்.ஜி.ஆர்.

விமானம் கிளம்ப இருந்தபோது, நிறுத்துங்கள் என்றனர் மருத்து வர்கள். என்ன ஏது என்று விசாரித்தபோது எம்.ஜி.ஆர் நிலைமை இறுதிக்கட்டத்தை அடைந்துவிட்டது என்றார்கள். எம்.ஜி.ஆரு டன் சேர்ந்து புறப்படத் தயாராக அத்தனைபேருக்கும் மூச்சே நின்றுவிடும்போல இருந்தது. பதினைந்து நிமிடங்களுக்கு விமானத்துக்குள் உணர்ச்சிப் போராட்டமே நடந்தது. பிறகு விமானம் புறப்பட்டது.

நியூ யார்க் நகரில் இருக்கிறது ப்ரூக்ளின் மருத்துவமனை. நரம் பியல், சிறுநீரகம், இருதயம் போன்ற பிரச்னைகள் அனைத் துக்கும் அங்கே சிறப்பான நிவாரணம் கிடைக்கும். அங்குதான் எம்.ஜி.ஆர் அழைத்துச் செல்லப்பட்டார்.

டாக்டர் ஃபிரிட்மேன் என்பவர்தான் எம்.ஜி.ஆருக்கு சிகிச்சை அளித்த மருத்துவர் குழுவின் தலைவர். சிறுநீரக அறுவை சிகிச்சை வெற்றிகரமாக நடந்துமுடிந்தது. ஆனால் தமிழ் நாட்டில் அஇஅதிமுக என்ற கட்சி கோஷ்டி மோதல்களுக்குள் சிக்கி சின்னாபின்னமாகிக் கொண்டிருந்தது.

மாநிலத்தின் முதல்வர். பெரிய அரசியல் கட்சியில் தலைவர். இரண்டு பொறுப்புகளில் இருக்கும் எம்.ஜி.ஆர்மருத்துவ சிகிச்சைக்காக வெளிநாடு செல்லும்போது ஆட்சிக்கும் கட்சிக்கும் ஏதேனும் மாற்று ஏற்பாடு செய்யவேண்டும் அல்லவா?

நெடுஞ்செழியன், ஆர்.எம்.வீரப்பன் போன்ற மூத்த தலைவர்கள் ஆட்சி, கட்சி இரண்டையும் தங்கள் பொறுப்புகளில் எடுத்துக் கொண்டனர். அவர்கள் அனைவருக்கும் எல்லா விஷயங் களிலும் கருத்து ஒற்றுமை இருந்ததா என்பது தெரியாது. ஆனால் ஜெயலலிதாவை ஒதுக்கிவைக்கும் விஷயத்தில் ஓரணியில் திரண்டிருந்தனர். அஇஅதிமுக தள்ளாடிக்கொண்டிருந்த சமயத்தில் டெல்லியில் இந்திராவின் மூத்த மகன் ராஜிவ் காந்தி அவசரம் அவசரமாக பிரதமர் ஆக்கப்பட்டிருந்தார்.

24 டிசம்பர் **1984**. நாடாளுமன்றத் தேர்தலோடு தமிழ்நாடு சட்ட மன்றத்துக்கும் தேர்தல் நடத்தப்படும் என்று அறிவிக்கப்பட்டது.

எம்.ஜி.ஆர் அமெரிக்காவில் சிகிச்சை எடுத்துக் கொண்டிருக்
கிறார். அப்படியானால், எம்.ஜி.ஆர் இல்லாமல் தேர்தலா?
உடனடியாக விளக்கம் வந்தது அஇஅதிமுகவிடம் இருந்து.
எம்.ஜி.ஆர் தேர்தலில் போட்டியிடுகிறார். ஆண்டிப்பட்டி
தொகுதியில் அவர்தான் அஇஅதிமுக வேட்பாளர். மூத்த
அமைச்சர் ராஜாராமின் விருப்பப்படியே ஆண்டிப்பட்டி தேர்வு
செய்யப்பட்டிருந்தது.

எம்.ஜி.ஆர் போட்டியிடுகிறார். சரி. பிரசாரத்துக்கு? அவர்
இல்லாமல் தேர்தலைச் சந்திப்பது அவ்வளவு எளிதான விஷய
மும் இல்லை. போதாக்குறைக்கு எம்.ஜி.ஆர் இறந்துவிட்டார்
என்றும் அவருடைய உடல் ஐஸ் பெட்டியில் பத்திரப்படுத்தப்
பட்டுள்ளது என்றும் வதந்திகள் உலவிக் கொண்டிருந்தன.

எம்.ஜி.ஆர் இல்லாத குறையை ஜெயலலிதாவை வைத்துச்
சமாளிக்கலாம் என்றனர் சில மூத்த தலைவர்கள். எம்.ஜி.ஆருக்கு
நெருக்கமான உயரதிகாரிகளும் அதைத்தான் யோசனையாகச்
சொன்னார்கள். ஆனால் ஆர்.எம்.வீரப்பன் ஒப்புக்கொள்ள
வில்லை. அவர் வசம்தான் அப்போது எல்லா பொறுப்புகளும்
இருந்தன. கூட்டணிப் பேச்சுவார்த்தை. தொகுதிப் பங்கீடு.
வேட்பாளர் தேர்வு. பிரசாரம். எல்லாமே அவர் பொறுப்பு.

அதிமுக - காங்கிரஸ் கூட்டணிக்கு இடையே தொகுதிப் பங்கீட்டில் ஆர்.எம்.வீரப்பனின் கையே ஓங்கி இருந்தது. நாடாளுமன்றத் தேர்தலைப் பொருத்தவரை காங்கிரஸ் கட்சிக்கு மூன்றில் இரண்டு பங்கு. அஇஅதிமுகவுக்கு ஒரு பங்கு. சட்டமன்றத் துக்கு மூன்றில் இரண்டு பங்கு அஇஅதிமுக. காங்கிரஸுக்கு ஒரு பங்கு. இப்படித்தான் கூட்டணி உருவாகியிருந்தது. அதனால்தான் ஜெயலலிதா வேண்டாம் என்று அவரால் சொல்லமுடிந்தது.

ஆனால் ஜெயலலிதா வேறு மாதிரி சிந்தித்தார். திடுதிப்பென ஒருநாள் வீரப்பனின் வீட்டுக்கு நேரில் சென்றார். பிரசாரத்துக்குச் செல்கிறேன்; ஆசிர்வதியுங்கள். போதாது? நெகிழ்ந்துபோனார் ஆர்.எம்.வீரப்பன். களத்தில் இறங்கினார் ஜெயலலிதா. மின்னல் வேகப் பிரசாரம். வழக்கத்துக்குக் குறைவில்லாமல் கூட்டம் கூடியது. எம்.ஜி.ஆரின் சாதனைகளைச் சொன்னார். உடல்நிலை குணம் அடைந்துவருவதைச் சொல்லி பரவசப்பட்டார். அவருடைய பிரசாரத்துக்கு கணிசமான பலன் கிடைத்திருப்ப தாகப் பத்திரிகைகள் எழுதின.

எம்.ஜி.ஆரின் இடத்தை எப்படி ஈடுசெய்வது என்று யோசித்துக் கொண்டிருந்தபோதுதான் ஆர்.எம். வீரப்பனுக்கும் மோகன் தாஸுக்கும் அந்த யோசனை வந்தது.

எம்.ஜி.ஆர் இல்லாத குறையைப் போக்கவேண்டும். வதந்தி களுக்கும் முற்றுப்புள்ளி வைக்கவேண்டும். வாக்காளர்களையும் வசப்படுத்தவேண்டும். மூன்றையும் சாத்தியப்படுத்த வேண்டும் என்றால் அதற்கு ஒரே வழி, வீடியோ. ப்ரூக்ளின் மருத்துவ மனையில் வெற்றிகரமான அறுவை சிகிச்சை செய்யப்பட்டு, மெல்ல மெல்ல குணமடைந்துகொண்டிருக்கும் எம்.ஜி.ஆரின் தற்போதைய நிலையைப் புகைப்படமாகவும் வீடியோவாகவும் எடுத்துவிடலாம். அதைத் தமிழ்நாட்டு மக்களிடம் போட்டுக் காண்பித்தால் தேர்தல்ரீதியாக நல்ல பலன் கிடைக்கும். இது தான் திட்டம்.

கிட்டத்தட்ட இதே அணுகுமுறைதான் 1967-ல் எம்.ஜி.ஆர் சுடப்பட்டபோது பயன்படுத்தப்பட்டது. அப்போது போஸ்டர். இப்போது வீடியோ. ஆனால் ப்ரூக்ளின் நிர்வாகம் அதற்குச் சம்மதம் தெரிவிக்கவில்லை. கேமராவில் இருந்து வெளிவரும் கதிர்கள் எம்.ஜி.ஆரின் உடல்நிலையைப் பாதிக்கக்கூடும் என்று

காரணம் சொல்லிவிட்டார்கள். ஆனால் வீடியோ எடுத்தே தீருவது என்பதில் அஇஅதிமுக தீவிரமாக இருந்தது.

டெல்லியைத் தொடர்பு கொண்டு உதவிகேட்டார்கள். மத்திய வெளியுறவுத்துறை மூலம் அமெரிக்காவுக்கான இந்தியத் துணைத் தூதரைத் தொடர்புகொண்டு வீடியோவின் முக்கியத் துவம் உணர்த்தப்பட்டது. அதன்பிறகு ப்ரூக்ளின் நிர்வாகம் சம்மதித்தது. முதலில் புகைப்படங்கள் மட்டும் எடுக்கப்பட்டன.

செய்தியாளர்கள் சந்திப்புக்கு அழைப்பு விடுத்தார் ஆர்.எம். வீரப்பன். கைவசம் வைத்திருந்த புகைப்படங்கள் சிலவற்றைச் செய்தியாளர்களிடம் காட்டினார். அவற்றைப் பார்த்த அனைவருக்கும் ஆச்சரியம். அந்தப் படங்களி எம்.ஜி.ஆர் சாப்பிட்டார். இரட்டை விரலைக் காட்டினார். ஜானகியுடன் அமர்ந்திருந்தார். மறுநாளே அந்தப் படங்கள் பட்டிதொட்டி எங்கும் சென்றுவிட்டன. எம்.ஜி.ஆர் மீண்டு வந்துவிட்டார் என்று மக்கள் அனைவரும் ஆனந்தப்பட்டனர்.

அடுத்த சில தினங்களில் எம்.ஜி.ஆர் நடக்கத் தொடங்கிவிட்டார் என்ற செய்தி கிடைத்தது. உடனடியாக எம்.ஜி.ஆரின் ப்ரூக்ளின் மருத்துவமனைக் காட்சிகள் வீடியோவில் பதிவுசெய்யப்பட்டன. மருத்துவர் பழனி பெரியசாமியின் உதவியுடன் எடுக்கப்பட்ட வீடியோ காட்சிகள் சென்னை வந்தபோது அவற்றைப் பார்க்க முடியவில்லை. தொழில்நுட்பப் பிரச்னை. அதைச் சரிசெய்ய வேண்டும் என்றால் சிங்கப்பூரில் இருக்கும் ஒரு எந்திரம் தேவை.

படத் தயாரிப்பாளர் ஏவி.எம். சரவணனின் நண்பர் ஒருவரிடம் அந்த எந்திரம் இருப்பதாகக் கேள்விப்பட்டார் ஆர்.எம். வீரப்பன். சரவணனின் மகன் குகனை அனுப்பி அந்த வீடியோ டேப்பில் இருக்கும் பிரச்னைகளை சரிசெய்துவரச் சொன்னார். இப்போது வீடியோ டேப் தயார். வெறும் காட்சிகள் மட்டும் இருந்தால் அதை மக்களால் புரிந்துகொள்ள முடியாது. நோக்கம் சிதறிவிடும். உருக்கமான வார்த்தைகளைக் கொண்டு குரலை வீடியோ காட்சிகளின் பின்னணியில் கொண்டுவரவேண்டும் என்று விரும்பினார் வீரப்பன்.

குரல் என்றதும் வீரப்பனுக்கு நினைவுக்கு வந்த பெயர் வலம்புரி ஜான். வரவழைக்கப்பட்டார். என்னென்ன பேசவேண்டும் என்று அவசர கதியில் முடிவு செய்யப்பட்டது. வார்த்தைச் சித்தர் என்ற அடையாளத்தைக் கொண்ட வலம்புரி ஜானின் குரல் பின்னணி

யில் சேர்க்கப்பட்டது. முக்கியமாக அந்த ஒரு வாக்கியத்தைச் சொல்லவேண்டும்.

'முன்னாடி உலர்ந்துபோய்விட்டது என்று சொல்லப்பட்ட கரத்தால் நம்முடைய தலைவர் கண்ணாடியைச் சரிசெய்துகொள்கிறார்.'

அந்த வீடியோவில், இயக்குனர் எஸ்.பி. முத்துராமன் உதவியுடன் இந்திரா காந்தியின் இறுதி ஊர்வலக் காட்சிகளையும் பக்குவமாக இணைத்து 35 எம்.எம் படச்சுருளாக மாற்றினர். 'வெற்றித் திருமகன்' என்ற பெயரில் வெளியான அந்த வீடியோ மக்கள் சமுத்திரத்தில் கரைந்தது. எம்.ஜி.ஆர். இருக்கிறார். உயிருடன் இருக்கிறார். நலமுடன் இருக்கிறார். விரைவில் வருவார். பட்டவர்த்தனமாகச் சொன்னது அந்த வீடியோ.

இத்தனை மாற்றங்கள் நடந்துகொண்டிருந்த சமயத்தில் திமுக தலைவர் கருணாநிதியும் சளைக்காமல் தேர்தல் வேலைகளில் ஈடுபட்டிருந்தார். தன்னுடைய கூட்டணியை வெகுவாகப் பலப்படுத்தியிருந்தார். ஜனதா கட்சி, மார்க்சிஸ்ட் கம்யூனிஸ்ட், உழவர் உழைப்பாளர் கட்சி, தமிழ்நாடு ஃபார்வர்ட் ப்ளாக், தமிழ்நாடு காமராஜ் காங்கிரஸ், இந்திய யூனியன் முஸ்லிம் லீக் என்று பலமான அணிவகுப்பாக இருந்தது.

'வெற்றித் திருமகன்' வீடியோவுக்கு முன்னால் எதுவும் எடுபடவில்லை. 133 தொகுதிகளில் அபார வெற்றி பெற்றது அஇஅதிமுக. கூட்டணிக் கட்சியான இந்திரா காங்கிரஸுக்கு 62 தொகுதிகள். எஞ்சி இருந்தவற்றில் இருபதை மட்டுமே திமுகவால் வெல்ல முடிந்தது. நாடாளுமன்றத் தேர்தலிலும் எம்.ஜி.ஆரின் வீடியோ வினையாற்றியிருந்தது.

ஆண்டிப்பட்டி தொகுதியில் எம்.ஜி.ஆர் வெற்றி பெற்றிருந்தார். தேர்தல் பிரசாரத்துக்கு வரவில்லை. வேட்புமனு தாக்கல் செய்யக்கூட வரவில்லை. அமெரிக்காவில் இருக்கும் இந்தியத் தூதரக அதிகாரி முன்னிலையில் எம்.ஜி.ஆர் உறுதிமொழி எடுத்துக்கொண்டார். அவர் கையெழுத்திட்ட வேட்பு மனு அமெரிக்காவில் இருந்து இந்தியா கொண்டுவரப்பட்டது. தமிழ்நாட்டில் எந்தவொரு இடத்திலும் அவருடைய கால் படவில்லை. ஆனாலும் வெற்றி.

படுத்துக்கொண்டே ஜெயித்திருந்தார் எம்.ஜி.ஆர்!

25. He is alright!

அதிமுக முகாமில் உற்சாகம் கரைபுரண்டு ஓடியது. அதே உற்சாகத்துடன் அஇஅதிமுகவின் சட்டமன்ற உறுப்பினர்கள் கூட்டம் நடந்தது. எம்.ஜி.ஆர் தலைவராகத் தேர்வு செய்யப் பட்டவர். ஆளுங்கட்சியின் தலைவர்தான் அடுத்த முதல்வர். பதவியேற்பு விழாவை எப்போது வைத்துக்கொள்ளலாம்? இதுதான் அடுத்து எழுந்த கேள்வி.

நெடுஞ்செழியனும் தமிழக அரசின் தலைமைச் செயலர் சொக்க லிங்கமும் அமெரிக்கா விரைந்தனர். சில தினங்களில் சென்னை திரும்பினர். 'எம்.ஜி.ஆர் இன்னும் ஓரிரு வாரங்களில் சென்னை திரும்பிவிடுவார். அதன்பிறகு பதவிப் பிரமாணம் எடுத்துக் கொள்வார். அதுவரை தேர்தலுக்கு முந்தைய ஏற்பாடுகளே தொடரும். இதுதான் எம்.ஜி.ஆர் சொன்னது.'

ஆளுநர் குரானாவுக்குத் திருப்தி இல்லை. 'எத்தனை நாளில் எம்.ஜி.ஆர் வருவார்?' என்று கேட்டார். பிப்ரவரியில் வந்து விடுவார் என்று சொல்லப்பட்டது. ஆனால் ஆளுநரோ அரசியல் அமைப்புச் சட்டத்தில் அதற்கெல்லாம் உரிமை இல்லை, சிக்கல் வந்துவிடும் என்றார். இறுதியாக ஒரு முடிவுக்கு வந்தார் ஆளுநர். 'எம்.ஜி.ஆர் முதலமைச்சர் பதவி ஏற்கும் அளவுக்கு உடல்தகுதி பெற்றுவிட்டார் என்று ப்ரூக்ளின் மருத்துவர்களிடம் சான்றிதழ் வாங்கிவாருங்கள்.'

ஆனால் மருத்துவமனை நிர்வாகமோ பின்வாங்கியது. உடல் நிலை முன்னேற்றத்தில் இருக்கிறது. ஆனால் முதலமைச்சராகச்

207

செயல்படுவதற்கு பலம் பெற்றுவிட்டார் என்று எழுத்துமூலம் தரமுடியாது என்று சொல்லிவிட்டார்கள். எம்.ஜி.ஆர் நலமுடன் இருக்கிறார் என்பதை நிரூபிக்க மீண்டும் வீடியோ படங்கள் எடுக்கப்பட்டன. அதைப் பார்த்தபிறகும் ஆளுநர் குரானா திருப்தி அடையவில்லை.

'பேச முடியாத, முழுமையாகச் செயல்பட முடியாத ஒருவரை நான் எப்படி முதலமைச்சராக நியமிக்க முடியும்?' என்று கேட்டார் குரானா.

பலத்த முயற்சிகளுக்குப் பிறகு 4 பிப்ரவரி 1985 அன்று எம்.ஜி.ஆர் தமிழகம் திரும்புகிறார் என்ற அறிவிப்பு வெளியானது. பரங்கிமலை ராணுவ மைதானத்தில் மேடை அமைக்கப்பட்டது. விமான நிலையத்தில் வந்து இறங்கினார் எம்.ஜி.ஆர். தயாராக இருந்தது அவருடைய 4777 அம்பாசிடர் கார். எம்.ஜி.ஆரின் கார் பரங்கிமலை மைதானத்துக்கு வந்தபோது காலை மணி ஆறு. ஆனாலும் ஜனத்திரள் கட்டுங்காத அளவுக்கு இருந்தது.

எம்.ஜி.ஆரின் கார் நேராக மேடைக்கே சென்றது. கதவு திறந்தது. இறங்கினார். அடுத்த நொடி பலத்த கரவொலி. வாழ்த்து கோஷங்கள். கைகளை ஆட்டினார். அவ்வளவுதான். கூட்டம் திமிறத் தொடங்கிவிட்டது. பிறகு ராமாவரம் தோட்டத்துக்குப் புறப்பட்டார் எம்.ஜி.ஆர். சில நிமிடங்களில் ஆளுநர் குரானா தோட்டத்துக்கே வந்து எம்.ஜி.ஆரைச் சந்தித்துப் பேசினார். வெளியே வந்தார்.

He is alright. Both Mentally and Physically, he is alright.

•

பதவியேற்பு விழாவுக்கு ஏற்பாடுகள் செய்யப்பட்டன. யார், யார் அமைச்சராகிறார்கள் என்பது அரசியல் களத்தில் பரபரப்பாக விவாதிக்கப்பட்டுக் கொண்டிருந்தது. மேடை தயார். ஆளுநர் வந்தார். எம்.ஜி.ஆர் வந்தார். மேடைக்கு முன்னால் கட்சியின் முக்கியத் தலைவர்கள், சட்டமன்ற உறுப்பினர்கள், முக்கியப் பிரமுகர்கள் எல்லோரும் அமர்ந்திருந்தனர்.

ஆளுநர் பதவிப் பிரமாணத்தைத் தொடங்கிவைத்தார். எம்.ஜி.ஆர் முதலமைச்சராகப் பதவிப் பிரமாணம் ஏற்றுக்கொண்டார். விழா முடிந்தது. எல்லோரும் புறப்பட்டுவிட்டனர். ஆம், அன்றைய

மவராசனா இருய்யா...

தினம் முதலமைச்சர் மட்டும்தான் பதவியேற்றார். அனைத்து துறைகளும் அவர்வசமே இருந்தன. இந்திய வரலாற்றில் இதற்குமுன் இப்படி ஒரு சம்பவம் நடந்ததில்லை. நடத்திக் காட்டிய ஒரே மனிதர் எம்.ஜி.ஆர்.

பதவியேற்றதும் தலைமைச் செயலகத்துக்கு வந்தார் எம்.ஜி.ஆர். முதல் உத்தரவில் கையெழுத்திட்டார். புலனாய்வு மற்றும் உளவுத்துறை டிஜிபியாக மோகன்தாஸ் நியமனம். சுற்றி யிருந்த அத்தனை பேருமே அதிர்ச்சியில் உறைந்துபோயினர். பழைய எம்.ஜி.ஆர் மீண்டும் வந்துவிட்டார் என்பதற்கு அந்த உத்தரவுதான் பொருத்தமான சாட்சியமாக இருந்தது.

சில நாள்களுக்குப் பிறகுதான் நெடுஞ்செழியன், பண்ருட்டி ராமச்சந்திரன், ஆர்.எம். வீரப்பன், கே.ஏ. கிருஷ்ணசாமி, வரகூர் அருணாசலம், வி.வி. சுவாமிநாதன் உள்ளிட்ட சிலர் அமைச்சரவையில் சேர்த்துக்கொள்ளப்பட்டனர்.

எம்.ஜி.ஆர் பதவியேற்ற மூன்றாவது மாதம். ஜூனியர் விகடன் இதழில் ஓர் அட்டைப்படக் கட்டுரை வெளியானது. 'ஆண்டிப் பட்டி- முதலமைச்சர் தொகுதி' என்ற தலைப்பில் வெளியான அந்தக் கட்டுரை மாநில அமைச்சர்களின் ரத்தக் கொதிப்பை அதிகரிக்கச் செய்துவிட்டது. சாதாரண குக்கிராமத்தைக் காட்டிலும் மோசமான நிலையில் முதல்வரின் ஆண்டிப்பட்டி தொகுதி இருக்கிறது என்பதுதான் அந்தக் கட்டுரையின் சாரம்.

உள்ளாட்சித் துறை அமைச்சர் ப.உ. சண்முகம் மின்னல் வேகத்தில் ஆண்டிப்பட்டிக்கு விரைந்தார். ஆய்வு செய்தார். ஜூனியர் விகடன் பொய் சொல்வதாக அமைச்சரிடம் இருந்து அறிக்கை வெளியானது. சில வாரங்களில் மீண்டும் ஒரு கட்டுரை ஜூனியர் விகடனில் வெளியானது. கட்டுரைக்கு நீண்ட தலைப்பு தரப்பட்டிருந்தது.

'ப.உ.சவின் டூப் ரிப்போர்ட்! ஆண்டிப்பட்டிக்கு இரண்டாவது விசிட்! இம்முறை வீடியோவோடு!'

தர்மசங்கடத்தில் நெளிந்தார் எம்.ஜி.ஆரின் நண்பரான ப.உ. சண்முகம்!

•

தொண்டர்களின் உற்சாகம் குலைந்துவிடுமோ என்று பயந்தார் எம்.ஜி.ஆர். கட்சிக்கு அவர்கள்தான் எல்லாமே. அவர்கள் இல்லை என்றால் கட்சி இல்லை என்பதால் தொண்டர்களை உற்சாகப்படுத்த விரும்பினார். இதற்காகத் தன்னுடைய ரசிகர் மன்றங்களைப் புதுப்பிக்க இருப்பதாக அறிவிப்பு ஒன்றை வெளியிட்டார்.

எதிர்பார்த்தபடியே ரசிகர்கள் உற்சாகம் அடைந்தனர். ஒவ்வொரு ஊருக்கும் எம்.ஜி.ஆர் நேரில் வந்து ரசிகர்களைச் சந்திக்கப்போகிறார் என்ற எதிர்பார்ப்பு ரசிகர்கள் மத்தியில் உருவாகியிருந்தது. ஆனால் எம்.ஜி.ஆரோ ரசிகர் மன்ற மாநாட்டுக்கு அழைப்பு விடுத்தார்.

மாநாட்டு வேலைகளை யாரிடம் ஒப்படைக்கப் போகிறார் என்ற கேள்வி கட்சிக்குள் எழுந்தது. அப்போது எம்.ஜி.ஆர் தேர்வு செய்த நபர், சாட்சாத் ஜெயலலிதா. உடனே ரசிகர் மன்ற மாநாடு ஒன்றுக்கு ஏற்பாடு செய்யவேண்டும் என்று எம்.ஜி.ஆர் சொன்னது ஜெயலலிதாவுக்கு உற்சாகம் ஊட்டியது.

இந்த மாநாடு ஜெயலலிதாவின் அரசியல் வாழ்க்கையில் முக்கியமான திருப்புமுனையை ஏற்படுத்தப்போகிறது என்று ஜெயலலிதாவின் ஆதரவாளர்கள் ஆவல் பொங்க எதிர் பார்த்தனர்.

14 ஜூலை 1985 அன்று ரசிகர் மன்ற மாநாடு மதுரை தமுக்கம் மைதானத்தில் கூட்டப்பட்டது. ரசிகர்கள் கூட்டம் மிகப்பெரிய

அளவில் திரண்டிருந்தது. கூட்டம் களைகட்டுமா என்ற சந்தேகம் எம்.ஜி.ஆருக்கே லேசாக வந்திருந்தது. ஆனால் ரசிகர்களின் எண்ணிக்கையும் அவர்கள் முகத்தில் தென்பட்ட எழுச்சியும் எம்.ஜி.ஆருக்கு மிகுந்த நம்பிக்கையை ஏற்படுத்தியது.

அந்த மேடையில்தான் ரசிகர்கள் சார்பாக ஆறடி உயர செங் கோலை ஜெயலலிதா எம்.ஜி.ஆரிடம் வழங்கினார். மிகப்பெரிய மாநாட்டைக் கூட்டி, அதை வெற்றிகரமாக நடத்திய ஜெய லலிதாவுக்கு அந்த செங்கோலையே பரிசாக வழங்கினார் எம்.ஜி.ஆர்.

அடுத்து நடந்த மாற்றங்கள் அனைத்துமே ஜெயலலிதாவுக்குச் சாதகமாக அமைந்தன. 6 செப்டெம்பர் 1985 அன்று கட்சியின் கொள்கை பரப்புச் செயலாளர் பதவியில் மீண்டும் நியமிக்கப் பட்டார் ஜெயலலிதா.

26. வெண்ணிற ஆடை நிர்மலா

23 பிப்ரவரி 1986 அன்று தமிழ்நாட்டில் உள்ளாட்சித் தேர்தல்கள் நடத்தப்படும். நகராட்சிகள், ஊராட்சி ஒன்றியங்கள், நகர பஞ்சாயத்துகள், ஊராட்சிகள் ஆகியவற்றுக்கான தேர்தல். எம்.ஜி.ஆர் உடல் நலம் தேறி முதலமைச்சர் ஆனபிறகு சந்திக்கும் முதல் தேர்தல் என்பதால் நாடு தழுவிய அளவில் பலத்த எதிர்பார்ப்புகள் இருந்தன.

வழக்கம்போல அஇஅதிமுக - இந்திரா காங்கிரஸ் கூட்டணி ஏற்பட்டது. நெடுஞ்செழியன், ராகவானந்தம், ஆர்.எம். வீரப்பன் மூவரும் தேர்தல் பொறுப்புகளைக் கூட்டாகக் கவனித்தனர். திமுக அணியில் இரண்டு இடது சாரிகளும், முஸ்லிம் லீக், ஃபார்வர்ட் ப்ளாக் ஆகிய கட்சிகளும் இடம்பெற்றன. எம்.ஜி.ஆர் மீண்டும் களத்துக்கு வந்துவிட்டதால் திமுக கூடுதல் எச்சரிக்கையுடன் தேர்தலை எதிர்கொள்ளத் தயாரானது. பிரசாரக் குழுவில் வை.கோபால்சாமி, எஸ்.எஸ். தென்னரசு போன்ற தலைவர்களுக்குக் கூடுதல் முக்கியத்துவம் தரப்பட்டது.

தேர்தல்கள் முடிந்தன. முடிவுகள் அறிவிக்கப்பட்டபோது எம்.ஜி.ஆருக்கு அதிர்ச்சி காத்திருந்தது. மொத்தமுள்ள 97 நகராட்சிகளில் 64 இடங்களை திமுக கைப்பற்றியிருந்தது. அஇஅதிமுகவுக்கு வெறும் பதினொரு இடங்களே கிடைத்தன. 1980 தேர்தலுக்குப் பிறகு எம்.ஜி.ஆர் தலைமையில்

அஇஅதிமுகவுக்குக் கிடைத்த முக்கியத் தோல்வி இது என்று ஊடகங்கள் எழுதின.

கடந்த ஆண்டு (1985) ஜனவரியில் வடசென்னை நாடாளுமன்றத் தொகுதி மற்றும் எழும்பூர், பெரம்பூர் ஆகிய சட்டமன்றத் தொகுதிகளுக்கு நடைபெற்ற இடைத்தேர்தல்களில் திமுகவே வெற்றி பெற்றிருந்தது. தற்போது உள்ளாட்சித் தேர்தல்களில் கிடைத்த தோல்வி எம்.ஜி.ஆரைக் கொஞ்சம் அசைத்துப் பார்த்தது.

இரண்டு மாதங்களில் மீண்டும் ஒரு தேர்தல். அது சட்டமன்ற மேலவைக்கானது. பட்டதாரிகளும் ஆசிரியர்களும் வாக்களித்துத் தேர்வு செய்து அனுப்பக்கூடிய தேர்தல். அப்போது நான்கு உறுப்பினர்களின் பதவிக்காலம் பூர்த்தி ஆகிவிட்டதால் அந்தத் தொகுதிகளுக்குத் தேர்தல் அறிவிக்கப்பட்டது. அதில் திமுகவுக்கு இரண்டு தொகுதிகளில் வெற்றி கிடைத்தது. மற்ற இரண்டு தொகுதிகளில் சுயேச்சை வேட்பாளர்கள் வெற்றிபெற்றனர். ஆக, நான்கில் ஒரு தொகுதியிலும் அஇஅதிமுக வெற்றி பெற வில்லை. எம்.ஜி.ஆருக்கு மீண்டும் ஒரு தோல்வி.

அடுத்து, மேலவைக்கு ஆளுநரால் நியமிக்கப்பட்ட மூன்று உறுப்பினர்கவின் பதவிக்காலம் முடிவுக்கு வந்தது. அமைச்சரவை பரிந்துரை செய்யும் மூவரை மேலவை உறுப்பினர்களாக ஆளுநர் நியமிக்கமுடியும். எம்.ஜி.ஆர் அரசு அறிவித்த மூன்று பேரில் ஒருவர், பிரபல நடிகை வெண்ணிற ஆடை நிர்மலா.

எம்.ஜி.ஆருடன் பல படங்களில் நடித்தவர். ரகசிய போலீஸ் 115, ஊருக்கு உழைப்பவன், மீனவ நண்பன் போன்ற படங்களில் நடித்தவர். இதயக்கனி படத்தில் எம்.ஜி.ஆருக்காக ஒற்றைப் பாடலுக்கும் ஆடியிருந்தார். பொருளாதார ரீதியாக பலவீனப் பட்டிருந்த அவரைக் கைதூக்கிவிட நினைத்தார் எம்.ஜி.ஆர். வாய்ப்பு கொடுத்தார். அவரும் மேலவைக்கு நியமிக்கப்பட்டார்.

இந்த இடத்தில்தான் இன்னொரு பிரச்னை வந்தது. நடிகை வெண்ணிற ஆடை நிர்மலா கடன் பிரச்னை காரணமாக ஏற்கெனவே திவால் நோட்டீஸ் கொடுத்திருந்தார். ஆகவே அவரை மேலவைக்கு நியமித்தது செல்லாது என்று அறிவிக்க வேண்டும் என்று நீதிமன்றத்தில் வழக்கு தொடரப்பட்டது. பத்திரிகைகள் தோண்டித் துருவ ஆரம்பித்துவிட்டன.

பெரிய அளவிலான தொகையைக் கடன் பாக்கி வைத்திருக்கிறார் நிர்மலா என்று தெரிந்ததும் நீதிமன்றத்தில் அவர் சார்பாக முதலில் ஏழு லட்சம் ரூபாய் கட்டப்பட்டது. பிறகு மூன்று லட்ச ரூபாய் கட்டப்பட்டது. பணம் கட்டியது யார் என்ற கேள்வி பகிரங்க மாக எழுப்பப்பட்டபோது வெண்ணிற ஆடை நிர்மலாவிடம் இருந்து ராஜினாமா கடிதம்தான் பதிலாக வந்தது.

மேலவையில் திமுகவின் பலம் உயர்ந்தது. இதன்மூலம் மேலவை எதிர்க்கட்சித் தலைவராக கருணாநிதி வரப்போகிறார் என்று ஊடகங்கள் எழுதின. கருணாநிதியும் அதை ஆமோதித் தார். இதற்கிடையே 13 மே 1986 அன்று சட்டமன்ற மேலவை முற்றிலுமாக நீக்கிவிடலாம் என்பதற்கான மசோதா தாக்கல் செய்யப்படக்கூடும் என்று பத்திரிகைகள் செய்தி வெளியிட்டன.

தமிழக அரசின் இந்த முடிவுக்கு அரசியல் கட்சிகள் தங்களுடைய எதிர்ப்பைப் பதிவு செய்தன. திராவிடர் கழகம், இந்திய கம்யூனிஸ்ட் கட்சி ஆகியவையும் எதிர்ப்பு தெரிவித்தன. மேலவையை ஒட்டுமொத்தமாக நீக்கிவிடும் நடவடிக்கையை கருணாநிதி கடுமையாக எதிர்த்தார். 'நான் மேலவை எதிர்க் கட்சித் தலைவராக வருவதைத் தடுக்கவே மேலவை நீக்கப்படு கிறது என்றால் நான் என் பதவியை ராஜினாமா செய்கிறேன்' என்றார்.

14 மே 1986. சட்டமன்றத்தில் மேலவை நீக்குதல் தீர்மானம் முன் மொழியப்பட்டது. வாக்கெடுப்பு தொடங்கியது. பெரும்பாலான எதிர்க்கட்சிகள் தீர்மானத்தை எதிர்த்தன. இந்திரா காங்கிரஸ் வாக்கெடுப்பில் கலந்துகொள்ளாமல் வெளியேறியது. தீர்மானம் நிறைவேறியது. சட்டமன்ற மேலவை நீக்கப்பட்டது!

27. ஆபரேஷன் டைகர்

மீண்டு வந்ததாலோ என்னவோ தெரியவில்லை. தனக்கு நெருக்கமாக இருந்துவந்த சில மனிதர்களை மீண்டும் சந்திக்க விரும்பினார் எம்.ஜி.ஆர். அவர்களில் ஒருவர் பிரபாகரன்.

அழைப்பு போனது. பிரபாகரனும் பாலசிங்கமும் வந்தனர். நலம் விசாரித்தனர் விடைபெற இருந்தவர்களை அழைத்தார் எம்.ஜி.ஆர். தலையணைக்கு அடியில் இருந்த துப்பாக்கியைக் காட்டினார். ஏகே 47. கடந்தமுறை சந்தித்தபோது எம்.ஜி ஆருக்குப் பிரபாகரன் பரிசாகக் கொடுத்தது. இருவருமே புன்னகைத்துக்கொண்டனர்.

மீண்டும் விடுதலைப் புலிகளுடன் நெருக்கம் காட்டத் தொடங்கினார் எம்.ஜி.ஆர்.

அந்தச் சமயத்தில் விடுதலைப் புலிகள் இயக்கம் பெரிய அளவில் வளர்ச்சி கண்டிருந்தது. எல்லாவற்றையும் கேள்விப்பட்டு சந்தோஷத்தில் திளைத்தார் எம்.ஜி.ஆர். திடீரென

ஒருநாள் பாலசிங்கம் எம்.ஜி.ஆரைச் சந்திப்பதற்காக வந்தார்.

'கொஞ்சம் பெரிய தொகை தேவைப்படுகிறது. தம்பி பிரபாகரன் உங்களைத்தான் நம்பியிருக்கிறார். ஐந்து கோடி வரை தேவைப் படும்.'

எம்.ஜி.ஆர் யோசித்தார். அருகில் இருந்த அமைச்சர் பண்ருட்டி ராமச்சந்திரனிடம் ஆலோசனை கேட்டார்.

'ஈழ மக்கள் துயர் துடைக்கத் திரட்டிய நிதி இருக்கிறது. நான்கு கோடிக்குமேல் இருக்கும். அதைத் தரலாமே' என்றார் பண்ருட்டி ராமச்சந்திரன். சட்டச்சிக்கல் வராமல் இருக்க சில ஆவணங்களைத் தயார் செய்தபிறகு நான்கு கோடிக்கான காசோலை விடுதலைப் புலிகளிடம் ஒப்படைக்கப்பட்டது. காதும் காதும் வைத்ததுபோலச் செய்த விஷயம்தான் என்றாலும் பத்திரிகைகள் மோப்பம் பிடித்துவிட்டன. மறுநாள் இந்தியன் எக்ஸ்பிரஸில் அதுதான் தலைப்புச் செய்தி.

பற்றிக்கொண்டது நெருப்பு. இலங்கை அதிபர் ஜெயவர்த்தனே, ராஜிவ் காந்தியிடம் சீறினார். பதிலுக்கு ராஜிவ் காந்தி எம்.ஜி.ஆரைக் கடிந்துகொண்டார். எம்.ஜி.ஆர் பொறுத்துக் கொண்டார். உடனடியாக விடுதலைப் புலிகளிடம் தரப் பட்டிருந்த நான்கு கோடி ரூபாய் காசோலை திரும்பப் பெறப் பட்டது. பிறகு தன்னுடைய சொந்தப் பணத்தில் இருந்து நான்கு கோடி ரூபாயைக் கொடுத்தார் எம்.ஜி.ஆர்.

இலங்கை அரசு, இந்திய அரசு எல்லோரும் ஒன்றுசேர்ந்து கண்டித்தபிறகும் விடுதலைப் புலிகளுக்கு உதவியே அதே எம்.ஜி.ஆர்தான் சில நிர்ப்பந்தங்களுக்குக் கட்டுப்பட்டு விடுதலைப் புலிகளுக்கு எதிரான நடவடிக்கை ஒன்றையும் எடுக்கவேண்டிவந்தது. அது, ஆபரேஷன் டைகர்.

நவம்பர் 1986. கர்நாடக மாநிலம் பெங்களூரில் சார்க் உச்சி மாநாடு நடப்பதாக அறிவிப்பு வெளியானது. அப்போது மத்திய அரசிடம் இருந்து எம்.ஜி.ஆருக்கு ஒரு ரகசியக் கோரிக்கை வந்தது. தமிழ்நாட்டில் இருக்கும் போராளி இயக்கங்களிடம் இருக்கும் ஆயுதங்களை உடனடியாகக் கைப்பற்றிவிடுங்கள். சார்க் மாநாட்டில் இலங்கை அதிபர் ஜெயவர்த்தனே கலந்து கொள்வதால் அசம்பாவிதம் ஏதும் நடந்துவிடாமல் இருக்க இது ஒரு முன்னெச்சரிக்கை நடவடிக்கை.

உளவுத்துறை டிஐஜி மோகன்தாஸை அழைத்தார் எம்.ஜி.ஆர். விஷயத்தைச் சொன்னார். கட்டை விரலைக் காண்பித்தார். புறப் பட்டுவிட்டார் மோகன்தாஸ்.

●

தமிழ்நாட்டில் எந்தெந்த மாவட்டங்களில், எங்கெல்லாம் போராளிகள் முகாம் அமைத்துத் தங்கியிருக்கிறார்கள் என்ற

பட்டியலைக் கையில் எடுத்துக்கொண்டார் மோகன்தாஸ். இரண்டு அணிகளை உருவாக்கினார். ஏ அணி, பி அணி.

ஏ அணியைச் சேர்ந்தவர்கள் சம்பந்தப்பட்ட முகாம் தலைவர் களிடம் பேச்சுவார்த்தை நடத்துவார்கள். பெங்களூரில் சார்க் மாநாடு நடக்கிறது. ஆகவே, ஆயுதங்களுடன் நடமாடவேண் டாம். உங்கள் ஆயுதங்களை எல்லாம் ஒரே இடத்தில் போட்டுப் பூட்டிவிடுங்கள். முகாமில் இருக்கும் போராளிகளைச் சம்மதிக்க வைப்பதுதான் ஏ அணியின் வேலை.

முகாமில் இருக்கும் முக்கியத் தலைவர்களுடன் நல்ல அறிமுகம் உள்ள காவலர்களைக் கொண்டு ஏ அணி உருவாக்கப்பட்டது. பி அணியில் முழுக்க முழுக்க அதிரடி நடவடிக்கை எடுக்கக்கூடிய வர்கள் நிரப்பப்பட்டனர். ஏ அணியினர் தங்கள் வேலையை ஒழுங்காக முடித்ததும் பி அணியினர் களத்தில் இறங்கி, ஆயுதங்களைக் கைப்பற்றிவிடுவார்கள். மோகன்தாஸ் வைத்த குறி தப்பவில்லை. அத்தனை போராளிகளும் ஆயுதங்களைப் பறிகொடுத்து நின்றனர்.

பிரபாகரன், பாலசிங்கம் உள்ளிட்ட போராளி இயக்கத்தின் முக்கியத் தலைவர்கள் கைது செய்யப்பட்டனர். புகைப் படங்கள், கைரேகைகள் எடுக்கப்பட்டன. பிறகு விடுவிக்கப் பட்டனர். எம்.ஜி.ஆரைத் தொடர்புகொள்ள முடியாமல் அந்த இருவரும் தவித்தனர். பிறகு இருவரையும் பெங்களூர் அழைத்துச் சென்றனர் உளவுத்துறை அதிகாரிகள். அங்கே இலங்கைக்கான இந்தியத் தூதர் ஜே.என். தீக்ஷித், வெளியுறவுத் துறைச் செயலர் ஏ.பி.வெங்கடேஸ்வரன் ஆகியோர் இருந்தனர்.

16 நவம்பர் 1986. இலங்கைப் பிரச்னைக்கான தீர்வாக இந்திய அரசு முன்வைத்த திட்டங்களைப் பற்றி பிரபாகரனிடம் பேசினார் தீக்ஷித். பிரபாகரன் ஒப்புக்கொள்ளவில்லை. பிறகு வெங்கடேஸ்வரன் பேசிப்பார்த்தார். பிரபாகரன் மசியவில்லை. எம்.ஜி.ஆருக்குத் தகவல் சென்றது. உடனடியாக பெங்களூர் வந்தார் எம்.ஜி.ஆர். அவருக்கும் பிரபாகரனுக்கும் இடையே பேச்சுவார்த்தைகள் தொடங்கின. கூடவே பண்ருட்டி ராமச் சந்திரனும் இருந்தார். அப்போது இலங்கை பற்றியும் அதில் தமிழர்கள் வசிக்கும் பகுதிகள் பற்றியும் எம்.ஜி.ஆர் தன் சந்தேகங்களைக் கேட்டார். எல்லாவற்றுக்கும் முடிந்தவரை விளக்கம் சொன்னார் பண்ருட்டி.

'இவர் சொல்வதுபடி பார்த்தால் மொத்த இலங்கையும் தமிழர் களுக்குத்தானே சொந்தம்? புலிகளுக்குத்தானே முழு இலங்கை யும் கொடுக்கப்படவேண்டும்? இந்தியாவின் யோசனையை ஏற்கமுடியாது என்று நீங்கள் கருதினால் ஏற்கவேண்டாம். நான் வற்புறுத்த மாட்டேன். புறப்படுங்கள்' என்ற எம்.ஜி.ஆர் அங்கிருந்து கிளம்பிவிட்டார்.

சென்னை வந்ததும் தமிழ்நாடு அரசு தங்களிடம் இருந்து பறித்துக் கொண்ட ஆயுதங்களைத் திரும்பத்தரவேண்டும் என்று உண்ணா விரதம் இருந்தார் பிரபாகரன். விஷயம் கேள்விப்பட்ட எம்.ஜி.ஆர், உடனடியாக ஆயுதங்களைத் திரும்ப ஒப்படைக்க உத்தரவிட்டார். போனஸாக மற்ற இயக்கங்களிடம் இருந்து கைப்பற்றிய ஆயுதங்களையும் விடுதலைப் புலிகளிடமே கொடுத்துவிட்டார்!

28. விகடன் ஆசிரியர் கைது!

29.3.87 தேதியிட்ட ஆனந்த விகடன் அட்டையில் ஜோக் ஒன்று வெளியாகியிருந்தது.

அது ஒரு அரசியல் கட்சி மேடை. நாற்காலிகளில் நான்கைந்து அரசியல்வாதிகள் அமர்ந்திருக்கிறார்கள்.

ஒருவர் கேட்கிறார்: 'மேடையிலே இருப்பவர்களில் யாரு எம்.எல்.ஏ.? யாரு மந்திரி?'

இன்னொருவர் பதில் கூறுகிறார்: ஜேப்படித் திருடன் மாதிரி இருப்பவர் எம்.எல்.ஏ. முகமூடித் திருடன் மாதிரி இருப்பவர் மந்திரி.

காங்கிரஸ் உறுப்பினர் என்.எஸ்.வி. சித்தன் இந்த விவகாரத்தை சட்டசபையின் கவனத்துக்குக் கொண்டுவந்தார். உடனடியாக அதுபற்றித் தீர்ப்பளித்தார் சபாநாயகர் பி.ஹெச். பாண்டியன்.

'இப்படிப்பட்ட செய்கை சட்டமன்ற உரிமையை மீறுகிறது. வன்மையாகக் கண்டிக்கத்தக்கது. இதற்காக அடுத்தவார ஆனந்த விகடனின் முதல் பக்கத்திலேயே வருத்தம் தெரிவித்து மன்னிப்பு கேட்கவேண்டும். இல்லை என்றால், உரிமை கமிட்டி விசாரணை இல்லாமலேயே இந்தச் சபை தண்டனையைத் தீர்மானிக்கும்.'

தன் தரப்பை முன்வைத்தது ஆனந்த விகடன். ஒன்று, உரிமை மீறல் விவகாரம் என்றால், குற்றம் சாட்டப்பட்டு, அது

219

உறுப்பினர்களால் விவாதிக்கப்பட்டு, தீர்மானமாக நிறை
வேற்றப்பட்டு, அதன்மீது சபாநாயகர் தீர்ப்பளிக்கவேண்டும்.
சபாநாயகர் தன்னிச்சையாகத் தீர்ப்பளிக்கக்கூடாது. மற்றொன்று,
வக்கீல் ஜோக், டாக்டர் ஜோக் போல இது ஒரு அரசியல்வாதி
ஜோக். அவ்வளவே!

4 ஏப்ரல் 1987. தமிழக சட்டமன்றம் கூடியது. விகடன் ஆசிரியர்
பாலசுப்ரமணியனுக்கு மூன்று மாதக் கடுங்காவல்
தண்டனையை அறிவித்தார் சபாநாயகர். மதியம் 12 மணிக்கு
தீர்ப்பு வழங்கப்பட்டது. மாலை ஐந்தரைக்கு பாலசுப்ரமணியன்

கைது செய்யப்பட்டு சென்னை மத்தியச் சிறையில் அடைக்கப் பட்டார்.

தமிழ்ப் பத்திரிகையாளர்கள் மத்தியில் இந்தத் தீர்ப்பு கடும் கொந்தளிப்பை ஏற்படுத்தியது. சபாநாயகருக்கும் எம்.ஜி.ஆர் அரசுக்கும் கடும் கண்டனங்கள் வந்துகொண்டிருந்தன. உலகில் வேறெங்கும் தரப்படாத தீர்ப்பு என்று பிபிசி வருத்தப்பட்டது. எம்.ஜி.ஆருக்கு நெருக்கடிகள் வரத் தொடங்கின.

ஆனந்த விகடனுக்கும் எம்.ஜி.ஆருக்கும் நெருக்கமான நட்பு உண்டு. எம்.ஜி.ஆர் நடித்த முதல் படத்தின் கதையை எழுதியவர் விகடன் அதிபர் எஸ்.எஸ்.வாசன். எம்.ஜி.ஆரின் நூறாவது படமான ஒளிவிளக்கு ஜெமினியின் தயாரிப்பே. பாலசுப்ர மணியத்தை பாலன் என்று செல்லமாக அழைக்கும் அளவுக்கு எம்.ஜி.ஆருக்கு நல்ல பழக்கம். ஆனால் இப்போது அரசியல் இருவரையும் பிரித்தாளும் முயற்சியில் இறங்கியது.

உடனடியாகக் களத்தில் இறங்கினார் எம்.ஜி.ஆர். திங்கள் கிழமை சபை கூடியது.

'விகடன் ஆசிரியருக்குத் தண்டனை வழங்கிய தீர்மானத்தை மறுபரிசீலனை செய்து, சபை தந்த முடிவை மாற்றிக்கொள்ள வேண்டும்.'

சபாநாயகர் மூலமாக அவையில் கோரிக்கை விடுத்தார் முதலமைச்சர் எம்.ஜி.ஆர். அதை ஏற்றுக்கொண்ட சபாநாயகர், விகடன் ஆசிரியரை விடுதலை செய்வதாக அறிவித்தார். அதன் படி மத்திய சிறையில் இருந்து விடுவிக்கப்பட்டார் பாலசுப்ர மணியன். தன்னைக் கைது செய்ய விதம் முறையற்றது என்றுகூறி நீதிமன்றத்தில் வழக்கு தொடர்ந்தார் பாலசுப்ரமணியன். அரசு எனக்கு அடையாள நஷ்ட ஈடு தரவேண்டும் என்று கோரினார். ஏழு ஆண்டுகளுப்பிறகு அந்த வழக்கில் தீர்ப்பு வழங்கப்பட்டது. ஆயிரம் ரூபாய் நஷ்ட ஈடு வழங்க உத்தரவிட்டது நீதிமன்றம். தமிழக அரசு அந்தப் பணத்தை விகடன் ஆசிரியர் பாலசுப்ர மணியத்திடம் வழங்கியது.

•

26 ஜுலை 1987. எம்.ஜி.ஆருக்கு டெல்லியில் இருந்து அழைப்பு வந்தது. இந்திய - இலங்கை ஒப்பந்தம் தொடர்பாகப் பேச்சு

வார்த்தை நடத்தவேண்டும். பிரபாகரன், பாலசிங்கம் எல்லோரும் இங்கே இருக்கிறார்கள். உடனே வாருங்கள்.

சிறப்பு விமானத்தில் புறப்பட்டார் எம்.ஜி.ஆர். தமிழ்நாடு இல்லத்தில் தங்கிய அவரிடம் இலங்கைக்கான இந்தியத் தூதர் ஜே.என். தீக்ஷித் ஒப்பந்தம் பற்றிப் பேசிக்கொண்டிருந்தார். அப்போது பிரபாகரன், பாலசிங்கம், யோகரத்தினம் யோகி மூவரும் அறைக்குள் நுழைந்தனர். இந்திய இலங்கை ஒப்பந்தத் தின் சாரத்தை விளக்கினார் தீக்ஷித்.

ஒப்பந்தம் என்ன சொல்கிறது?

வடக்கு, கிழக்கு மாகாணங்கள் தாற்காலிகமாக இணைக்கப் படும். இணைந்த மாகாணத்துக்குத் தனியாகத் தேர்தல் நடத்தப் படும். மாகாண சபையைக் கலைக்கும் அதிகாரம் ஜனாதிபதிக்கு உண்டு. ஒப்பந்தம் கையெழுத்தான 72 மணி நேரத்துக்குள் தமிழ்ப் போராளிக் குழுக்கள் அனைத்தும் தங்களது ஆயுதத் தளவாடங் களை இந்திய அமைதிப் படையிடம் ஒப்படைக்கவேண்டும்.

எல்லாவற்றையும் அமைதியாகக் கேட்டுக்கொண்டார் எம்.ஜி.ஆர். விடுதலைப் புலிகளைத் தவிர மற்ற போராளி இயக்கங்கள் அத்தனையும் ஒப்புக்கொண்டுவிட்டன என்பதையும் தீக்ஷித் விளக்கினார். பிறகு தீக்ஷித்தை அறையில் இருந்து வெளியே அனுப்பிவிட்டு பிரபாகரன், பாலசிங்கம், யோகி மூவரிடமும் பேசினார் எம்.ஜி.ஆர்.

'இலங்கை அரசுக்கு அனைத்து அதிகாரங்களையும் வாரி வழங்கும் இந்த ஒப்பந்தத்தில் கையெழுத்திட முடியாது. இந்திய அச்சுறுத்தல்களுக்குப் பயந்து தமிழ் மக்களின் உரிமைகளை விட்டுக்கொடுக்க முடியாது' என்று திட்டவட்டமான குரலில் மூவரும் பேசினர்.

'பிரபாகரன் எடுப்பதுதான் இறுதி முடிவு. என்னுடைய ஆதரவு அதற்கு உண்டு.'

புறப்பட்டுவிட்டார் எம்.ஜி.ஆர்.

29. வன்னியர் சங்கம்

17 செப்டெம்பர் 1987. தமிழ்நாட்டின் வடமாவட்டங்கள் பரபரப் பாக இருந்தன. எங்கு பார்த்தாலும் போலீஸ் வாகனங்கள். காரணம், டாக்டர் ராமதாஸ் தலைமையிலான வன்னியர் சங்கம், சாலை மறியல் போராட்டத்துக்கு அழைப்பு விடுத்திருந்தது.

வகுப்புவாரி இட ஒதுக்கீட்டின்கீழ் வன்னியர்களுக்கு மத்தியில் இரண்டு சதவிகிதமும் மாநிலத்தில் இருபது சதவிகிதமும் கல்வி மற்றும் வேலைவாய்ப்புகளில் பிரதிநிதித்துவமும் தரப்பட வேண்டும் என்பதை வலியுறுத்தியே இந்தப் போராட்டம்.

சொன்னதுபோலவே போராட்டம் தொடங்கியது. வீட்டில் இருந்த வன்னிய இளைஞர்கள் அத்தனை பேரும் சாலைக்கு வந்தனர். வழியில் தென்பட்ட வாகனங்கள் எல்லாம் தடுத்து நிறுத்தப்பட்டன. திமிறிச் சென்ற வாகனங்கள்மீது கற்கள் வீசப் பட்டன. ஒரே மூச்சில் அனைத்து வட மாவட்டங்களிலும் போராட்டம் தொடங்கியிருந்ததால் அதன் வீரியம் பலமாக இருந்தது. அரசு வாகனங்கள், தனியார் வாகனங்கள் என்று வித்தியாசம் பார்க்காமல் தாக்கப்பட்டன. கண்ணாடிகள் நொறுங்கின.

வாகனங்கள் செல்வதைத் தடுக்கும் முயற்சியாக, சாலை ஓரங் களில் நின்றுகொண்டிருந்த மரங்கள் வெட்டி வீழ்த்தப்பட்டன. பெரும் மரங்கள் சாலைக்குக் குறுக்கே விழுந்ததால் வாகனங்கள்

மேற்கொண்டு முன்னேற முடியவில்லை. சாலைகள் மூச்சுத் திணறின. தேசிய நெடுஞ்சாலைகள் செயலிழந்தன.

நிலைமையைக் கட்டுப்படுத்தும் வகையில் காவல்துறையினர் துப்பாக்கிப் பிரயோகம் செய்தனர். குண்டடிக்கு ஆளானவர்கள் எல்லாம் சாலையிலேயே மரங்களோடு மரங்களாகச் சாய்ந்து விழுந்தனர். முதல் நாள் மட்டும் நான்கு பேர் பலியாகினர்.

அடுத்தடுத்த நாள்களும் போராட்டம் தொடர்ந்தது. வன்முறை தொடர்ந்தது. உயிர்ப்பலிகளும் தொடர்ந்தன. பார்ப்பனப்பட்டு ரெங்கநாத கவுண்டர், சித்தணி ஏழுமலை, முண்டியம்பாக்கம் சிங்காரவேலு, கயத்தூர் முனியன், ஒரத்தூர் ஜெகநாதன் உள்ளிட்ட ஒன்பது பேர் பலியாகினர். பன்னிரண்டு பேர் சுட்டுக் கொல்லப்பட்டனர். காவல்துறையினரால் தாக்கப்பட்டு மேலும் ஒன்பதுபேர் உயிரிழந்தனர் என்றது வன்னியர் சங்கம்.

மொத்தம் ஏழு நாள்களுக்குத் தொடர்ந்தது இந்தப் போராட்டம். ஒட்டுமொத்த தமிழகத்தையும் வன்னியர் சங்கம் உலுக்கிக் கொண்டிருந்த சமயத்தில் எம்.ஜி.ஆர் மருத்துவ சிகிச்சைக்காக அமெரிக்காவில் இருந்தார். உடனடியாக அவருக்குத் தகவல் தெரிவிக்கப்பட்டது. சிகிச்சை முடிந்து சென்னை திரும்பியதும் தமிழ்நாட்டில் இருக்கும் அனைத்து சாதி சங்கங்களையும் பேச்சுவார்த்தைக்கு அழைத்தார் எம்.ஜி.ஆர்.

அந்தக் கூட்டத்துக்கு வன்னியர் சங்கம் உள்ளிட்ட 94 சாதிச் சங்கங்கள் தங்கள் பிரதிநிதிகளை அனுப்பியிருந்தன. எம்.ஜி.ஆருடன் பேச்சுவார்த்தைகள் தொடங்கின. நவம்பர் மாதம் பேச்சுவார்த்தை முடிந்தது. விரைவில் தீர்வுகள் எட்டும் என்று வன்னியர் சங்கம் நம்பிக்கையுடன் புறப்பட்டது.

30. ராணுவ வண்டி

ராஜிவ் காந்தி வருகிறார் என்று டெல்லியில் இருந்து தகவல் வந்தது. சென்னை கத்திப்பாரா சந்திப்பில் ஜவாஹர்லால் நேருவின் சிலை எழுப்பப்பட்டிருந்தது. நேருவின் சிலையை அவருடைய பேரன் திறந்துவைப்பதற்கான ஏற்பாடுகள் தடபுடலாக நடந்துகொண்டிருந்தன. முதலமைச்சர் எம்.ஜி.ஆரும் அந்த விழாவில் கலந்துகொள்வார் என்று அறிவிக்கப்பட்டிருந்தது. அப்போது ஜெயலலிதாவின் செல்வாக்கு டெல்லியில் நன்றாக வேர்பிடித்து வளர்ந்திருந்தது.

புரட்சிப்பெண் அருணா ஆஸப் அலி அந்த விழாவில் கலந்து கொள்வதாக இருந்தது. ஆனால் அவருக்குப் பதிலாகத் தான் கலந்துகொள்ளவேண்டும் என்று ஜெயலலிதா விரும்புகிறார் என்று தகவல்கள் கசிந்தன. ஆனால் எம்.ஜி.ஆருக்கு அதில் விருப்பமில்லை. வேண்டாம் என்று சொல்லிவிட்டார்.

அப்போது இரண்டு விஷயங்கள் எம்.ஜி.ஆரின் கவனத்துக்கு வந்தன. ஒன்று, ராஜிவ் காந்தியின் பரிந்துரையுடன்தான் அந்தச் சிலைத் திறப்பு விழாவில் கலந்துகொள்ள ஜெயலலிதா முயற்சி செய்துவருகிறார். இன்னொன்று, பிரதமர் ராஜிவ் காந்தி பேச இருக்கும் உரையில் 'மாண்புமிகு தமிழக முதல்வர் திரு. எம்.ஜி.ராமச்சந்திரன் அவர்களே' என்பது வெறுமனே 'திரு. எம்.ஜி. ராமச்சந்திரன்' என்று திருத்தப்பட்டது. மனத்துக்குள் சந்தேகச் செடிகள் முளைக்கத் தொடங்கியிருந்தன.

2 டிசம்பர் 1987. திறப்பு விழா தொடங்கியது. மேடையில் ராஜிவ் காந்தி. எம்.ஜி.ஆர். மற்றும் சிலர். ஆனால் ஜெயலலிதா இல்லை. எம்.ஜி.ஆரின் உடல்நிலை பற்றி விசாரித்தார் ராஜிவ் காந்தி. 'துணை முதல்வர் பதவியை உருவாக்கி அதில் ஜெய லலிதாவை அமர்த்திவிட்டு நீங்கள் ஏன் ஓய்வெடுக்ககூடாது?' ராஜிவ் கேட்ட கேள்விக்கு வெறும் புன்னகையை மட்டும் பதிலாகத் தந்தார் எம்.ஜி.ஆர்.

•

24 டிசம்பர் 1987. ராமாவரம் தோட்டத்தில் இருந்து அந்தச் செய்தி வந்தபோது தமிழகத்தின் மூச்சே சில நொடிகள் ஸ்தம்பித்து விட்டன. அதிகாலை 3.30 மணிக்கு எம்.ஜி.ஆர் மரணம் அடைந்து விட்டார் என்றது அந்தச் செய்தி. மறுநொடி தமிழகம் முழுக்க அழுகுரலும் வன்முறையுமாக இருந்தது. கடை அடைப்பு. சாலை மறியல். பேருந்து உடைப்பு. கண்ணில் தென்பட்ட பேருந்திலும் லாரியிலுமாக அஇஅதிமுக தொண்டர்களும் எம்.ஜி.ஆர் ரசிகர்களும் சென்னைக்கு இடம்பெயரத் தொடங்கினர்.

நெடுஞ்செழியன், வீரப்பன் உள்ளிட்ட தலைவர்கள் இறுதிச் சடங்குக்கான வேலைகளில் மும்முரமாக இருந்தனர். காலை

மணி ஆறரை இருக்கும். ராமாவரம் தோட்டத்துக்குள் நுழைந்தது அந்த கார். கண்ணீரும் கம்பலையுமாக இறங்கினார் கருணாநிதி. கையோடு மாலையையும் கொண்டுவந்திருந்தார். முன்னாள் அமைச்சர் மாதவன் வந்து கருணாநிதியை உள்ளே அழைத்துச் சென்றார். மாலையை எம்.ஜி.ஆரின் உடலில் வைத்துவிட்டு புறப்பட்டார் கருணாநிதி.

மரணச் செய்தி இப்போது தமிழ்நாட்டில் ஒவ்வொரு அங்குலத் துக்கும் சென்று சேர்ந்திருந்தது. துக்கத்தைத் தாங்கிக்கொள்ள முடியாதவர்கள் வன்முறையில் ஈடுபட்டனர். முக்கியமாக சென்னை வன்முறைக் காடாக மாறிக்கொண்டிருந்தது. மக்கள் கூட்டம் ராமாவரம் தோட்டத்தை முற்றுகையிடத் தொடங்கியது. இனியும் இங்கே உடலை வைத்திருக்கவேண்டாம், ராஜாஜி பவனுக்குக் கொண்டுபோய்விடலாம் என்று முடிவானது.

லிஃப்ட் வழியாக எம்.ஜி.ஆரின் உடலைக் கீழே இறக்கமுடி வானது. சிரமமாக இருக்கவே லிஃப்ட் உடைக்கப்பட்டது. அதன்பிறகு உடல் வெளியே கொண்டுவரப்பட்டு ஆம்புலன்ஸில் ஏற்றப்பட்டது. அதற்குள் எம்.ஜி.ஆரின் முகத்தைப் பார்த்து விடவேண்டும் என்று அவசரமாக ஓடிவந்தார் ஜெயலலிதா. முடியவில்லை. தடுப்புகளை மீறி ஆம்புலன்ஸை நெருங்கு வதற்குள் புறப்பட்டுவிட்டது.

எம்.ஜி.ஆரின் உடல் ராஜாஜி பவனில் இருக்கிறது என்ற செய்தி சென்னை வந்துகொண்டிருந்த அத்தனை பேரையும் ராஜாஜி பவன் பக்கம் திருப்பியது. ஆயிரக்கணக்கில் மக்கள் கூட்டம் திரளத் தொடங்கியது. கண்ணீர், ஆத்திரம், வெறி என்று வந்த மக்களை காவல்துறையால் தடுத்து நிறுத்தமுடியவில்லை. திமிறிக்கொண்டு வந்தனர். தங்கள் தலைவரின் முகத்தை ஒரு முறையாவது பார்த்துவிடவேண்டும் என்ற ஆவல் அவர் களுடைய முகத்தில் அப்பட்டமாகத் தெரிந்தது.

அண்ணா சாலையில் இருக்கும் பல்லவன் போக்குவரத்துக் கழக அலுவலகத்தில் இருந்து சேப்பாக்கம் கிரிக்கெட் மைதானம் வரை ராஜாஜி பவனைச் சுற்றி பலத்த போலீஸ் பாதுகாப்பு போடப்பட்டிருந்தது. மூன்றடிக்கு ஒரு காவலர் கையில் லத்தியுடன் நின்றுகொண்டிருந்தார். ஆனால் அதைக்கொண்டு மக்களை அடக்கமுடியும் என்ற நம்பிக்கை எந்தக் காவலருக்கும் இல்லை.

நடுநாயகமாக வைக்கப்பட்டிருந்த எம்.ஜி.ஆர் உடலைச் சுற்றி மாநில அமைச்சர்கள், கட்சியின் முக்கியத் தலைவர்கள். எம்.ஜி.ஆரின் தலைமாட்டில் கறுப்பு நிறச் சேலையில் இருந்தார் ஜெயலலிதா. சில நிமிடங்களில் எம்.ஜி.ஆரின் உடல் பொது மக்கள் பார்வைக்காகத் தயார் செய்யப்பட்ட மேடைக்குக் கொண்டுவரப்பட்டது. இடைப்பட்ட சமயத்தில் தொண்டர் களின் ஆத்திரத்துக்கு அண்ணா சாலையில் இருக்கும் கருணாநிதி யின் சிலை பலியாகியிருந்தது.

பொதுமக்கள் பார்வையிடுவதற்கு ஏற்பாடுகள் செய்யப்பட்டன. விடிய விடிய மக்கள் வந்துகொண்டே இருந்தனர். கண்ணீர்க் கடலில் கரைந்துகொண்டிருந்தது ராஜாஜி பவன். விடிந்தது. ஆனாலும் மக்கள் கூட்டம் கலையாமல் இருந்தது. பிறகு நண்பகல் பனிரண்டு மணிக்கு சடங்குகள் செய்வதற்காக எம்.ஜி.ஆரின் உடல் உள்ளே எடுத்துச் செல்லப்பட்டது.

சென்னை மெரினா கடற்கரையில் அண்ணா சதுக்கத்துக்கு அருகில் எம்.ஜி.ஆரை அடக்கம் செய்வது என்று முடிவானது. மதியம் ஒரு மணிக்கு எம்.ஜி.ஆரின் உடல் அவருக்கென்றே பிரத்யேகமாகத் தயார் செய்யப்பட்ட ராணுவ வண்டியில் ஏற்றப்பட்டது. 'தலைவா...' என்ற கதறல் அந்தப் பிராந்தியத் தையே நடுங்க வைத்தது.

எம்.ஜி.ஆரின் உடல் ஏற்றப்பட்ட வண்டியில் ஜெயலலிதாவும் ஏற முயன்றார். அருகில் இருந்த ஜானகியின் உறவினர்களுக்கும் ராணுவ வண்டியில் ஏற முயன்றனர். அப்போது ஏற்பட்ட நெரிசல் மற்றும் தள்ளுமுள்ளில் ஜெயலலிதா ராணுவ வண்டியில் இருந்து கீழே தள்ளப்பட்டார்.

ஊர்வலம் தொடங்கியது. அண்ணா சதுக்கத்தை நோக்கி ராணுவ வண்டி செலுத்தப்பட்டது. நகர்ந்தது என்று சொல்லமுடியாது. மெல்ல மெல்ல ஊர்ந்தது. வண்டி மெரினா கடற்கரையை நெருங்கியதும் எம்.ஜி.ஆரின் உடல் இறக்கப்பட்டது. தயாராக இருந்த சந்தனப் பெட்டியில் எம்.ஜி.ஆரின் உடல் வைக்கப் பட்டது. அடுத்த சில நிமிடங்களில் ஒரு சகாப்தம் புதைக்கப் பட்டது.

எம்.ஜி.ஆருக்குப் பிறகு

ஜெ Vs ஜா

வெற்றிடத்தை நிரப்பப்போவது யார்? தாற்காலிக ஏற்பாடாக மூத்த அமைச்சர் நாவலர் நெடுஞ்செழியனிடம் முதலமைச்சர் பொறுப்பு ஒப்படைக்கப்பட்டிருந்தது. கட்சிக்கும் ஆட்சிக்கும் நிரந்தரமான ஏற்பாடு செய்யப்படவேண்டும்.

எந்த மேடையிலும் சரி, எந்தப் பத்திரிகையிலும் சரி. எம்.ஜி.ஆர் தன் அரசியல் வாரிசு என்று ஒருவரைக்கூட அடையாளம் காட்டியதில்லை. இன்றுவரை எம்.ஜி.ஆருடன் நெருக்கமாக இருப்பவர் நாளையே தூரத்துக்குச் சென்றுவிடுவார். அவரை விட்டு வெகுதூரம் விலகியிருக்கும் ஒருவர் திடுதிப்பென எம்.ஜி.ஆரின் நெருக்கமான வட்டத்தில் வளைய வந்துகொண்டு இருப்பார். இறுதிவரை புரிந்துகொள்ளமுடியாத புதிராகவே வாழ்ந்திருந்தார் எம்.ஜி.ஆர்.

எம்.ஜி.ஆரின் இடம் எனக்குத்தான் என்று ஒவ்வொருவரும் தாங்கள் விரும்பிய விதத்தில் மனக்கோட்டை எழுப்பிக் கொண்டிருந்தனர். ஊடகங்கள் தங்கள் மனத்தில் பட்டதையும் காதில் விழுந்ததையும் எழுத நினைத்ததையும் கூட்டாகச் சேர்த்து எழுதிக்கொண்டிருந்தன. ஜானகி முதல்வராகிறார் என்று ஒரு செய்தி. இல்லை, இல்லை, அவருடைய ஆதரவுடனும் ஆர்.எம். வீரப்பனே முதலமைச்சர் ஆகிறார் என்று இன்னொரு செய்தி.

தாற்காலிக முதலமைச்சர் நாவலர் நெடுஞ்செழியன் உள்ளிட்டோர் ஜெயலலிதாவையே ஆதரிப்பதாகப் புதிய செய்தி ஒன்று காற்றில் கலந்தது. அஇஅதிமுக எம்.எல்.ஏக்கள் இரண்டாகப் பிரிந்தனர். ஜானகி ஆதரவாளர்கள் மற்றும் ஜெயலலிதா ஆதரவாளர்கள். இரு தரப்பிலும் சக்திவாய்ந்த தலைவர்கள் பலர் திரண்டு நின்றனர்.

அஇஅதிமுக வட்டாரத்தில் குழப்பம் குமைந்துகொண்டு இருந்தது. ஜெயலலிதா ஆதரவாளர்கள் கூட்டம் கூட்டப்பட்டது. அதில் கட்சியின் செயற்குழு உறுப்பினர்கள், மாவட்டச் செயலாளர்கள், எம்.எல்.ஏக்கள், எம்.பிக்கள் பலர் கலந்துகொண்டனர். அந்தக் கூட்டத்தில் கட்சியின் பொதுச்செயலாளராக ஜெயலலிதா ஒருமனதாகத் தேர்வுசெய்யப்பட்டார்.

ஆனால், ஜானகியை முதலமைச்சர் பதவியை ஏற்க அழைப்பு விடுத்தார் ஆளுநர் குரானா. திடீர் திருப்பத்தின் சூத்திரதாரி ஆர்.எம். வீரப்பன். முதலமைச்சர் பதவியை ஏற்றார் ஜானகி. விரைவில் பெரும்பான்மையை நிரூபிக்கவேண்டும். ஜானகி அணியில் 98 எம்.எல்.ஏக்கள். ஜெயலலிதா அணியில் 34 எம்.எல்.ஏக்கள். பெரும்பான்மையைத் திரட்டத் தொடங்கினார் வீரப்பன். காங்கிரஸ் கட்சியோ முடிவைச் சொல்லத் தாமதித்தது. இறுதி ஆயுதமாக திமுகவை நாடினர். பலனில்லை.

இருந்தும் நம்பிக்கை வாக்கு கோரினார் ஜானகி. திடீரென சட்டமன்றத்தில் வன்முறை வெடித்தது. சட்டப்பேரவைக்குள் காவலர்கள் நுழையும் அளவுக்கு நிலைமை சென்றது. சட்ட சபையைக் கலைத்தார் ஆளுநர் குரானா. தேர்தல் அறிவிக்கப்பட்டது.

முடங்கியது இரட்டை இலை

ஆளுங்கட்சி பிரிந்ததால் தமிழக அரசியல் சூடுபிடித்தது. திமுகவும் காங்கிரஸும் சிலிர்த்துக்கொண்டு எழுந்தன. அடுத்த பிரச்னை அஇஅதிமுகவின் இரட்டை இலைச் சின்னம் யாருக்கு என்பதில் தொடங்கியது. ஜெயலலிதா, ஜானகி இருவருமே இரட்டை இலையைக் கோரியதால் அந்தச் சின்னம் முடக்கப்பட்டது. ஜெயலலிதாவுக்கு சேவல் சின்னம். ஜானகிக்கு இரட்டைப் புறா சின்னம்.

போடி நாயக்கனூர் தொகுதியில் ஜெயலலிதா நின்றார். ஆண்டிப் பட்டியில் ஜானகி. ஜானகி அணிக்கு நடிகர் சிவாஜி கணேசனின் கட்சி ஆதரவு கொடுத்திருந்தது. மார்க்சிஸ்ட் கம்யூனிஸ்ட் கட்சி, ஜனதா தளம், முஸ்லிம் லீக் ஆகிய கட்சிகளுடன் திமுக கூட்டணி அமைத்திருந்தது. ஆட்சியைக் கைப்பற்றும் கனவுடன் காங்கிரஸ் தனித்துப் போட்டியிட்டது.

பலத்த போட்டிக்குப்பிறகு தி.மு.க வெற்றிபெற்றது. எமர்ஜென்சி ஆட்சிக் கலைப்புக்குப் பிறகு மீண்டும் கருணாநிதி முதலமைச்ச ரானார். ஜெயலலிதா அணிக்கு 27 தொகுதிகளில் வெற்றி கிடைத்தது. ஜானகி அணி சார்பாக ஜெயித்த ஒரே நபர் சேரன்மா தேவி தொகுதியில் போட்டியிட்ட முன்னாள் சபாநாயகர் பி.ஹெச். பாண்டியன்.

தேர்தல் முடிவுகள் சில உண்மைகளை எல்லோருக்குமே புரிய வைத்தன. பிரிந்துகிடந்தால் லாபமில்லை. எனவே ஜெய லலிதா-ஜானகி அணிகள் இணைந்தன. அஇஅதிமுகவின் பொதுச்செயலாளரானார் ஜெயலலிதா. சட்டமன்ற எதிர்க்கட்சித் தலைவராகவும் தேர்ந்தெடுக்கப்பட்டார். ஒன்றாக இணைந்த அஇஅதிமுகவுக்கு இரட்டை இலை சின்னம் மீண்டும் கிடைத்தது. அதன் மகிமை மருங்காபுரி மற்றும் மதுரை கிழக்கு இடைத் தேர்தல்களில் கிடைத்த வெற்றியின்மூலம் நிரூபண மானது.

25 மார்ச் 1989. நிதித்துறைக்குப் பொறுப்பேற்றிருந்த முதலமைச்சர் கருணாநிதி பட்ஜெட்டைப் படிப்பதற்காக எழுந்தார். அப்போது அஇஅதிமுகவைச் சேர்ந்த உறுப்பினர் ஒருவர் அந்த உரையைப் பிடுங்கி எறிந்தார். மறுநொடி இரு தரப்புக்கும் இடையே வாக்குவாதம் முற்றி கைகலப்பில் வந்து முடிந்தது. அப்போது நடந்த களேபரத்தில் முதலமைச்சர் கருணாநிதியின் மூக்குக் கண்ணாடி உடைந்ததாகவும் ஜெயலலிதாவின் சேலை இழுத்துக் கிழிக்கப்பட்டதாகவும் சொல்லப்பட்டது.

தலைவிரிகோலமாக சட்டமன்றத்தில் இருந்து வெளியே வந்தார் ஜெயலலிதா. அடுத்து வந்த நாடாளுமன்றத் தேர்தலில் அஇஅதிமுக - காங்கிரஸ் கூட்டணிக்கு தமிழகத்தில் வெற்றி கிடைத்தது. ஆனால் அகில இந்திய அளவில் காங்கிரஸுக்குத் தேவையான இடங்கள் கிடைக்கவில்லை. ராஜிவ் காந்தியால் பிரதமர் ஆகமுடியவில்லை. தேசிய முன்னணி சார்பில் வி.பி.சிங்

பிரதமரானார். பிறகு ஏற்பட்ட அரசியல் மாற்றங்களால் காங்கிரஸ் ஆதரவுடன் சந்திரசேகர் பிரதமரானார்.

ஜெயலலிதா விடுதலைப் புலிகள் பற்றிய தன் நிலைப்பாட்டை மாற்றிக்கொண்டார். விடுதலைப் புலிகள் ஊடுருவலால் தமிழ் நாட்டில் சட்டம் ஒழுங்கு சீர்குலைந்துவிட்டதாக அறிக்கை வெளியிட்டார். எம்.ஜி.ஆர் உயிருடன் இருந்தவரை, விடுதலைப் புலிகளின் ரட்சகராகவும் புரவலராகவும் இருந்தார். அவர் இறந்த சில ஆண்டுகளிலேயே அவர் தொடங்கிய அஇஅதிமுக விடுதலைப் புலிகளை வெறுக்கத் தொடங்கி விட்டது.

சந்திரசேகர் பிரதமராக இருந்தபோது, சட்டம் ஒழுங்கு என்று காரணம் காட்டி திமுக அரசு கலைக்கப்பட்டது.

முதல்வரானார் ஜெயலலிதா

1991-ல் தமிழக சட்டமன்றத்துக்கும் நாடாளுமன்றத்துக்கும் ஒரே நேரத்தில் தேர்தல் நடக்கும் என்று முடிவானது. அஇஅதிமுக - காங்கிரஸ் கூட்டணி ஏற்பட்டது. ஆட்சிக் கலைப்புக்கு எதிராகச் சரியான தீர்ப்பு கொடுங்கள் என்றது திமுக. ஆனால், திடுதிப்பென தேசிய அரசியலை உலுக்கிப் போட்டது அந்தப் படுகொலை.

அஇஅதிமுக - காங்கிரஸ் கூட்டணி வேட்பாளர்களுக்கு ஆதர வாகப் பிரசாரம் செய்ய வந்திருந்த ராஜிவ் காந்தி 21 மே 1991 அன்று சென்னை அருகே உள்ள ஸ்ரீபெரும்புதூரில் விடுதலைப் புலிகளின் மனித வெடிகுண்டுத் தாக்குதலில் படுகொலை செய்யப்பட்டார்.

தமிழ்நாட்டில் ராஜிவ் காந்தி அனுதாப அலை வீசத் தொடங்கியது. அஇஅதிமுக - காங்கிரஸ் கூட்டணி அபார வெற்றி பெற்றது. தமிழ்நாட்டின் முதலமைச்சராக ஜெயலலிதா பொறுப்பேற்றுக்கொண்டார். அவருடைய அமைச்சரவையில் நெடுஞ்செழியன், எஸ்.டி. சோமசுந்தரம், ஆர்.எம்.வீரப்பன் போன்ற எம்.ஜி.ஆர் விசுவாசிகள் இடம்பெற்றனர்.

புழக்கத்தில் இருந்த மலிவு விலை மதுவுக்குத் தடை உத்தரவு பிறப்பித்து பணியைத் தொடங்கினார் ஜெயலலிதா. காவிரி

பிரச்னைக்காக உண்ணாவிரதம் இருந்தார். ஆனால் மகாமக விபத்து, வளர்ப்பு மகனின் ஆடம்பரத் திருமணம் என்று பல கரும்புள்ளிகள் அஇஅதிமுக அரசின்மீது விழுந்தன. ஐந்தாண்டு கால ஆட்சியில் நிறைய சர்ச்சைகளை சம்பாதித்திருந்தது அஇஅதிமுக. முக்கியமாக, பல ஊழல் குற்றச்சாட்டுகள்.

தோற்றது அஇஅதிமுக

அடுத்து 1996-ல் வந்த தேர்தலில் பலத்த எதிர்ப்புகளுக்கு இடையே அஇஅதிமுக - காங்கிரஸ் கூட்டணி உருவானது. அதை எதிர்த்த மூத்த காங்கிரஸ் தலைவர் கருப்பையா மூப்பனார் காங்கிரஸிலிருந்து பிரிந்து தமிழ் மாநில காங்கிரஸ் என்ற கட்சியைத் தொடங்கி திமுகவுடன் அணி அமைத்தார். அந்த அணிக்கு நடிகர் ரஜினிகாந்த் ஆதரவளித்தார். 'ஜெயலலிதா மீண்டும் ஆட்சிக்கு வந்தால் தமிழகத்தை அந்த ஆண்டவனாலும் காப்பாற்ற முடியாது' என்றார் ரஜினிகாந்த். இறுதியில் அஇஅதிமுகவுக்குத் தோல்வியே மிஞ்சியது. பர்கூர் தொகுதியில் ஜெயலலிதாவே தோல்வியைச் சந்தித்தார். அஇஅதிமுகவுக்கு வெறும் நான்கு இடங்களே கிடைத்தன.

கருணாநிதி மீண்டும் முதல்வரானார். அவருடைய அரசு ஐந்தாண்டு கால ஜெயலலிதா ஆட்சியில் நடந்த ஊழல்களைத் தோண்டத் தொடங்கியது. வருமானத்துக்கு மீறிய சொத்து சேர்த்த வழக்கு, ப்ளஸண்ட் ஸ்டே ஹோட்டல் வழக்கு, ஸ்பிக் பங்கு விற்பனை வழக்கு, நிலக்கரி ஊழல் வழக்கு, டான்ஸி வழக்கு, கலர் டிவி ஊழல், சுடுகாட்டு ஊழல் என்று ஏராளமான ஊழல்கள். ஜெய லலிதா கைது செய்யப்பட்டார்.

சரிவில் இருந்து மீண்டு வருவதற்குள் அவருக்குப் போதும் போதும் என்றாகிவிட்டது. நிலைமையைச் சமாளிக்க, 1998-ல் நடந்த நாடாளுமன்றத் தேர்தலில் பாரதிய ஜனதா கட்சி, மதிமுக, பாமக ஆகிய கட்சிகளுடன் கூட்டணி அமைத்தார். அதற்கு நல்ல பலன் கிடைத்தது. மொத்தம் முப்பது இடங்களை அஇஅதிமுக அணி வென்றது. வாஜ்பாய் அமைச்சரவையில் அஇஅதிமுக எம்.பிக்களுக்கு அமைச்சர் பதவி கிடைத்தது.

திடீரென ஏற்பட்ட கருத்து வேறுபாடுகளால் வாஜ்பாய் அரசுக்கு அளித்துவந்த ஆதரவை ஜெயலலிதா விலக்கிக்கொண்டார். அரசு கவிழ்ந்தது. இந்த இடத்தில் ஜெயலலிதா வைத்த குறி

தப்பியது. பாஜக கூட்டணியில் அஇஅதிமுக இருந்த இடத்தை திமுக பிடித்துக்கொண்டது. காங்கிரஸூம் அஇஅதிமுகவும் சேர்ந்து கூட்டணி அமைத்து, படுதோல்வியைச் சந்தித்தன. தேசிய அளவில் பரவலாக வெற்றி வாகை சூடியிருந்த பாஜக மத்தியில் ஆட்சி அமைத்தது. வாஜ்பாய் மீண்டும் பிரதமரானார். இப்போது திமுகவின் முறை. அந்தக் கட்சிக்கு வாஜ்பாய் அமைச்சரவையில் இடம் கிடைத்தது. ஜெயலலிதாவுக்கு மீண்டும் ஒரு நெருக்கடியான காலகட்டம்.

2 பிப்ரவரி 2000 அன்று சிறப்பு நீதிமன்றம் ஜெயலலிதாவுக்கு எதிரான வழக்கில் ஓராண்டு ஜெயில் தண்டனையை உறுதி செய்தது. அதன் எதிரொலியாக கோவை விவசாயக் கல்லூரியிலிருந்து தர்மபுரிக்கு சுற்றுலா வந்த பேருந்துக்கு அஇஅதிமுக விசுவாசிகள் தீவைத்துக் கொளுத்தினர். அதில் மூன்று மாணவிகள் கருகிச் செத்தனர். இது அஇஅதிமுகவுக்கு மிகப்பெரிய களங்கமாக வந்து சேர்ந்தது. தன்னைச் சுற்றிப் பின்னப்பட்டு வரும் அதிருப்தி வலைகளை அறுக்க ஜெயலலிதா நாடிய நபர் கருப்பையா மூப்பனார். அஇஅதிமுக - தமாகா கூட்டணி ஏற்பட்டது. பிறகு காங்கிரஸ், பாட்டாளி மக்கள் கட்சி, இடதுசாரிகள் ஆகியோர் அஇஅதிமுக அணியில் இணைந்தனர். திமுக அணியில் பாஜகவும் சில சாதிக்கட்சிகளும் இணைந்தன.

டான்ஸி நிலம் தொடர்பான வழக்கில் ஜெயலலிதாவுக்கு இரண்டாண்டு தண்டனை விதிக்கப்பட்டிருந்ததால் அவருடைய வேட்புமனுக்கள் நிராகரிக்கப்பட்டன. எனினும் 2001 சட்டமன்றத் தேர்தலில் அஇஅதிமுகவே வென்றது. அஇஅதிமுக எம்.எல்.ஏக்கள் ஜெயலலிதாவையே சட்டமன்றக் கட்சித் தலைவராகத் தேர்வு செய்தனர். இரண்டாவது முறையாக முதலமைச்சரானார் ஜெயலலிதா.

ஓ. பன்னீர்செல்வம்

இரண்டாண்டுகளுக்கு மேல் சிறைத் தண்டனை பெற்றவர்கள் சட்டப்பிரிவு 164 பிரிவு 1 மற்றும் 4 ஆகியவற்றின்படி மாநில முதலமைச்சராகத் தொடர்வதை அனுமதிக்க முடியாது என்ற தீர்ப்பை நீதிமன்றம் வழங்கியது. முதலமைச்சர் பதவி ஏற்ற சில மாதங்களிலேயே ராஜினாமா செய்த ஜெயலலிதா, தனக்குப்

பதிலாக பெரியகுளம் சட்டமன்ற உறுப்பினரும் மாநில வருவாய்த்துறை அமைச்சருமான ஓ. பன்னீர்செல்வத்தை முதலமைச்சராக்கினார்.

ஆறு மாதங்களில் வழக்குகளில் இருந்து அவர் விடுவிக்கப் பட்டார். ஆண்டிப்பட்டி இடைத்தேர்தலில் போட்டியிட்டு வெற்றிபெற்று மீண்டும் முதலமைச்சரானார் ஜெயலலிதா. ஆலயங்களில் அன்னதானத் திட்டம், பொடா சட்டம், எஸ்மா, டெஸ்மா, அரசு ஊழியர் பணிநீக்கம் என்று அதிமுக அரசு மீண்டும் சர்ச்சைகளில் சிக்கிக்கொண்டே இருந்தது.

2004 நாடாளுமன்றத் தேர்தலின்போது திமுக - காங்கிரஸ் கூட்டணி ஏற்பட்டது. இதற்குள் தமிழ் மாநில காங்கிரஸ், இந்திரா காங்கிரஸ் கட்சியுடன் இணைந்திருந்தது. மதிமுக, பாமக, இடதுசாரிகளும் அந்த அணியில் இணைந்தனர். வேறு வழியில்லாமல் பாஜகவுடன் அணி அமைத்தது அஇஅதிமுக. தேர்தலின் முடிவில் தமிழ்நாடு, புதுச்சேரி மாநிலங்களில் மொத்தம் உள்ள நாற்பது தொகுதிகளையும் திமுக - காங்கிரஸ் கூட்டணி கைப்பற்றியது. அஇஅதிமுகவுக்குக் கிடைத்தது பூஜ்ஜியம். 32 ஆண்டு அஇஅதிமுக வரலாற்றில் இதுதான் மிகப் பெரிய தோல்வி.

2006 மே மாதத்தில் தமிழக சட்டமன்றத்துக்குத் தேர்தல் அறிவிக்கப் பட்டது. திமுகவுடன் ஏற்பட்ட மோதல் காரணமாக மதிமுக ஜெயலலிதா அணியில் இணைந்தது. விடுதலைச் சிறுத்தைகளும் வந்து சேர்ந்தது. திமுக அணியில் காங்கிரஸ், பாமக மற்றும் இடதுசாரிகள் இருந்தனர். இப்போது அஇஅதிமுகவுக்குச் சவால் விடும் வகையில் நடிகர் விஜயகாந்த் தலைமையில் தேசிய முற்போக்கு திராவிட கழகம் உருவாகியிருந்தது.

கறுப்பு எம்.ஜி.ஆர் என்று அவரைப் புகழ்ந்தார் எம்.ஜி.ஆரின் சீடரும் ஜெயலலிதாவின் எதிரிகளுள் ஒருவருமான பண்ருட்டி ராமச்சந்திரன். எம்.ஜி.ஆரின் படத்தைத் தன்னுடைய போஸ்டர் களில் பயன்படுத்தினார் விஜயகாந்த்.

தேர்தல் முடிவில் அஇஅதிமுக கூட்டணி தோல்வியைச் சந்தித்தது. பெரும்பாலான தொகுதிகளில் விஜயகாந்த் கட்சி, அஇஅதிமுக வுக்குக் கிடைக்க வேண்டிய வெற்றிகளை திமுக அணிக்கு

மாற்றிக் கொடுத்திருந்தது. மீண்டும் கருணாநிதி முதலமைச்ச ரானார். ஆனால் அவருக்கு அறுதிப் பெரும்பான்மை கிடைக்க வில்லை. கூட்டணிக் கட்சிகளின் ஆதரவுடன் ஆட்சி அமைத் தார். இதையே திமுகவின் மீதான தன் விமரிசனமாக முன்வைத் தார் ஜெயலலிதா. ஒவ்வொரு அறிக்கையிலும் மைனாரிட்டி திமுக அரசு என்றே விளித்தார்.

தொண்டரின் விருப்பம்

ஒரு நாடாளுமன்றத் தேர்தல், ஒரு சட்டமன்றத் தேர்தல் என்று இரண்டு தொடர் தோல்விகளைச் சந்தித்திருந்த அஇஅதிமுக அடுத்து 2009-ல் இன்னொரு நாடாளுமன்றத் தேர்தலை எதிர் கொண்டது. வியூகத்தை மாற்றினார் ஜெயலலிதா. பாமகவை யும் இடதுசாரிகளையும் தன்பக்கம் சேர்த்துக்கொண்டார். திமுக அணியில் காங்கிரஸ், விடுதலைச் சிறுத்தைகள் இடம் பெற்றன.

அந்தத் தேர்தலின்போது இலங்கைத் தமிழர் விவகாரம் உச்ச கட்டத்தில் இருந்தது. ராஜிவ் படுகொலைக்குப் பிறகு விடுதலைப் புலிகள், ஈழம் போன்ற விஷயங்களை அறவே ஒதுக்கிவைத்திருந்த ஜெயலலிதா இப்போது ஈழத் தமிழர்கள் பற்றிப் பேசினார். இருந்தும்

திமுக - காங்கிரஸ் - விடுதலைச் சிறுத்தைகள் கூட்டணி வெற்றி பெற்றது.

கடந்த நாடாளுமன்றத் தேர்தலைப் போலப் படுமோசமான தோல்வி இல்லை என்றாலும் அஇஅதிமுகவுக்கு எதிர்பார்த்த வெற்றி கிடைக்கவில்லை. மூன்றாவது முறையாக திமுக - காங்கிரஸ் கூட்டணி வெற்றி பெற்றது. மீண்டும் மன்மோகன் சிங் பிரதமர். மீண்டும் திமுகவினர் மத்திய அமைச்சரவையில் இடம்பெற்றனர்.

அரசியல் நடவடிக்கைகளில் சுணக்கம் காட்டத் தொடங்கினார் ஜெயலலிதா. கொடநாட்டில் ஓய்வெடுக்கத் தொடங்கினார். ஐந்து சட்டமன்றத் தொகுதிகளுக்கு இடைத்தேர்தல் அறிவிக்கப் பட்டபோது அதில் அஇஅதிமுக போட்டியிடாது என்று அறிவித் தார் ஜெயலலிதா. இது அஇஅதிமுக தொண்டர்களை வெகு வாகச் சோர்வடைய வைத்துவிட்டது. ஆனாலும் முடிவை

மறுபரிசீலனை செய்ய ஜெயலலிதா விரும்பவில்லை. அனைத்து தொகுதிகளிலும் திமுக கூட்டணியே வெற்றிபெற்றது.

எம்.ஜி.ஆர் உருவாக்கிய அஇஅதிமுகவுக்கு ஊக்கம் கொடுக்க ஒருவரால் மட்டுமே முடியும். அவர் ஜெயலலிதா. புயல்வேக அரசியலுக்குப் புகழ்பெற்ற ஜெயலலிதா மீண்டும் அந்த வேகத்தைப் பெறவேண்டும். வீறுகொண்டு எழவேண்டும். அஇஅதிமுகவுக்குப் புத்துணர்ச்சி அளிக்கவேண்டும். இதுதான் எம்.ஜி.ஆர் தொண்டர்களின் ஒரே விருப்பம்!

நன்றி

- எம்.ஜி.ஆர். என்ற ஆளுமையை எனக்கு அறிமுகப்படுத்தி ஆழமாக அறிந்துகொள்ளத் தூண்டிய என்னுடைய அப்பா திரு.G.ராமசாமி அவர்களுக்கு.

- புத்தக உருவாக்கத்துக்கான நான்கு ஆண்டு ஆய்வில் ஆவண, புகைப்பட ஆதாரங்கள் தொடர்பான என்னுடைய தேடலை பெருமளவு பூர்த்தி செய்த இதழ் சேகரிப்பாளர் திரு. எஸ்.வி.ஜெயபாபு அவர்களுக்கு.

முக்கிய ஆதாரங்கள்

1. நான் ஏன் பிறந்தேன் - இரண்டு பாகங்கள் - எம்.ஜி.ஆர்

2. நெஞ்சுக்கு நீதி - முதல் நான்கு பாகங்கள் - கலைஞர் மு. கருணாநிதி

3. திமுக வரலாறு - டி.எம். பார்த்தசாரதி

4. எம்.ஜி.ஆர் கதை - இரண்டு பாகங்கள் - எஸ். விஜயன்

5. மக்கள் திலகம் எம்.ஜி.ஆர் - வித்வான் வே. லட்சுமணன்

6. அண்ணா ஆட்சியைப் பிடித்தது எப்படி? - அருணன்

7. நடிகர் முதல்வரானது எப்படி? - அருணன்

8. வணக்கம் - வலம்புரி ஜான்

9. நானும் இந்த நூற்றாண்டும் - கவிஞர் வாலி

10. சுட்டாச்சு சுட்டாச்சு - சுதாங்கன்

11. சாண்டோ சின்னப்பா தேவர் - பா. தீனதயாளன்

12. எம்ஜியார் - நிஜமும் நிழலும் - கே. மோகன்தாஸ்

13. திரைப்பட நினைவுகள் - மா. லட்சுமணன்

14. ஆர்.எம்.வீ: ஒரு தொண்டர் - ராணி மைந்தன்

15. தந்தை பெரியார் - கவிஞர் கருணானந்தம்

239

16. எம்.ஜி.ஆர் நினைவுகள் - எஸ்.விஜயன்

17. எம்.ஜி.ஆருடன் எனக்கிருந்த தொடர்பு - ம.பொ. சிவஞானம்

18. விடுதலை - ஆண்டன் பாலசிங்கம்

19. செந்தமிழ் வேளிர் எம்.ஜி.ஆர் - ஒரு வரலாற்று ஆய்வு - புலவர் செ. இராசு

20. சுதந்தர வேட்கை - அடேல் பாலசிங்கம்

21. போரும் சமாதானமும் - ஆண்டன் பாலசிங்கம்

22. எனது சுயசரிதை - சிவாஜி கணேசன்

23. மாடர்ன் தியேட்டர்ஸ் - டி.ஆர். சுந்தரம் - வானதி வெளியீடு

24. கண்ணீரும் புன்னகையும் - சந்திரபாபுவின் வாழ்க்கை - முகில்

25. வனவாசம் - கண்ணதாசன்

26. மனவாசம் - கண்ணதாசன்

27. தமிழ் சினிமாவின் கதை - அறந்தை நாராயணன்

28. தேர்தல் அரசியல் - காமராஜ் முதல் கருணாநிதி வரை - த. சிகாமணி

29. கோட்டையும் கோடம்பாக்கமும் - ஆரூர் தாஸ் - விகடன் பிரசுரம்

30. திமுக வரலாறு - திமுக தலைமைக்கழக வெளியீடு

31. வாழ்ந்து காட்டிய வள்ளல் - பொம்மை சாரதி

32. நினைவுகள் - இராம. அரங்கண்ணல்

32. Operation Colombo - J.N. Dixit

33. M.G. Ramachandran Jewel of Masses - Roopa Swaminathan

பத்திரிகைகள்

- கல்கண்டு ஜூலை 31, 1960
- ஆனந்த விகடன் ஆகஸ்டு 2, 1964
- ஆனந்த விகடன் ஜனவரி 16, 1966
- ஆனந்த விகடன் செப்டெம்பர் 18, 1969
- பிலிமாலயா நவம்பர் 1972
- தினத்தந்தி நவம்பர் 8, 1972
- அண்ணா நவம்பர் 8, 1976
- பிலிமாலயா ஜூன் 1977
- ஆனந்த விகடன் ஜூலை 10, 1977
- ஆனந்த விகடன் ஜூன் 8, 1980
- ஆனந்த விகடன் ஜூலை 18, 1982
- ஆனந்த விகடன் அக்டோபர் 31, 1982
- ஆனந்த விகடன் ஆகஸ்டு 19, 1984
- ஜூனியர் விகடன் மே 25, 1985
- ஜூனியர் விகடன் ஜூன் 18, 1985
- ஆனந்த விகடன் பிப்ரவரி 10, 1985
- ஜூனியர் விகடன் டிசம்பர் 30, 1987

- ஜூனியர் விகடன் மார்ச் 16, 1988
- ஆனந்தவிகடன் ஜனவரி 3, 1988
- தினமலர் டிசம்பர் 24, 1989
- ஆனந்தவிகடன் ஏப்ரல் 2, 1989
- குமுதம் நவம்பர் 15, 1990
- ஆனந்த விகடன் ஜூன் 23, 1991
- விடுதலை ஜனவரி 16, 1967
- பொம்மை ஆண்டுமலர் 1968

மற்றும்

- தாய்
- சாவி
- முரசொலி
- மன்றம்
- அண்ணா
- திராவிட நாடு
- விடுதலை
- குடியரசு
- இதயக்கனி
- பேசும்படம்
- நடிகன் குரல்
- தினமணி கதிர்

கட்டுரைகள்/தொடர்கள்/பேட்டிகள்

- சோதனைய சாதனையாக்கிய தம்பி - எம்.ஜி. சக்கரபாணி - ஜூனியர் விகடன்

- நம் நாடு நலமடையாதா? - எம்.ஜி.ஆர் - ஜனவரி 73, பிலிமாலயா

- நான் கண்ட எம்.ஜி.ஆர் - சினிமா எக்ஸ்பிரஸ் வி. ராமமூர்த்தி

- ஜோக்கும் சிறைத் தண்டனையும் - விகடன் ஆசிரியர் பாலசுப்ரமணியன் பேட்டி

- எம்.ஜி.ஆர் கேட்ட இருபது பிரிண்ட் - சுபா சுந்தரம் பேட்டி - விகடன் பவழ விழா மலர்

- ராமாவரம் தோட்டத்தில்.. 30 ஆண்டுகளுக்கு முன் - ஆனந்த விகடன் 1964

- கலை உலகில் நான் கடந்து வந்த பாதை - எம்.ஜி.ஆர் - மாலைமுரசு - செப்டெம்பர் 19, 1968

- சென்னை மத்திய சிறையில் எம்.ஜி.ஆரின் அந்த 5 நாட்கள் - எஸ்.எஸ். ராஜேந்திரன் - சாதனை நாயகன் எம்.ஜி.ஆர் மலர்

- எம்.ஜி.ஆர் பதில்கள் - தினத்தந்தி - ஜூலை 28, 1972

- திரைகடலோடித் திரைப்படம் எடுத்தோம் - எம்.ஜி.ஆர் - பொம்மை - ஜூலை 1971 முதல் செப்டெம்பர் 1972 வரை

- நான் ரசித்த எம்.ஜி.ஆர் - எஸ்.எஸ்.ராஜேந்திரன் - ராணி வார இதழ் - மே 27, 2007

- நாடோடி மன்னன் வெற்றி விழா மலர்.

பட வரிசை

1936 சதி லீலாவதி
இரு சகோதரர்கள்
1938 தட்சயக்ஞம்
வீர ஜெகதீஷ்
1939 மாயா மச்சீந்திரா
பிரஹலாதா
1941 வேதவதி அல்லது சீதா ஜனனம்
அசோக்குமார்
1942 தமிழ் அறியும் பெருமாள்
1943 ஜோதிமலர் அல்லது தாசிப்பெண்
1944 ஹரிச்சந்திரா
1945 சாலிவாகனன்
மீரா
1946 ஸ்ரீமுருகன்
1947 ராஜகுமாரி
பைத்தியக்காரன்
1948 அபிமன்யூ
ராஜமுக்தி
மோகினி
1949 ரத்னகுமார்
1950 மருத நாட்டு இளவரசி
மந்திரிகுமாரி
1951 மர்மயோகி
ஏக்தா ராஜா (இந்தி)
சர்வாதிகாரி
சர்வாதிகாரி (தெலுங்கு)

1952 அந்தமான் கைதி
     குமாரி
     என் தங்கை

1953 நாம்
     ஜெனோவா (மலையாளம்)
     பணக்காரி
     ஜெனோவா (தமிழ்)

1954 மலைக்கள்ளன்
     கூண்டுக்கிளி

1955 குலேபகாவலி

1956 அலிபாபாவும் நாற்பது திருடர்களும்
     மதுரை வீரன்
     தாய்க்குப் பின் தாரம்

1957 சக்கரவர்த்தி திருமகள்
     ராஜராஜன்
     புதுமைப் பித்தன்
     மகாதேவி

1958 நாடோடி மன்னன்

1959 தாய் மகளுக்குக் கட்டிய தாலி

1960 பாக்தாத் திருடன்
     ராஜா தேசிங்கு
     மன்னாதி மன்னன்

1961 அரசிளங்குமரி
     திருடாதே
     சபாஷ் மாப்பிளே
     நல்லவன் வாழ்வான்
     தாய் சொல்லைத் தட்டாதே

1962 ராணி சம்யுக்தா
     மாடப்புறா
     தாயைக் காத்த தனயன்
     குடும்பத் தலைவன்
     பாசம்
     விக்ரமாதித்தன்

1963 பணத்தோட்டம்
     கொடுத்து வைத்தவள்
     தர்மம் தலைகாக்கும்
     கலை அரசி

பெரிய இடத்துப் பெண்
ஆனந்த ஜோதி
நீதிக்குப் பின் பாசம்
காஞ்சித் தலைவன்
1963 பரிசு
1964 வேட்டைக்காரன்
என் கடமை
பணக்கார குடும்பம்
தெய்வத்தாய்
தொழிலாளி
படகோட்டி
தாயின் மடியில்
1965 எங்க வீட்டுப் பிள்ளை
பணம் படைத்தவன்
ஆயிரத்தில் ஒருவன்
கலங்கரை விளக்கம்
கன்னித்தாய்
தாழம்பூ
ஆசை முகம்
1966 அன்பே வா
நான் ஆணையிட்டால்
முகராசி
நாடோடி
சந்திரோதயம்
தாலி பாக்கியம்
தனிப்பிறவி
பறக்கும் பாவை
பெற்றால்தான் பிள்ளையா?
1967 தாய்க்குத் தலைமகன்
அரச கட்டளை
காவல்காரன்
விவசாயி
1968 ரகசிய போலீஸ் 115
தேர்த் திருவிழா
குடியிருந்த கோயில்
கண்ணன் என் காதலன்
புதிய பூமி

246

கணவன்
ஒளிவிளக்கு
காதல் வாகனம்

1969 அடிமைப் பெண்
நம் நாடு

1970 மாட்டுக்கார வேலன்
என் அண்ணன்
தலைவன்
தேடி வந்த மாப்பிள்ளை
எங்கள் தங்கம்

1971 குமரிக் கோட்டம்
ரிக்சாக்காரன்
நீரும் நெருப்பும்
ஒரு தாய் மக்கள்

1972 சங்கே முழங்கு
நல்ல நேரம்
ராமன் தேடிய சீதை
நான் ஏன் பிறந்தேன்
அன்னமிட்ட கை
இதய வீணை

1973 உலகம் சுற்றும் வாலிபன்
பட்டிக்காட்டுப் பொன்னையா

1974 நேற்று இன்று நாளை
உரிமைக்குரல்
சிரித்துவாழ வேண்டும்

1975 நினைத்ததை முடிப்பவன்
நாளை நமதே
இதயக்கனி
பல்லாண்டு வாழ்க

1976 நீதிக்குத் தலைவணங்கு
உழைக்கும் கரங்கள்
ஊருக்கு உழைப்பவன்

1977 நவரத்தினம்
இன்றுபோல் என்றும் வாழ்க
மீனவ நண்பன்

1978 மதுரையை மீட்ட சுந்தரபாண்டியன்

247